രണ്ടു കുറ്റാന്വേഷണ നോവലുകൾ

randu kuttanueshana novalukal
novel

•

sujatha

•

translated
dr. o krishnan pattiyam

•

first edition
july 2015

•

typesetting
star communications, thiruvananthapuram

•

published
chintha publishers, thiruvananthapuram

•

•

cover
suresh

•

വിതരണം

ദേശാഭിമാനി ബുക്ക് ഹൗസ്
H O തിരുവനന്തപുരം-695 035
Ph: 0471-2303026, 6063020
www.chinthapublishers.com
chinthapublishers@gmail.com

ബ്രാഞ്ചുകൾ

ഹെഡ്ഡാഫീസ് ബ്രാഞ്ച് കുന്നുകുഴി • സ്റ്റാച്യു തിരുവനന്തപുരം • കെ എസ് ആർ ടി സി ബസ് സ്റ്റേഷൻ ആലപ്പുഴ • കെ എസ് ആർ ടി സി ബസ് സ്റ്റേഷൻ എറണാകുളം • ചിറ്റൂർ റോഡ് എറണാകുളം • മച്ചിങ്ങൽ ലെയ്ൻ തൃശൂർ • ഐ ജി റോഡ് കോഴിക്കോട് • കെ എസ് ആർ ടി സി ബസ് സ്റ്റേഷൻ കോഴിക്കോട് • എൻ ജി ഒ യൂണിയൻ ബിൽഡിങ് കണ്ണൂർ • സെൻട്രൽ ബസ് ടെർമിനൽ കോംപ്ലക്സ് താവക്കര കണ്ണൂർ

CO - 2221 / 3695

രണ്ടു കുറ്റാന്വേഷണ നോവലുകൾ

അവതാരപുരുഷൻ
വെട്ടിമാറ്റിയ അക്ഷരങ്ങൾ

സുജാത

പരിഭാഷ

ഡോ. ഒ കൃഷ്ണൻ പാട്യം

ചിന്ത പബ്ലിഷേഴ്സ്
തിരുവനന്തപുരം-695 035

സുജാത (1935 – 2008)

തമിഴ്നാട്ടിലെ തൃശ്ശിനാപ്പള്ളിയിലെ ശ്രീരംഗത്ത് 1935 മേയ് മാസത്തിൽ ജനനം. യഥാർത്ഥ പേര് എസ് രംഗരാജൻ. നോവലിസ്റ്റ്, തിരക്കഥാകാരൻ എന്നീ നിലകളിൽ പ്രശസ്തൻ. തൊഴിൽ കൊണ്ട് ഒരു എഞ്ചിനീയറായിരുന്നു അദ്ദേഹം. 100 ലേറെ നോവലുകളും 250 ചെറുകഥകളും 10 ശാസ്ത്രപുസ്തകങ്ങളും 10 നാടകങ്ങളും ഒരു കവിതാസമാഹാരവും അദ്ദേഹത്തിന്റേതായി പുറത്തുവന്നിട്ടുണ്ട്. തമിഴിലെ ഏറ്റവും ശ്രദ്ധേയനായ ജനപ്രിയ എഴുത്തുകാരിലൊരാൾ. തമിഴിലെ *ആനന്ദവികടൻ, കുമുദം, കൽക്കി* എന്നീ പ്രസിദ്ധീകരണങ്ങളിൽ അദ്ദേഹം തുടർച്ചയായി കോളങ്ങൾ കൈകാര്യം ചെയ്തിരുന്നു. കുറച്ചുകാലം *കുമുദ*ത്തിന്റെ എഡിറ്ററായി ചുമതല വഹിച്ചിരുന്നു. നിരവധി തമിഴ് ചിത്രങ്ങൾക്ക് തിരക്കഥയും സംഭാഷണവും നിർവ്വഹിച്ചിട്ടുണ്ട്. സാങ്കേതികവിദ്യ സാധാരണക്കാരിലെത്തിക്കാൻ സുജാത നടത്തിയ ശ്രമങ്ങൾ ശ്രദ്ധിക്കപ്പെട്ടിട്ടുണ്ട്. കുറ്റാന്വേഷണത്തിനായി അദ്ദേഹം സൃഷ്ടിച്ച അഭിഭാഷക ദ്വന്ദ്വങ്ങളായ ഗണേഷ്-വസന്ത് കഥാപാത്രങ്ങൾ ജനങ്ങൾ സ്വീകരിച്ചു. ശാസ്ത്രവിഷയങ്ങൾ ജനകീയമാക്കിയതിന്റെ പേരിൽ 1993 ൽ നാഷണൽ കൗൺസിൽ ഫോർ സയൻസ് ആന്റ് ടെക്നോളജിയുടെ അവാർഡ് നേടിയിരുന്നു. തമിഴ്നാട് ഗവൺമെന്റിന്റെ കലൈമണി പുരസ്കാരവും അദ്ദേഹം നേടിയിരുന്നു. 2008 ഫെബ്രുവരി 27 ന് അന്തരിച്ചു.

ഡോ. ഒ കൃഷ്ണൻ പാടൃം

എം എ, എം എഡ്, ഡി ഐ റ്റി, പി എച്ച്ഡി

കണ്ണൂർ ജില്ലയിലെ പാട്യം സ്വദേശി. പ്രൈമറി സ്കൂൾ അദ്ധ്യാപകനായി ജീവിതമാരംഭിച്ചു. പടിപടിയായി പഠിച്ചു കാലിക്കറ്റ് യൂണിവേഴ്സിറ്റിയിൽനിന്ന് എം എ, ബി എഡും അണ്ണാമലൈ യൂണിവേഴ്സിറ്റിയിൽനിന്ന് എം എഡും സെൻട്രൽ ഇൻസ്റ്റിറ്റ്യൂട്ട് ഓഫ് ഇന്ത്യൻ ലാംഗ്വേജസിൽനിന്നും തമിഴ് ഭാഷയിൽ ഡിപ്ലോമയും നേടി. ഇരുപത്തഞ്ചോളം കൃതികളുടെ കർത്താവാണ്. വിവർത്തനത്തിലും സഞ്ചാരസാഹിത്യത്തിലും കൂടുതൽ ശ്രദ്ധിക്കുന്നു. ലോകത്തിന്റെ പലഭാഗങ്ങളിലും സഞ്ചരിച്ചിട്ടുണ്ട്. സഞ്ചാര സാഹിത്യത്തിലും വിവർത്തനത്തിലും അവാർഡുകൾ നേടിയിട്ടുണ്ട്. ഒടുവിൽ ട്രെയിനിങ് കോളേജിൽനിന്ന് ലക്ചററായി വിരമിച്ചു. ഭാര്യ: ഭവാനികൃഷ്ണൻ (അദ്ധ്യാപിക), രണ്ട് മക്കൾ.

ഉള്ളടക്കം

പ്രസാധകക്കുറിപ്പ്

തമിഴകത്തെ എണ്ണപ്പെട്ട എഴുത്തുകാരിലൊരാളായിരുന്നു സുജാത. അതിനാടകീയത നിറഞ്ഞ ചരിത്ര-സാമൂഹ്യ നോവലുകൾ അരങ്ങുവാഴുന്ന അവസരത്തിൽ സുജാതയുടെ കൃതികൾ വായനക്കാർ ഒരു കുളിർമഴപോലെ സ്വീകരിച്ചു. എന്നും മുഖ്യധാരയിൽ നിന്ന എഴുത്തുകാരനായിരുന്നു സുജാത. തമിഴ് ചലച്ചിത്ര സാഹിത്യരംഗങ്ങളിൽ എന്നും മുഖ്യധാരയിലായിരുന്നു സുജാതയുടെ നില. *ഗായത്രി, റോജ, കന്നത്തിൽ മുത്തമിട്ടാൾ, ആയുധ എഴുത്ത്* തുടങ്ങി ഒട്ടേറെ ചിത്രങ്ങൾക്ക് കഥയും സംഭാഷണവും രചിച്ച അദ്ദേഹം ശ്രദ്ധേയമായ അനേകം ഡിറ്റക്ടീവ് നോവലുകൾ രചിച്ചിട്ടുണ്ട്. ഗണേഷ് എന്ന അഭിഭാഷകൻ സഹായിയായ വസന്തിനോടൊപ്പം ചേർന്ന് നടത്തുന്ന കുറ്റാന്വേഷണങ്ങൾ പെറിമേസൺ കൃതികളെ ഓർമ്മിപ്പിക്കുന്നു. ആ പരമ്പരയിൽപ്പെട്ട രണ്ടു കൃതികളാണ്. 'മറുപടിയും ഗണേഷ്', 'വിപരീത കോട്പാട്' എന്നിവ. അവയാണ് അവതാരപുരുഷൻ, വെട്ടിമാറ്റിയ അക്ഷരങ്ങൾ എന്നീ പേരുകളിൽ ഡോ. ഒ കൃഷ്ണൻ പാട്യം പരിഭാഷപ്പെടുത്തിയിട്ടുള്ളത്. വായനക്കാരെ ആകാംക്ഷയുടെ മുൾമുനയിൽ നിർത്തുന്ന ഈ കൃതി തമിഴകത്തെ പ്രമുഖനായ ഈ എഴുത്തുകാരനെ പരിചയപ്പെടുത്തുവാൻ ഉതകുമെന്നു പ്രതീക്ഷിക്കുന്നു.

ചിന്ത പബ്ലിഷേഴ്സ്

അവതാരപുരുഷൻ

ഒന്ന്

കോടതിയിൽ നിന്ന് ഞാൻ ആപ്പീസിലേക്ക് തിരിച്ചു വരികയായിരുന്നു.

വൈകുന്നേരം.

ആ കാർ തെരുവീഥിയിലെത്തി വഴിമുടക്കി നിന്നുകൊണ്ടിരുന്നു. അരികിൽ ചെന്നപ്പോഴാണ് എന്റെ ആപ്പീസിനെതിർവശം നില്ക്കുകയാണെന്ന് മനസ്സിലായത്.

പുതിയ കേസ്!

മനോഹരമായ പച്ചവർണ്ണ കാർ. വിദേശ നിർമ്മിതം. അമേരിക്കയിലേ ഇങ്ങനെ കാറുകൾക്ക് പകരം തേരുകളുണ്ടാക്കാറുള്ളൂ. എസ് ടി സി വഴി ലേലത്തിൽ വാങ്ങാൻ ഒന്നര"ല"ഗാരം വേണ്ടിവന്നേക്കും.

അകത്തിരുന്ന് സൗകര്യപൂർവ്വം ഒരു കൈ "റമ്മി" കളിക്കാം. അത്ര സൗകര്യം. പിൻസീറ്റിലിരുന്നാൽ ഡ്രൈവറെ കാണാൻ ബൈനോക്കുലർ വേണ്ടി വന്നേക്കുമോ എന്നു തോന്നിച്ചു. റേഡിയോ ഉണ്ട്. എയർ കണ്ടീഷൻ ചെയ്യപ്പെട്ടത്. മറ്റൊരു കാര്യം. നമ്പർ പ്ലേറ്റിന്മേൽ ക്രോമിയ പളപളപ്പിൽ ഒരു ചിഹ്നവും.

ഞാൻ അകത്തുകയറി.

കാറിനകത്തല്ല. എന്റെ ഓഫീസിനകത്ത്.

വസന്ത് ഒരു പെണ്ണുമായി സംസാരിക്കുന്നുണ്ടായിരുന്നു. യുവാവ് മൗനമായിരിക്കുന്നു. വസന്ത് അവളോട് ഇൻസ്റ്റന്റ് പ്രേമം ആരംഭിച്ചുകഴിഞ്ഞു എന്ന് അവന്റെ ഒളിനോട്ടത്തിൽനിന്നു മനസ്സിലായി. വസന്തിന്റെ

പ്രേമം ദിനംപ്രതി മാറും.

എന്നെ കണ്ടപാടെ അല്പം സംശയത്തോടെ പറഞ്ഞു. “അവർ വന്നിരിക്കുന്നു, മിസ് തരുണാ, ദിസ് ഈസ് മിസ്റ്റർ ഗണേഷ്.” ആ പെണ്ണിനെന്നെ പരിചയപ്പെടുത്തി.

“ഹായ്” അവൾ വിഷ് ചെയ്തു.

“സോറി നിങ്ങളുടെ പേര് മറന്നുപോയി.” അവനെ നോക്കിക്കൊണ്ട് വസന്ത് പറഞ്ഞു.

“സാമിനാഥൻ.”

“ഹലോ! അകത്തേക്കു വരിൻ.” ഞാൻ അവരെ സ്വാഗതം ചെയ്തു. ആ പെണ്ണ് എന്നിൽ പതിപ്പിച്ച ദൃഷ്ടി പിൻവലിച്ചതേയില്ല. എന്റെ കോളറിനുള്ളിലൊരു കിരുകിരുപ്പ്. “സോറി ഓഫീസ് വൃത്തിയാക്കിയിട്ടില്ല.” ഒന്നു രണ്ട് പുസ്തകത്തലയണകളും കാപ്പിഗ്ലാസുകളും എടുത്തുമാറ്റി അവർക്കൊരു വിധം ഇരിക്കാൻ ഇടം കൊടുത്തു.

എതിരെ ഞാനും ഇരുന്നു. വസന്ത് നിന്ന നില്പിൽ ആ പെണ്ണിനെ... പറയാൻ ഞാൻ ആഗ്രഹിക്കുന്നില്ല.

ഹോണിന്റെ ശബ്ദംകേട്ടു. “നിങ്ങളുടെ കാർ ഗതാഗത തടസ്സമുണ്ടാക്കുന്നെന്ന് തോന്നുന്നു. വസന്ത് ചെന്നു നോക്കൂ.” ഞാൻ പറഞ്ഞു.

എന്നെ മിഴിച്ചുനോക്കിക്കൊണ്ടവൻ പോയി.

ആ പെണ്ണിന് ഇരുപത് വയസ്സുണ്ടാകും. ആധുനികരീതിയിൽ വസ്ത്രം ധരിച്ചിരുന്നു.

ഇന്നത്തെ സ്ത്രീകൾ തിരിച്ചറിയാനാവാത്തവിധം പുരുഷന്മാരുടെ വസ്ത്രവും ബനിയനും കൂടി ധരിക്കുന്നതിനെപ്പറ്റി എനിക്കു നന്നായറിയാം. ഈ പെണ്ണ് പെണ്ണുതന്നെ എന്നതിന് തെളിവുകൾ ധാരാളം.

കടുംനിറത്തിൽ പൊട്ടിട്ടിരുന്നു.

തലമുടി മനോഹരമായി ചീകിയിട്ടുണ്ട്. നേർമ്മയായി ലിപ്സ്റ്റിക് പൂശിയിട്ടുണ്ട്. കൺപുരികങ്ങൾ മനോഹരമായിരുന്നു. കുപ്പായകോളർ തുറന്നാണ് കിടന്നത്. കഴുത്ത് വെളിയേ കാണാം. വേറെയും ചിലത് കാണപ്പെട്ടു. “ഐസോമെട്രിക്” അഭ്യാസം ചെയ്യുന്നുണ്ടത്രെ. കുറച്ചാരോഗ്യമുള്ള മദ്ധ്യപ്രദേശ്! അതിനുകീഴെ അവളെ കാണാനാവാത്ത നിലയിൽ എന്റെ മേശയുണ്ട്.

സാമിനാഥന് ഇരുപത്തൊമ്പത് വയസ്സുണ്ടാകും. വസ്ത്രധാരണത്തിൽത്തന്നെ അവളും അവനും എന്ത് വ്യത്യാസം! തലമുടി അടുത്ത ദിനം “സലൂണിലേക്ക് കൊണ്ടുപോയിരുന്നു.” നെറ്റിയിൽ വലിയ കുങ്കുമപ്പൊട്ട്. ചുവന്ന ചുണ്ടുകൾ. കുഞ്ഞുന്നാളിൽ കുടിച്ച ഗ്ലേക്സോ ടിന്നുകളുടെ ഫലം കവിളുകളിൽ കാണാം. നേർത്ത ചുണ്ടുകൾ. കണ്ണുകൾ എന്നെ നേർക്കുനേരെ നോക്കാൻ മടിച്ച് എന്റെ മേശപ്പുറത്തെ മഷിക്കുപ്പിയിൽ തങ്ങിയിരുന്നു. വിലകൂടിയ സിൽക്ക് ജൂബ ധരിച്ചിരുന്നു. അതിൽക്കൂടെ മാറുനിറയെ വളർന്ന സമൃദ്ധമായ രോമവും കഴുത്തിൽ

തൂങ്ങുന്ന സ്വർണ്ണ ചെയിനും ചെയിനിനറ്റത്തെ ഡോളറും അതിൽ ഞാൻ മുൻപു സൂചിപ്പിച്ച ചിഹ്നത്തിന്റെ വരകളും കാണാമായിരുന്നു.

"എന്താ കാര്യം" ഞാൻ ചോദിച്ചു.

അവരിരുവരും അന്യോന്യം നോക്കി.

"സാമി പറയ്" അവൾ പറഞ്ഞു.

"നീ തന്നെ പറയ്" അവന്റെ മറുപടി.

ശബ്ദം നേർത്തിരുന്നു. അവൻ അവളെ നോക്കി.

"ഹും" തൊണ്ടശരിയാക്കി ഉമിനീരിറക്കി.

"നിങ്ങൾ തന്നെയല്ലേ വക്കീൽ?" അവളുടെ ചോദ്യം.

"അതെ."

"എനിക്ക് സാമിയെ കല്യാണം കഴിക്കണം."

"അതിനെന്താ വിരോധം? ആയിക്കോളൂ. എന്റെ ആശീർവ്വാദം."

"ഞങ്ങൾ ആശീർവ്വാദം വാങ്ങാനല്ല നിങ്ങളുടെ അടുത്തുവന്നത്."

"സോറി, ആശീർവ്വാദം തിരിച്ചെടുത്തു."

വസന്ത് അകത്തേക്കു വന്നു.

"ഞങ്ങളുടെ കല്യാണത്തിന് ഒരു തടസ്സമുണ്ട്."

വസന്തിന്റെ പ്രേമം അവസാനിച്ചു.

"എന്താ തടസ്സം? നിങ്ങൾക്കു പതിനെട്ടു വയസ്സായില്ലേ?" (നോക്കിയാൽ അത്രയും തോന്നിക്കില്ല)

"തടസ്സമതല്ല. എന്റെ ആദ്യഭാര്യ പ്രതിമയാണ്" സാമിനാഥൻ പറഞ്ഞു.

"ഓ.. ജീവനോടിരിക്കുന്നോ?"

"അതെ."

"വിവാഹബന്ധം വേർപെടുത്തിയോ?"

"ഇല്ല."

"അങ്ങനെയാണെങ്കിൽ കല്ല്യാണം കഴിക്കാൻ പറ്റില്ല."

"പ്രതിമ സാമിയെ വിട്ടു പൊയ്ക്കളഞ്ഞു."

"അതെ, അവരിപ്പോ എന്റെ കൂടെയില്ല."

"എവിടെയാണുള്ളത്?"

"അറിയില്ല."

"ഞാൻ പറയാം. സാമി പറയാൻ മടിച്ചിട്ടാ. അവൾ വേറൊരാളോടു കൂടി കഴിയുകയാ."

"തരുണാ!"

"ഇല്ല സാമി. വക്കീലോടെല്ലാം തുറന്നു പറയണം."

ഞാൻ അവനെ നോക്കി.

മടിച്ചുകൊണ്ടവൻ പറഞ്ഞു: "അവൾ മറ്റൊരുത്തനോടൊത്ത് കഴിയുകയാണെന്ന് സംശയിക്കുന്നു."

She is a bitch .... പാവം സാമി വഞ്ചിക്കപ്പെട്ടിരിക്കുന്നു.

"സാമി പറയു പറയൂ."

സാമിനാഥൻ മടിച്ചുനിന്നു.

"ഒരു സംശയമുണ്ട്." ഞാൻ ചോദിച്ചു.

"എന്താ?"

നിങ്ങളെന്തിനെന്റെ അടുത്തുവന്നു? നിങ്ങൾക്ക് നിയമപ്രകാരം കല്ല്യാണം കഴിക്കാമോ എന്നു ചോദിക്കാനല്ലേ?"

"അതു പാടില്ലെന്നു നിങ്ങൾ പറഞ്ഞതല്ലോ."

"പിന്നെ? ഇതിലപ്പുറം ഒരു വക്കീലിന്റെ ആവശ്യം എന്ത്?"

തരുണ എന്റെ മുഖത്തേക്കു നോക്കി. "നിങ്ങൾ ഒരു വക്കീൽ മാത്ര മല്ല. അതിലുമുപരിയാണെന്ന് ഞാനറിഞ്ഞിട്ടുണ്ട്. വേറെ ചില സാഹസ കൃത്യങ്ങളും ചെയ്യാറുണ്ടെന്ന് ഞാൻ മനസ്സിലാക്കിയിട്ടുണ്ട്."

"നിങ്ങളോടിതെല്ലാം ആരുപറഞ്ഞു?"

"പലരും! മിസ്റ്റർ വസന്തു കൂടി..."

വസന്തിനെ കോപത്തോടെ ഞാൻ നോക്കി.

"ബോസ്! പിന്നെ... ഒരു കേസ് നിങ്ങൾ ഏറ്റെടുത്താൽ ഏതലച്ചി ലിനും മടിക്കില്ല എന്നാ ഞാൻ പറഞ്ഞത്."

"ഇതൊരുകേസാ! മാര്യേജ് രജിസ്ട്രാറുടെ അടുക്കൽ പോകേണ്ട വർ ഇവിടെ വന്നിരിക്കുന്നു."

സാമിനാഥൻ മൗനം ഭജിച്ചു. ഞങ്ങൾ സംസാരിച്ചു കൊണ്ടിരിക്കെ ഓരോരുത്തരുടെയും മുഖവും സൂക്ഷിച്ചുനോക്കുന്നുണ്ടായിരുന്നു അവൻ. അല്ലാതെ ഒരു വാക്കുരിയാടിയില്ല. എല്ലാം ആ പെണ്ണുതന്നെ വാതോ രാതെ പറഞ്ഞുകൊണ്ടിരുന്നു.

വിടർന്ന ചുണ്ടുകളാണവൾക്ക്. പെട്ടെന്നു ചിരിക്കുന്നു. സാമിനാഥൻ ഭാഗ്യവാനാണ്.

"മിസ്റ്റർ ഗണേഷ് ഞങ്ങൾക്ക് നിങ്ങളുടെ സഹായം വേറെ വിധ ത്തിൽ ആവശ്യമായിരിക്കയാണ്. ഞാൻ സാമിയെ സ്നേഹിക്കുന്നു. സാമിയെ കല്യാണം കഴിക്കാൻ വളരെ ആഗ്രഹമുണ്ട്. പ്രതിമയെപ്പറ്റിയോ നിങ്ങളുടെ നടപടികളെക്കുറിച്ചോ എനിക്ക് പരിഭ്രമമില്ല. പക്ഷേ നിയമ ത്തിനെതിരായ ഒരുകാര്യം ചെയ്യാനെനിക്കാഗ്രഹമില്ല. സാമി നല്ല ആളാ ണ്. ഞങ്ങൾ കൂടുതൽ പരിചയപ്പെടുമ്പോൾ ഓപ്പണായിത്തന്നെ എന്നോടു പറഞ്ഞു. 'ഞാൻ കല്യാണം കഴിച്ചവനാണ്. എന്റെ ആദ്യ ഭാര്യ എന്നെ വിട്ടുപൊയ്ക്കളഞ്ഞു' എന്ന്. അവളുടെ കൂടെ വളരെ വിഷ മം സഹിച്ചു. ഈ പാവത്താനെ അവൾ പുറംതള്ളി."

"നിങ്ങൾ പ്രതിമയെ കണ്ടുപിടിക്കണം."

"പ്രതിമയെയോ?"

"അവളിപ്പോ എവിടെയാണെന്നറിഞ്ഞുകൂടേ നിങ്ങൾക്ക്?"

"അറിയില്ല."

"അവൾ പിന്നെ മറ്റൊരാളോടൊപ്പം കഴിയുകയാണെന്ന് നിങ്ങൾ

പറഞ്ഞതെങ്ങനെയാ?"

"അവളുടെ മുൻ നടപടിയിൽക്കൂടി."

"അങ്ങനെയോ...?" അവൾ ഒന്നും പറയാതെ പെട്ടെന്ന് പൊയ്ക്കള ഞ്ഞോ?"

"ഓടിപ്പൊയ്ക്കളഞ്ഞു."

"അവളുടെ സ്വന്തം വീട്ടിൽ അന്വേഷിച്ചുനോക്കിയോ?"

"അവളുടെ അച്ഛനമ്മമാർ ജീവിച്ചിരിപ്പില്ല. ഒരേ ഒരു ചേട്ടനുണ്ട്. അവ ളുടെ കാര്യമേ പറയേണ്ടെന്നാ അവൻ പറയുന്നത്? വേറെ ആരുടെ കൂടെയോ കഴിയുകയാ തീർച്ച."

"അതെയോ?" ഞാൻ സാമിനാഥനെ നോക്കി. അവന്റെ കണ്ണുക ളിൽ ലജ്ജ നിഴലിച്ചിരുന്നു. ഇത്രമാത്രം വളർന്നിട്ടും വയസ്സുചെന്ന കുഞ്ഞി നെപ്പോലിരിക്കുന്നല്ലോ. നിന്നിലെ കുറവെന്താ! എന്തിനാ അവൾ നിന്നെ വിട്ടുപോയത്? പണം മോഹിച്ചു കല്ല്യാണം കഴിച്ചോ അവൾ? ശയനമു റിയിലെ പൊരുത്തക്കേടുകൾ കാരണമോ? വേറൊരു പ്രേമബന്ധമോ? അവളെ ദേഹോപദ്രവമേല്പിച്ചിട്ടോ. സാമിനാഥനെ കണ്ടാൽ ദേഹോപ ദ്രവം ഏല്ക്കുന്ന പ്രകൃതമാണ്.അവന്റെ അശ്രീകാരം പിടിച്ച ചിരിയിൽ ഒരയ്യോപാവം തോന്നും. അവനോട് ദയ തോന്നി.

"പോലീസിൽ പറഞ്ഞാൽ അവർ കണ്ടുപിടിച്ചുതരും."

"അയ്യോ! പോലീസ് വേണ്ട." കവിളുകളിളകത്തക്കവണ്ണം തലയാ ട്ടിക്കൊണ്ട് സാമിനാഥൻ പറഞ്ഞു.

"അവളാരോടൊത്ത് എവിടെ കഴിയുന്നു എന്ന് നിങ്ങൾതന്നെ ക ണ്ടുപിടിക്കണം."

"കണ്ടുപിടിച്ചിട്ടെന്തു ചെയ്യാനാ ഉദ്ദേശ്യം?"

സ്വാമിയുടെ സംസാരത്തിൽനിന്ന് അവളൊരു ദുർന്നടത്തക്കാരിയാ ണെന്ന് തീർച്ചയായും വെളിവാകുന്നു. അതിന്റെ അടിസ്ഥാനത്തിൽ അവൾ ഭർത്താവിനെ വിട്ട് വേറൊരുവനോടൊത്ത് കഴിയുന്നു എന്ന് സ്ഥാപിച്ചാൽ സാമിക്ക് വിവാഹമോചനത്തിനപേക്ഷിക്കാം. അഡൽറ്ററി!

"അഡൽറ്ററി സ്ഥാപിക്കലെല്ലാം ഇന്ത്യൻ കോടതികളിൽ വളരെ പ്രയാസമാണ്."

"ശ്രമിച്ചുനോക്കാമല്ലോ?" ആയില്ലെങ്കിൽ അവളെ നിങ്ങൾ സമീപിച്ച് സംസാരിച്ച് ഉഭയസമ്മതത്തോടെ വിവാഹബന്ധം വേർപെടുത്താൻ പണമോ മറ്റോ കൊടുത്തു കൈയൊപ്പ് വാങ്ങാം. അവളെവിടെ ഉണ്ടെന്നു കണ്ടുപിടിക്കണം. അതു നിങ്ങൾക്ക് ചെയ്യാമോ?"

"പണത്തെപ്പറ്റി വിഷമിക്കേണ്ട സാർ" സാമിനാഥൻ പറഞ്ഞു.

ഞാൻ വസന്തിനെ നോക്കി. എടുത്തോളൂ എന്നവൻ കണ്ണുകളാൽ സൂചിപ്പിച്ചു.

"മിസ്റ്റർ സാമിനാഥൻ ഞാൻ തീരുമാനമെടുക്കും മുമ്പ് നിങ്ങളുടെ ഭാര്യയെക്കുറിച്ച് ഞാൻ ചോദിക്കുന്ന ചോദ്യങ്ങൾക്കെല്ലാം ഉത്തരം പറ

യണം. അല്പം രഹസ്യമുണ്ടെങ്കിൽക്കൂടി മറുപടി പറയണം."

"രഹസ്യമെന്നാൽ....?" "സംശയത്തോടെ തരുണയെനോക്കി അയാൾ. "എല്ലാറ്റിനും ഉത്തരം പറയും. നിങ്ങൾ ചോദിക്കൂ!" തരുണയാണത് പറഞ്ഞത്.

"അതിനുമുമ്പ് ഒരു ചെറിയ സംശയം. നിങ്ങളുടെ കാറിന്റെ നമ്പർ പ്ലേറ്റിനുമേൽ ഒരു ചിഹ്നമുണ്ടല്ലോ. ഒരു ശൂലം, ഒരർദ്ധവൃത്തം. നിങ്ങളും അത് കഴുത്തിലണിഞ്ഞിട്ടുണ്ടല്ലോ. അതെന്താണ്?"

സാമിനാഥൻ മാറത്ത് നോക്കിക്കൊണ്ട് "ഓ ഇതോ" എന്ന് പറഞ്ഞ് പുഞ്ചിരിച്ചു.

"ഇതൊരു യന്ത്രമാണ്. ഇളയച്ഛൻ തന്നത്. പേ പിശാച് ബാധിക്കാതിരിക്കാൻ. പ്രതിമ ഇദ്ദേഹത്തിന് ദോഷപ്പണി എടുക്കാൻ കൂടി ശ്രമിച്ചു."

"ഛെ! അങ്ങനെയൊന്നുമില്ല. വെറുതെ അതുമിതും പറയരുത്."

പ്രതിമയെ തരുണ വെറുക്കുന്നു എന്നവളുടെ സംസാരത്തിൽ നിന്നു മനസ്സിലായി. അവൾ കൂടി ഉണ്ടായാൽ എന്റെ ചോദ്യങ്ങൾക്കെല്ലാം അവൾ തന്നെ ഉത്തരം പറഞ്ഞുകളയും. എനിക്ക് സാമിനാഥനെ തനിച്ചു കിട്ടണം. വസന്തിനെ നോക്കി ഞാൻ.

"തരുണാ കാപ്പി കഴിക്കാം. വസന്ത് തരുണയെ അപ്സരയിലെ എ സി റൂമിൽ കൊണ്ടു ചെന്നു വാങ്ങിക്കൊടുക്കൂ. അതുവരെ ഞാൻ സാമിനാഥനോട് സംസാരിച്ചുകൊണ്ടിരിക്കട്ടെ."

"ഓ കെ" കാര്യം മനസ്സിലാക്കി വസന്ത് സമ്മതിച്ചു. അവൾ മടിച്ചുകൊണ്ട് "എല്ലാവർക്കും ഒന്നിച്ചുപോകാം."

"വേണ്ട. സാമിനാഥനോടെല്ലാം തനിച്ചു സംസാരിക്കണം."

"ആൾ റൈറ്റ്."

മടിച്ചുകൊണ്ടും സംശയിച്ചുകൊണ്ടും അവൾ സമ്മതിച്ചു.

"കാറെടുക്കുന്നോ തരുണാ?" സാമിനാഥൻ ബാഗിൽ നിന്ന് ചാവി എടുത്തു നീട്ടി. (ചാവിക്കൂട്ടത്തിൽ വീണ്ടും അതേ അടയാളം).

"വേണ്ട, നടക്കാനുള്ള ദൂരമേയുള്ളൂ" വസന്ത് പറഞ്ഞു. അവർ പോയപ്പോൾ സാമിനാഥന്റെ നേരെ നോക്കി. ബലിയാടുപോലെ അവന്റെ നില ദയനീയമായിരുന്നു.

"ഹി... ഹി.. ഞാനാണവളെ കാറോടിക്കാൻ പഠിപ്പിക്കുന്നത്. റിവേഴ്സ് നന്നായി അറിയില്ല. വലിയ കാറാണ്."

"നിങ്ങളുടെ കാറാണോ?"

"ഇളയച്ഛന്റേത്."

"പ്രതിമയ്ക്കെത്ര വയസ്സുണ്ട്?"

"ഇരുപത്തഞ്ചായിരിക്കും. ഇളയച്ഛനു കൃത്യമായറിയാം."

ഈ ഇളയച്ഛൻ സംസാരത്തിൽ കൂടെക്കൂടെ വരുന്നു. ശ്രദ്ധിക്കണം. ഒഴിഞ്ഞു മാറുന്ന സ്വഭാവം അവന്റെ രക്തത്തിൽ അലിഞ്ഞു ചേർന്നി

രിക്കയാണ്. എപ്പോഴുമൊരു വിധേയത്വമുള്ള നോട്ടം. ഇവന്റെ കുറവെന്താ?

"പ്രതിമയുടെ ഫോട്ടോ ഒരെണ്ണം കിട്ടുമോ?"

"വീട്ടിലുണ്ട് തരാം. അതുവച്ചവളെ കണ്ടുപിടിക്കാമോ? അവളൊരു ദുർന്നടത്തക്കാരിയാ സാർ." അവൻ ചിരിച്ചുകൊണ്ട് എന്നെ നോക്കി; എന്റെ മുഖത്തെ ചിരി പ്രതീക്ഷിച്ചുകൊണ്ട്.

"ഇനിയും ചില വിവരങ്ങൾ വേണ്ടതുണ്ട് മി. സാമിനാഥൻ. നിങ്ങളുടെ ഭാര്യ എന്തുകൊണ്ടാ നിങ്ങളെ വിട്ടുപൊയ്ക്കളഞ്ഞത്? നിങ്ങൾക്കു പറയാനുള്ള കാരണമെന്താ?"

അവന്റെ ചിരി പെട്ടെന്നു മാഞ്ഞു. മടിച്ചുകൊണ്ടവൻ പറഞ്ഞു.

"അവളൊരു ജാതിയാ."

"ഒരു ജാതി എന്നാൽ?"

"പോക്ക് ശരിയല്ല."

"അങ്ങനെയാ?"

അല്പനേരത്തെ മൗനത്തിനുശേഷം അവൻ വീണ്ടും പറഞ്ഞു "ഞാനെന്റെ കണ്ണുകൊണ്ടു കണ്ടു."

"എന്ത്?"

"സർ ഇത്ര വലിയ തെറ്റ് ഒരു ഭർത്താവെങ്ങനെ സഹിക്കും?" അവന് കരച്ചിൽ വന്നു. കണ്ണുകളിൽ ജലം നിറഞ്ഞു.

"ഒരു സന്ദർഭത്തിൽ നിങ്ങളൊരു സാധാരണകാഴ്ച തെറ്റായി എടുത്തിരിക്കും. അല്ലേ?"

"സാധാരണ കാഴ്ചയാണോ അത്! കിടക്കയിൽ ഉടുവസ്ത്രമില്ലാതെ... സാധാരണകാഴ്ചയോ! മറക്കാൻ കഴിയുന്ന കാഴ്ചയോ അത്?" അവന്റെ കണ്ണിൽ നിന്നു കണ്ണീർകണങ്ങൾ ഉരുണ്ട് ബ്ലോട്ടിങ്ങ് പേപ്പറിൽ വീണു പരന്നു.

"സോറി" ഞാൻ സമാധാനിപ്പിച്ചു. കൈലേസെടുത്തവൻ കണ്ണു തുടച്ചു.

"അതിനു നിങ്ങളവളെ എന്താ ചെയ്തത്? ചീത്തപറഞ്ഞോ? വീട്ടിൽ നിന്നു പുറന്തള്ളിയോ?"

"ഊഹും... ഒരു വാക്കുരിയാടിയിട്ടില്ല സാർ. ഞാൻ കണ്ടതവളറിയില്ല. അതിൽപ്പിന്നെ അവളോടു മിണ്ടാറില്ല. അത്രതന്നെ. അവളും മിണ്ടില്ല. അവൾക്കു മനസ്സിലായിരിക്കും."

"നിങ്ങളുടെ ഇളയച്ഛനെന്തു പറഞ്ഞു?"

"അവരോട് ഞാനിതു പറഞ്ഞിട്ടില്ല. അവർ കണ്ടു നടത്തിത്തന്ന കല്ല്യാണമാണിത്. അവർക്കു മനസ്സിലായാൽ വല്ലാതെ വിഷമിക്കും. ഞങ്ങൾ നല്ല ഫാമിലിയിലുള്ളവരാണു സാർ."

"പ്രതിമ നിങ്ങളെ വിട്ടുപോയിട്ടെത്ര നാളായി?"

"ഏകദേശം ഒരു കൊല്ലമായി. ഡിസംബറിൽ ഒരുവർഷം"

"യൂ മീൻ, ഒരു കൊല്ലമായി നിങ്ങളുടെ ഇളയച്ഛന് ഇക്കാര്യമറി

യില്ലേ? നിങ്ങൾ തനിച്ചാണോ താമസം?"

"അല്ല. ഇളയച്ഛന്റെ കൂടെ."

"നിങ്ങളുടെ അച്ഛൻ?"

"ചെറുപ്പത്തിലേ മരിച്ചു പോയി. പിന്നെ എന്റെ എല്ലാം ഇളയച്ഛനാണ്."

ഒരു വർഷക്കാലം ഇത്ര ഗൗരവമുള്ളൊരു കാര്യം അയാളിൽനിന്നെങ്ങനെ മറച്ചുവയ്ക്കാൻ കഴിയും?"

"ഇളയച്ഛനെ ഞാൻ അറിയിച്ചിട്ടില്ലെന്നതല്ലാതെ അവർക്കറിയാത്തതൊന്നുമില്ല. അവർക്കു മനസ്സിനു വിഷമമുണ്ടാകുമെന്നു കരുതി ഞാൻ പറഞ്ഞില്ല. എന്റെ വിഷമമോർത്ത് അവരും പറഞ്ഞില്ല."

"നിങ്ങളവളെ കണ്ടുപിടിക്കാനൊരു ശ്രമവും ചെയ്തില്ലേ?"

"ഇല്ല" അവൻ തീർത്തുപറഞ്ഞു.

"എന്തുകൊണ്ട്?"

"എന്റെ സ്വഭാവമങ്ങനെയാ. അവൾ ഇങ്ങനെ ചെയ്യാൻ എനിക്കെന്താ ഒരു കുറവ്. ഞാനെന്തു തെറ്റ് ചെയ്തു എന്ന് എന്നോട് തന്നെ ചോദിച്ചു."

"ഉത്തരം കിട്ടിയോ?"

"കിട്ടി. ഞാനൊരു പാവത്താനായതുകൊണ്ട്. മറ്റൊന്നുമല്ല. ചാപല്യം! വിഡ്ഢിത്തം! മനസ്സിൽ തോന്നുന്ന കോപത്തെ വെളിയിൽ പറയുമ്പോൾ അതിന്റെ രൂപം മാറിപ്പോകുന്നു. ചെറുപ്പത്തിലേ ഞാനിങ്ങനെയാ. ആളുകളുടെ ഉപദ്രവമേല്ക്കാൻ മാത്രാ ഞാൻ ജന്മമെടുത്തത് എന്ന് തോന്നിപ്പോകുന്നു. നടരാജൻ എന്നൊരു ചെക്കനെന്നെ ചെറുപ്പത്തിൽ അപമാനിച്ചു. പിന്നെ മറ്റു സ്നേഹിതന്മാർ, വേലക്കാർ, കച്ചവടക്കാർ എല്ലാരുമെന്നെ ചതിച്ചു. അവസാനമായെന്റെ ഭാര്യയുമെന്നെ വഞ്ചിച്ചു."

"ഇപ്പോ അവളെ വീണ്ടും പോയി കണ്ടുപിടിച്ചതുകൊണ്ടെന്താ പ്രയോജനം?"

"എനിക്കവളെ ഇനിയൊരിക്കൽക്കൂടി കാണാൻ ലവലേശം താല്പര്യമില്ല. ഈ പെണ്ണു തരുണയാണ് ആ ബന്ധം വേർപെടുത്തണം എന്ന് പറയുന്നത്. തരുണയെപ്പോലൊരു പെണ്ണിനെന്റെ പാവത്താൻ മട്ട് മുഴുവൻ മനസ്സിലായിട്ടുണ്ട്. 'സാമി ധൈര്യമായിരിക്കണം, വേലക്കാരെ ശാസിക്കണം. എല്ലാവരെയും തലയിൽ കയറിയിരിക്കാനനുവദിക്കരുത്,' എന്ന് കൂടെക്കൂടെ പറയും. അവളോടൊന്നിച്ച് മൂന്ന് മാസം പരിചയിച്ചതിൽ നിന്നെനിക്കല്പം ധൈര്യം കിട്ടിയിട്ടുണ്ട്. അന്നുതന്നെ കാര്യസ്ഥനെ പിരിച്ചയച്ചു. ഒരുപാടു വഞ്ചന നടത്തിയിട്ടുണ്ട് സാർ അവൾ."

"തരുണയോടൊന്നിച്ച് നിങ്ങൾക്കൊരു പുതുജീവിതം ആരംഭിക്കാമെന്നു കരുതുന്നുണ്ടോ?"

"തീർച്ചയായും. എന്റെ ആദ്യഭാര്യയെ കണ്ടുപിടിച്ചു... കണ്ടുപിടിച്ചു... നിങ്ങൾ തന്നെ അതിനു സഹായിക്കണം."

“ഏതിന്?”

“വിവാഹമോചനത്തിന്. അവൾ മറ്റൊരാളോടൊന്നിച്ച് കഴിയുന്നു എന്നു തെളിയിച്ചാൽ ഞാൻ വിവാഹമോചനത്തിന് ഹർജികൊടുത്തു...”

“അവളങ്ങനെയല്ല കഴിയുന്നതെങ്കിലോ?”

“എങ്ങനെയെങ്കിലും അവളെ കണ്ടുപിടിച്ച് സംസാരിച്ചു ആവശ്യമുള്ള പണം കൊടുത്ത്...”

“സാമിനാഥൻ മറ്റൊരുവൻ മറ്റൊരുവൻ എന്ന് പറയുന്നുണ്ടല്ലോ നിങ്ങൾ. അതാരെന്നു വല്ല ഊഹവുമുണ്ടോ നിങ്ങൾക്ക്? ആരെയോ കണ്ടു എന്ന് അല്പം മുമ്പ് പറഞ്ഞല്ലോ.”

“എത്രയോ മറ്റൊരുത്തൻമാർ! ഞാൻ കണ്ടത് ഒരു വേലക്കാരനോടൊപ്പമാ...”

“മൈ ഗോഡ്!”

“അവനെ പറഞ്ഞയച്ചു.”

എന്തൊരുധീരകൃത്യം!

“മി. ഗണേഷ് എന്റെ ആശ്വാസമാകെ തരുണ മാത്രമാണ്. എന്റെ ജീവിതത്തിന് പ്രകാശം തരാൻ പോകുന്നവളാണത്. എന്നെ എങ്ങനെയെങ്കിലും എന്റെ പ്രതിമാവിവാഹമെന്ന പേടിസ്വപ്നത്തിൽ നിന്നു മോചിപ്പിച്ചുതരൂ. തരുണയെ ഞാൻ ധൃതിപിടിച്ചു കല്യാണം ചെയ്താൽ അവളറിഞ്ഞ ഉടനെ ഓടിയെത്തി ആളെക്കൂട്ടി ബഹളം വച്ച് കേസ് കൊടുക്കും. എന്തും ചെയ്തുകളയും ആ രാക്ഷസി!”

“പിന്നെ എന്തിനാ അവളെ കല്ല്യാണം കഴിച്ചത്?”

“സുന്ദരിയായ രാക്ഷസി!”

പ്രതിമാ! സുന്ദരിയായ രാക്ഷസി! അവളെ കാണാനൊരു തിടുക്കം തോന്നിത്തുടങ്ങി. ഒരുപെണ്ണ് അതും ഓടിപ്പോയ പെണ്ണ്. അവളുപേക്ഷിച്ചുപോയ വളയങ്ങളിൽ കൂടി അവളെ കണ്ടുപിടിക്കുക. സാഹസികമായ കൃത്യമായിരുന്നു.

സാമിനാഥന്റെ ഭാഗം നാം കേട്ടുകഴിഞ്ഞു.

പ്രതിമയുടെ ഭാഗമോ?

“ഓൾ റൈറ്റ് സാമിനാഥൻ. എനിക്കു നിങ്ങളുടെ വീട്ടിലേക്കു വരേണ്ടതുണ്ട്. നിങ്ങളുടെ ഭാര്യ ഉപേക്ഷിച്ചുപോയ വല്ല വസ്തുക്കളുമുണ്ടോ?”

“ധാരാളം. വച്ചത് വച്ചേടം തന്നെയിട്ട് പോയിരിക്കയാ.”

“ശരി അവയെല്ലാമെനിക്കു കാണണം. അപ്പോതന്നെ നിങ്ങളുടെ ഇളയച്ഛനെയും കാണാം.”

“നല്ലത്. പക്ഷേ പ്രതിമയെ കണ്ടുപിടിക്കാനുള്ള നമ്മുടെ ശ്രമങ്ങളെപ്പറ്റി ഒന്നും അവരോടു പറയണ്ട. അവളെപ്പറ്റിയുള്ള സംസാരമേ പാടില്ലാന്ന് വിലക്കിയിരിക്കയാ.”

“തരുണയെപ്പറ്റി അയാൾക്കറിയുമോ?”

“തരുണയാണവരുടെ പുതിയ സെക്രട്ടറി. പക്ഷേ, ഞാനും തരു

ണയും വിവാഹിതരാവാൻ ആഗ്രഹിക്കുന്നു എന്നവർക്കിപ്പോഴും അറിയില്ലെന്നു തോന്നുന്നു. അതെപ്പറ്റിയൊന്നും നിങ്ങളവരോടു പറയണ്ട. എപ്പഴാ നിങ്ങൾ വരുന്നത്?"

"ഇപ്പത്തന്നെ. വസന്തും തരുണയും വന്നോട്ടെ."

"ഇന്നുവേണ്ട. വേറെകാര്യമുണ്ട്. നാളെ കാലത്തുവരൂ. ഞാൻ തന്നെ വന്നു നിങ്ങളെ കൂട്ടിക്കൊണ്ടു പോകാം."

"ശരി!"

"എന്താ എല്ലാം സംസാരിച്ചോ? എല്ലാം വിവരമായി പറഞ്ഞോ?" തരുണയുടെ ചോദ്യം കേട്ടു.

രണ്ട്

രാഷ്ട്രീയരംഗത്തു നിന്നൊഴിഞ്ഞ നേതാക്കളുടെ പേരുകളിട്ട "നഗർ" ധാരാളം കാണും. മദ്രാസിൽ തിരുമൂലം നഗർ എന്ന കോളനിയുള്ളത് ഒരുപുതിയ വാർത്തയായിരുന്നു എനിക്ക് പറങ്കിമലയിൽ 'അണ്ണാ' റോഡിൽ നിന്ന് പിരിഞ്ഞ് സർജിക്കൽ ഉപകരണനിർമ്മാണശാല കടന്ന പാടെ ഒരു മെറ്റൽ റോഡിലേക്കു തിരിയണം.

കാർ സാവധാനം ഓടി. ഏതു മഹാനുഭാവനാവാം സ്പ്രിങ് ഘടിപ്പിച്ചത്. ഇംഗ്ലണ്ടിൽ ഞാൻ നല്ല കാറുകളിലേറി പ്രയാണം ചെയ്തിട്ടുണ്ട്. അവിടെ റോഡുകൾ വളരെ നന്ന്. ഞങ്ങളിപ്പോ പോയ റോഡിൽ ഏതു കാറും കേടുവരും. എന്നാലും സുഖകരമായ യാത്ര. സ്വപ്നത്തിനല്പം എണ്ണതടവി ഓട്ടിയതുപോലെ.

സാമിനാഥൻ ഒരു കൈകൊണ്ട് കാറോടിച്ചു. കാറിൽ കാസറ്റും റേഡിയോവും എല്ലാമുണ്ട്. അതു തൊട്ടുനോക്കി. 'കേൾക്കണോ' എന്ന് ചോദിച്ചുകൊണ്ട് സാമിനാഥൻ സ്വിച്ചിട്ടു. സംസ്കൃത ശ്ലോകങ്ങൾ കേട്ടു. കനകധാരാ സ്തോത്രമാണെന്നവൻ പറഞ്ഞു. ഞാൻ പുറത്തേക്കു നോക്കി. ഒരു പമ്പ് സെറ്റ് പ്രവഹിച്ചുകൊണ്ടിരിക്കുന്നു.

"ഇഷ്ടമില്ലേ, വേറെ ചാനലിൽ കേൾക്കണോ?" എന്നു ചോദിച്ചു വീണ്ടും സ്വിച്ചമർത്തി. പോപ്പ് സംഗീതമൊഴുകി "ഹേർ" എന്ന പ്രസിദ്ധ അമേരിക്കൻ സ്ഥാപനത്തിന്റെ നാടകത്തിൽ നിന്നു അക്വേറിയൻ ഗാനം.

"ഇളയച്ഛന് കനകധാരാ സ്തോത്രവും തരുണയ്ക്ക് പോപ്പ് സംഗീതവും, അല്ലെ?" ഞാൻ ചോദിച്ചു.

"അല്ല രണ്ടും ഇളയച്ഛനിഷ്ടപ്പെട്ട പാടുകളാണ്."

"ആശ്ചര്യമായിരിക്കുന്നു."

തിരുമൂലർ നഗർ മരങ്ങളുടെ നിഴലിൽ കാണപ്പെട്ടു. ചെറിയൊരു കോളനിയാണത്. ഇരുപതിരുപത്തഞ്ച് വീടുകളുണ്ടാകും. ആധുനിക രീതിയിൽ നിർമ്മിക്കപ്പെട്ട വീടുകൾ. ബാക്കിയുള്ളവ ശിലാഫലകം നാട്ടി ഭാവിയിൽ നിർമ്മിക്കാനിരിക്കുന്ന കെട്ടിടങ്ങളെ കാത്തു കഴിയുന്നു.

"ഈ കോളനി മുഴുക്കെ ഇളയച്ഛനാണ് ഡെവലപ്പ് ചെയ്തിരിക്കുന്നത്!" സാമിനാഥൻ പറഞ്ഞു.

മനസ്സിൽ കണക്കു കൂട്ടിനോക്കി ഞാൻ. വസന്ത് വന്നിട്ടില്ല. കോർട്ടിൽ ഒരഡ്ജേർമെന്റിനയച്ചിരിക്കയാണവനെ.

സാമിനാഥന്റെ ഇളയച്ഛന്റെ വീട് ഗംഭീരമായ കോമ്പൗണ്ട് വാളിനുള്ളിൽ ഒറ്റപ്പെട്ടുകിടക്കുന്നു. മുന്നിൽ മല്ലികപ്പന്തൽ സ്വാഗതം ചെയ്തു. ശ്രദ്ധാപൂർവ്വം വളർത്തിയ തോട്ടത്തിൽ കടും ചുവപ്പിലും, മഞ്ഞയിലും, വെള്ളയിലും പനിനീർ പൂക്കൾ ചിരിച്ചു നില്ക്കുന്നു. പുൽത്തറ ചെത്തി മിനുക്കിയത്. ബോഗെൻ വില്ല വീടിനൊരു വശം മുഴുവൻ പരന്നിരിക്കുന്നു. സമീപത്ത് രണ്ട് കാറുകളും.

ഗറാഷിൽ കാർ നിർത്താനുള്ള ഇടമുണ്ട്. കൊഴുത്ത പശുക്കൾ പുല്ലു മേയുന്നു.

പോർട്ടിക്കോവിൽ നിന്നൊരു വേലക്കാരൻ വന്നു കാറിന്റെ കതകു തുറന്നു. ആ വീട്ടിലെ ആഹാരത്തിന്റെ കൊഴുപ്പ് അവന്റെ ഭുജങ്ങളിൽ കാണാമായിരുന്നു. നിർവ്വികാരനായി ഞാൻ അവനെ നോക്കി. വീടിനുള്ളിൽ കടക്കും മുമ്പേ വീണ്ടും ആ ചിഹ്നം പടിക്കുമുകളിൽ കാണപ്പെട്ടു.

"ഇളയച്ഛൻ പൂജാമുറിയിലാണ്. ഉടനെ കാണണോ?"

"ശല്യം ചെയ്യണ്ട. പിന്നെ കാണാം."

"കാപ്പി കഴിക്കുന്നോ? അല്ല പാൽ കൊണ്ടുവരാൻ പറയട്ടെ."

"വേണ്ട പ്രതിമയുടെ മുറി കാണിക്കൂ."

"ശരി വരൂ."

ഉള്ളിൽ ഒരുവലിയ ഹാൾ. നടുവിൽ പുലിത്തോൽ. അതിൻമേൽ ഒരുയരം കുറഞ്ഞ മേശ. അതിൻമേൽ വാരികകൾ. ചുമരിൽ പെരിയാരുടെ പടം. നീണ്ട കോട്ടും വാച്ചിൽ ചങ്ങലയുമായി സ്റ്റുഡിയോവിൽ നിന്നെടുത്ത പോലുള്ള പടം. ഓരത്തിലൊരു വെങ്കലപ്രതിമ, കാളിപ്രതിമയാണോ? ഉടുപ്പിഹോട്ടലിലെ പോലെ ചന്ദനത്തിരിയുടെ നേരിയ സുഗന്ധം. നിശ്ശബ്ദം.

സാമിനാഥൻ എന്നെ മുകളിലേക്കു കൂട്ടിച്ചെന്നു. തേക്കുമരത്തിന്റെ പടികൾ ചവിട്ടിക്കയറുമ്പോൾ അത്രയും വലിയൊരു ഹാളിൽ ഇരിക്കാൻ കസേരകളില്ലെന്നതെനിക്ക് വിനോദമായിത്തോന്നി. കീഴെയാണോ ഇരിക്കാറ്? പ്രതിമയുടെ മുറിയുടെ പൂട്ട് തുറക്കുന്നതിൻമുമ്പേ സാമിനാഥൻ അറിയിച്ചു. "അവൾ ഇട്ടേച്ചു പോയപോലെത്തന്നെ ഇരിക്കുകയാ. പിന്നെ ഞാൻ അകത്തുപോയിട്ടില്ല. അകത്തു കടക്കാൻ മനസ്സു വന്നിട്ടില്ല."

ഒരു പെണ്ണു താമസിച്ച മുറി തന്നെ അത്. തീർച്ച. ആൾപ്പൊക്കമുള്ള കണ്ണാടി. അതിനു മുന്നിലെ ഡ്രസിങ് ടേബിളിൽ അലങ്കാര സാധനങ്ങൾ നിറയെ. നാനാവർണ്ണത്തിലുള്ള ദ്രവങ്ങൾ, പാലുകളും കുഴമ്പുകളും പൗഡറുകളും പ്ലാസ്റ്റിക് ആഭരണങ്ങളും കാണപ്പെട്ടു. ഒരലമാര നിറയെ നാനാ വർണ്ണങ്ങളിലുള്ള സാരികൾ അടുക്കി വച്ചിരിക്കുന്നു.

എഴുത്തു മേശയ്ക്കുമേൽ പുസ്തകങ്ങൾ ഉണ്ടായിരുന്നു. കസേര മേൽ ഒരു സാരി ചുരുണ്ടുകിടക്കുന്നു. അതിന്റെ വില ലേബൽ കൂടി നീക്കിയിട്ടില്ല. കീഴെ ചില അടിവസ്ത്രങ്ങൾ. മേശ വലിച്ചുതുറന്നു. രൂപാനോട്ടുകൾ, ചില്ലറ ഗുളിക പാക്കറ്റുകൾ. ഒന്നെടുത്തു നോക്കി. “സെക്കോനാൽ”. 1976 ലെ ഒരുഡയറി തുറന്നു നോക്കി. ഒരു ദിവസം കൂടി എഴുതിയിട്ടില്ല. മുറിയിൽ സ്ത്രീത്വം അനുഭവപ്പെട്ടു. ഒരരികിൽ കട്ടിലും ഒറ്റമെത്തയും. തയ്യൽ മെഷീൻ. ചുവരിൽ ഫോട്ടോ കണ്ടു. “ഇവളോ” എന്ന് മനസിൽ വിചാരിച്ചു. കണ്ണുകൾ വെയിലിനുമുന്നിൽ അല്പം ചിമ്മിയിരിക്കുന്നു.

“ഇതാണ് പ്രതിമ. ഈ ഫോട്ടോ ശരിയായിട്ടില്ല. എന്റെ കൈയിൽ ധാരാളം ഫോട്ടോ ഉണ്ട്. ഒന്ന് തരാം എൻലാർജ് ചെയ്തത്. അടയാളം കണ്ടുപിടിക്കാൻ സഹായിക്കും.”

“അവൾ എത്ര ഉയരമുണ്ടാവും?”

“അധികം ഉയരമില്ല. 5” 2”, 5” 3” ഉണ്ടാകും.”

“നിറം?”

“മിക്കവാറും എന്റെ നിറം തന്നെ.”

നല്ല ചുവപ്പെന്നർത്ഥം. ഫോട്ടോ നോക്കി.

“മൂക്കിലെന്തോ അണിഞ്ഞിട്ടുണ്ടല്ലോ? മൂക്കുത്തിയാണോ?”

അവനാലോചിച്ചു നോക്കി. “അതെ.”

“വലത്തെ മൂക്കാണോ?”

വീണ്ടും ആലോചിച്ചു. “അതെ.”

“വേറെ വല്ല അടയാളവും?”

“വേറെയും ധാരാളം അടയാളങ്ങളുണ്ട്. കാണാൻ കഴിയാത്ത സ്ഥലങ്ങളിൽ.”

“വേണ്ട. ആവശ്യമില്ല. നല്ലൊരു ഫോട്ടോ തരാമോ?”

“എടുത്തുവരട്ടെ.”

“പ്ലീസ്.”

അവൻ വരുമ്പോഴേക്കും ധൃതിപ്പെട്ട് ചിലതു ചെയ്തു. ഒരുപെണ്ണ് മറയ്ക്കാൻ വിചാരിച്ചാൽ എവിടെയെല്ലാം മറയ്ക്കും. എല്ലാ ഡ്രോയറുകളും തുറന്നു. തലയണയുറയ്ക്കുള്ളിൽ കൈയിട്ടു നോക്കി. അലമാരക്കുള്ളിൽ ന്യൂസ് പേപ്പർ വിരിപ്പിനടിയിൽ വിരലോടിച്ചു നോക്കി. മുകളിലെത്തട്ടിൽ ഒരു ചെറിയ കവറുണ്ടായിരുന്നു. അതു തുറന്നു. ചില ഫോട്ടോകളുടെ നെഗറ്റീവുകൾ. അവയെടുത്തു ബാഗിൽ വച്ചു.

തയ്യൽ മെഷീൻ പകുതി തയ്ച്ചു വച്ച നിലയിൽ കിടക്കുന്നു. നീലത്തുണിയിൽ എംബ്രോയിഡറി. കറുത്ത പക്ഷികൾ പറക്കുന്നു. God is love എന്ന് തുന്നിയിരിക്കുന്നു. ഓരോ അക്ഷരവും ഓരോ നിറം...

തയ്യൽമെഷീന്റെ ചെറിയ വലിപ്പിനുള്ളിൽ വർണ്ണ നൂലുകൾ. ബോബിനുകൾ. കത്രികകൾ.. ഒരു ചെറിയ കടലാസ്. ന്യൂസ് പേപ്പറിൽ നിന്ന് വെട്ടിയെടുത്തത്. അതെടുത്തു ഭദ്രമായി വച്ചു.

"നീയാര്?"

ധൃതിപ്പെട്ട് മതിയാക്കി. ഇയാളാണോ സാമിനാഥന്റെ ഇളയച്ഛൻ?

ഈ മുറിയാരാ തുറന്നത്. നീയാര്? എങ്ങനെ അകത്തേക്കു കടന്നു.

"എടാ സ്വാമീ!"

"നമസ്കാരം. എന്റെ പേർ ഗണേഷ്. ഞാനൊരു വക്കീലാണ്."

"വക്കീലോ?"

"അതെ."

"സാമി കൊണ്ടുവന്നതോ?"

"അതെ."

"ഈ റൂമിലെന്താ തേടിക്കൊണ്ടിരിക്കുന്നത്? ഞാനറിയാതെ ഈ വീട്ടിലെന്തെല്ലാമോ നടക്കുന്നു. എടാ സാമീ!"

ആ "എടാ സാമീ" എന്ന കോപം പൂണ്ട വിളി ഹാളിൽ പ്രതിദ്ധ്വനിച്ചു. കോപത്താൽ പുരികം ചുളിച്ചു. കണ്ണുകളിൽ കനൽ ജ്വലിച്ചു. എന്നെ നോക്കിയ നോട്ടത്തിൽ വെറുപ്പ് പ്രകടമായെങ്കിലും ചെറുപ്പത്തിൽ ആൾ സുമുഖനായിരിക്കണമെന്നു തോന്നി. ഉയരംകൊണ്ട് സാമിനാഥനെക്കാൾ 4 ഇഞ്ച് അധികം. കഷണ്ടി പ്രകടമാകാത്ത നിലയിലുള്ള ക്രോപ്പ്. അത് പരിഷ്കാരികളായ ഇപ്പോഴത്തെ ചെറുപ്പക്കാരെപോലെ പിൻവശം വളർന്നുകിടക്കുന്നു. വീതിയുള്ള നെറ്റി. ഒത്ത നടുവിൽ കുങ്കുമപ്പൊട്ട്. മൂക്കിനിടതുവശത്തൊരു മറുകുണ്ട്. നേരിയ ചുണ്ടുകൾ. ചുണ്ടുകൾക്ക് കീഴെ വളർന്നു മുറ്റിയ താടി. ചുളിവില്ലാത്ത കഴുത്ത്. പവൻ മാല കഴുത്തിലുണ്ട്. വെള്ള ഷർട്ടും വേഷ്ടിയും ധരിച്ചിരിക്കുന്നു.

സാമിനാഥൻ അകത്തുകടന്നു. അയാളെ കണ്ട് പരിഭ്രമം കൊണ്ടു. വേഗം പ്രതിമയുടെ ഫോട്ടോ ഒളിപ്പിച്ചു.

"എന്താടാ സാമി ഇതെല്ലാം?" വക്കീലിനെ എന്തിനാ വരുത്തിയിരിക്കുന്നത്. ഈ റൂമിലവനെന്തു ചെയ്യുകയാ? നിനക്കെന്താ ഭ്രാന്ത് പിടിച്ചോ? പുതുതായി വല്ലവരും വന്നാൽ പ്രെയർ ഹാളിൽ ഇരുത്തണമെന്ന് പറഞ്ഞിട്ടില്ലേ?"

പ്രെയർ ഹാളോ അത്...

"ഇല്ല ഇളയച്ഛാ... ഇവർ പിന്നെ... പിന്നെ... പ്രതിമയെ.."

ഞാൻ മടിക്കാതെ പറഞ്ഞു. "സാമിനാഥൻ, അദ്ദേഹത്തോട് സത്യം പറയുന്നതാണ് നല്ലത്. എന്റെ സ്ഥിതിയും വ്യക്തമാകും. കള്ളനെ നോക്കുമ്പോലെയാ എന്നെ നോക്കുന്നത്."

"എന്താടാ ഇത്?"

സാമിനാഥൻ ഉമിനീരിറക്കി. ഞാൻ തന്നെ പറഞ്ഞു കൊടുത്തു. "സാർ സാമിനാഥന്റെ ഭാര്യ പ്രതിമയെ കണ്ടുപിടിക്കാൻ സഹായിക്കാനാണ് ഞാൻ വന്നത്."

ഇളയച്ഛൻ സാമിനാഥനെ നോക്കി ചിരിച്ചു.

“ഓഹോ”

സാമിനാഥൻ നിലവും നോക്കി നില്ക്കുന്നു. “എന്താ പെട്ടെന്ന് ഭാര്യയോട് ഇന്ററസ്റ്റ്? വീണ്ടും ആ തേവിടിശ്ശിയോടുകൂടി കുടുംബ ജീവിതം നയിക്കാമെന്ന് വിചാരിക്കുന്നോ?”

“പിന്നെ... പിന്നെ...”

“ഇല്ല. അവളിൽ നിന്ന് വിവാഹമോചനം വാങ്ങാൻ വേണ്ടിയാ.”

“വിവാഹ മോചനമോ? എന്തിന്?”

സാമിനാഥൻ ഭയത്തോടെ എന്നെ നോക്കി. പറയരുതേ എന്നവന്റെ കണ്ണുകൾ മന്ത്രിച്ചു. ഞാൻ അദ്ദേഹത്തിന്റെ മുഖത്തേക്കു നോക്കി.

“സാമിനാഥനെപ്പോലുള്ള ചെറുപ്പക്കാരുടെ ജീവിതത്തിൽ സന്തോഷം ഇത്ര വേഗം അവസാനിക്കാമോ?”

“ജീവിതത്തിൽ സന്തോഷമെന്നത് ഭാര്യയെ കൂടെക്കൂടെ തൊട്ടു തൊട്ടു നോക്കുന്നതിലാണെന്നാ വിചാരം?”

“ഒരു സാധാരണ മനുഷ്യന് അതും സന്തോഷത്തിനു കാരണമല്ലേ?”

“എന്ത്? സെക്സോ? ഹും!”

“സെക്സെന്നാൽ വിലയ്ക്കു വാങ്ങാവുന്ന കാര്യങ്ങളെക്കുറിച്ചല്ല ഞാൻ പറയുന്നത്. ഭാര്യാഭർത്താക്കന്മാർ തമ്മിലുള്ള സ്നേഹം, അതിൽ നിന്നുളവാകുന്ന പ്രത്യേകതകൾ, ആകർഷണങ്ങൾ, ഇഷ്ടക്കേടുകൾ, ആനന്ദങ്ങളെല്ലാം..”

“നിങ്ങളെല്ലാരും വിവരമില്ലാത്തവരാ. ഇപ്പോ നീ പറഞ്ഞതുനോക്കിയാൽ സാമി വിവാഹമോചനം നേടി മറ്റൊരു കല്യാണം കഴിക്കാൻ പോകയാണോ?”

“അതെ.”

“മറ്റൊരു തേവിടിശ്ശിയെയോ?”

“ഇളയച്ഛാ! ഇത്തവണ അങ്ങനെ പ്രതീക്ഷിക്കരുത്.”

“എടാ എനിക്കറിഞ്ഞുകൂടെ നീ അവളുടെ പിന്നാലെ അലഞ്ഞു കൂജ പിടിച്ചതെല്ലാം എന്തിന്? എന്തിനെന്ന്.”

രണ്ടു വിരലുകൾ ചേർത്ത് വച്ച് മുറുക്കിക്കാട്ടിയയാൾ. “ഛെ, ഛെ അതൊന്നുമല്ല ഇളയച്ഛാ!”

കായ്ച്ച പ്ലാവിൻ കനി ഭക്ഷിക്കാതെ ഈത്തപ്പഴവും തേടി നടക്കുന്നൂന്ന് തിരുമൂലർ പറഞ്ഞത് പോലെ നീ പിടിച്ചതിനെയും വിട്ട് പറക്കുന്നതിന്റെ പിന്നാലെ ഓടുകയോ. എടോ വക്കീലേ, പോകുന്നതിനു മുമ്പെന്നെ കാണണം.”

അയാൾ മുറിയിൽ നിന്നിറങ്ങിപ്പോയി.

സാമിനാഥൻ എന്നെ നോക്കിച്ചിരിച്ചു. “പുറത്തേക്ക് ഇങ്ങനെ റഫായിട്ടാ സംസാരിക്കുക, വൃത്തികെട്ട രീതിയിലും കൂടി സംസാരിച്ചുകളയും. ഉള്ളിന്റെ ഉള്ളിൽ എന്നെയോർത്ത് വേദനപ്പെടും. രണ്ടാമത് കല്ല്യാണത്തിന് എതിർപ്പ് കാട്ടിയതേ ഇല്ലല്ലോ. ഒറ്റനോട്ടത്തിൽ വെറുത്തു

സംസാരിക്കുകയാണെന്നു തോന്നുമെങ്കിലും ഉള്ളിലെപ്പോഴും സ്നേഹമുണ്ട്."

"നിങ്ങളുടെ ഇളയച്ഛനെന്താ ജോലി?"

"വെറുതെ ഇരിക്കുന്നു"

"എന്തു തൊഴിലാ ചെയ്തിരുന്നത്?"

"കോൺട്രാക്ടറായിരുന്നു. ധാരാളം സമ്പാദിച്ചു. അവസാനകാലം സംഘത്തിൽത്തന്നെ മുഴുകി. ആകെ മാറിപ്പോയി."

"സംഘമോ?"

"സംഘമറിയില്ലേ. ഇർമ എന്നു കേട്ടിട്ടില്ലേ. ഇന്റർനാഷണൽ മെഡിറ്റേഷൻ അസോസിയേഷൻ - ഇർമ."

"അറിയില്ല. എന്തു ചെയ്യുകയാ അവര്?"

"മനുഷ്യർക്ക് നന്മ. സംഘത്തെപ്പറ്റി ഇളയച്ഛനോട് ചോദിച്ചു നോക്കൂ. ഒരു മണിക്കൂർ സമയം സംസാരിക്കും. എന്തും വാദിച്ച് ജയിക്കും."

തരുണ വന്നു. വെള്ള സാരിയണിഞ്ഞിരിക്കുന്നു. നെറ്റിയിൽ വലിയ കുങ്കുമപ്പൊട്ട്. തലയിൽ പൂചൂടിയിട്ടുണ്ട്. സാമിനാഥനെ നോക്കി അവൾ പറഞ്ഞു. "നിങ്ങളെ വിളിക്കുന്നു."

"ഒരു നിമിഷം" സാമിനാഥൻ പുറത്തേക്കു പോയി. തരുണ നില്ക്കുന്നുണ്ടായിരുന്നു. ഞാനവളെ നോക്കി പ്രശംസാപൂർവ്വം പറഞ്ഞു. "റിമാർക്കബ്ൾ."

"എന്ത്?"

"ഉടുപ്പിന്റെ മാറ്റം. പരിശുദ്ധ കന്യാസ്ത്രീയെപ്പോലിരിക്കുന്നു."

"ഞാൻ പരിശുദ്ധയും ഭക്തയുമായ കന്യാസ്ത്രീതന്നെയാ? എന്നെപ്പറ്റി വല്ല സംസാരവുമുണ്ടായോ?"

"ഇല്ല."

"ഈ ഇടപാട് ശരിക്കു തീരും വരെ എന്റെ പേരെങ്ങും വരണ്ട."

"അങ്ങേർക്ക് നിങ്ങളെപ്പറ്റി അറിയില്ലെന്നാണോ?"

"അറിയില്ല. എന്താ?"

"അങ്ങനെയൊന്നും അറിയാത്തവരല്ല അയാൾ?"

"ഇല്ല. തീർച്ചയായും അവർക്കറിയില്ല. ഞാനിവിടെ ജോലിക്കുവന്നിട്ട് സാമിനാഥനോട് സ്നേഹമായി എന്നറിഞ്ഞാൽ എന്നെ ഓടിക്കും. ദയവുചെയ്ത് അത് പറഞ്ഞേക്കരുതേ."

"എപ്പഴായാലും പറയണ്ടേ."

"ഇപ്പ വേണ്ട."

തരുണാ എന്ന് ഉച്ചത്തിൽ വിളിക്കുന്ന ശബ്ദം കേട്ടു. അവളോടിപ്പോയി.

ഞാൻ വീണ്ടും ആ മുറിയിൽ അന്വേഷണമാരംഭിച്ചു. മനോഹരമായ ഇളംനീലനിറത്തിൽ ഒരു ലെറ്റർ പാഡ് കണ്ടു. അതിൽ നിന്നൊരു പേജെടുത്തുമടക്കി ബാഗിലിട്ടു.

"വല്ലതും കിട്ടിയോ?"

ശബ്ദം കേട്ടു തിരിഞ്ഞു നോക്കി. തരുണ വീണ്ടും നില്ക്കുന്നു.

"നോക്കാം."

"അദ്ദേഹം നിങ്ങളെ വിളിക്കുന്നു."

പിന്നാലെ ചെന്നു. പിൻവശം നന്നായി മൂടിയിരിക്കുന്നു. അവളുടെ ജാക്കറ്റ് പിന്നിൽ നന്നായി ഇറക്കിവെട്ടിയിരിക്കുന്നത് മറയ്ക്കാനാണെന്നു തോന്നി. ഈ വിട്ടിൽ മറഞ്ഞു കിടക്കുന്ന കാര്യങ്ങൾ ഒരുപാടുണ്ടെന്നു തോന്നി. തിരുമൂലരുടെ ആദർശങ്ങൾ സ്വീകരിക്കുകയും പോപ് സംഗീതം രസിക്കുകയും ചെയ്യുന്ന എളേച്ഛൻ. ഇർമാ! ആ രണ്ട് വിരലുകൾ! തരുണയുടെ ശബ്ദത്തിലെ ഭയം. ഖലീൽ ജിബ്രാൻ വായിക്കുന്ന പ്രതിമ! സംതിങ് റോങ്. പ്രതിമയെ കാണാനുള്ള തിടുക്കം ഒന്നുകൂടി വർദ്ധിച്ചു.

ആ മുറി വീടിനു പിൻവശത്തായിരുന്നു. എതിർചുവരിനു പകരമായി മുഴുവൻ കണ്ണാടി. ഫ്രഞ്ചുവിന്റോ എന്ന് വിദേശത്തു പറയാറില്ലേ അതുപോലെ. കണ്ണാടിയുടെ തിരശ്ശീലകൾ മാറി.

തിരുമൂലർ നഗരത്തിലെ സകല വീടുകളും കാണാമായിരുന്നു. മയങ്ങിക്കൊണ്ടിരുന്ന പോക്കുവെയിലിൽ ധാരാളം പതിനഞ്ചുകാരി പെൺകിടാങ്ങൾ കളിച്ചുകൊണ്ടിരുന്നു. തരുണയെപ്പോലെ അവരും സാരിചുറ്റിയിട്ടുണ്ടോ എന്നു സംശയിച്ചു. അവരുടെ കളി നിശ്ശബ്ദ സിനിമപോലെ കാണാമായിരുന്നു. പുറത്തെ ശബ്ദങ്ങൾ കേൾക്കില്ല.

ഇടതുവശത്തെ ചുമരിൽ വലിയൊരലമാര നിറയെ പുസ്തകങ്ങൾ, എല്ലാറ്റിലും ഒരേ തരത്തിൽ ചെങ്കൽ നിറത്തിലുള്ള മുതുകുകൾ. സുന്ദരമായി ബൈന്റു ചെയ്ത് തങ്കലിപികളിൽ പേരുകൾ കാണാമായിരുന്നു. മുറിയുടെ മൂലയിൽ സ്ഥാപിച്ചിരുന്ന സോഫയിൽ അയാൾ ഇരിക്കുന്നുണ്ടായിരുന്നു. തരുണ രണ്ടു വെള്ളിഗ്ലാസുകളിൽ പാൽ കൊണ്ടുവന്നു കൊടുത്തു. ഒരു പ്ലെയ്റ്റിൽ ഈത്തപ്പഴം. തെരഞ്ഞെടുത്ത അക്രൂട്ട് കുരുക്കൾ, ബദാം പരിപ്പ് എന്നിവയും.

"കഴിക്കൂ. ശരീരത്തിനു നല്ലതാ." അയാൾ പറഞ്ഞു. അക്രൂട്ട് കട കട കടിച്ചു. എനിക്ക് പല്ലു വേദനിച്ചു.

"സാമീ നീ പൊയ്ക്കോ." അവനെ പറഞ്ഞയച്ചു. അവൻ മര്യാദയോടെ അനുസരിച്ചു. തരുണ സാമിനാഥനെ ശ്രദ്ധിക്കാതെ നിന്നുകൊണ്ടിരുന്നു. മുഖത്ത് യാതൊരു ചലനവുമില്ലായിരുന്നു.

"തരുണാ ആ ലെറ്റർ ടൈപ്പു ചെയ്തോ?" അയാൾ ചോദിച്ചു.

"അടിച്ചു കഴിഞ്ഞച്ഛാ!" അച്ഛനോ!

"നീ പുറത്തു പോയിരിക്കൂ." അവളെയും അയച്ചു.

"പറയൂ." അയാൾ തുടർന്നു.

"നിങ്ങൾ തന്നെ പറയണം."

“വിവാഹം റദ്ദു ചെയ്യാൻ കഴിയുമോ?”

“കുറച്ചു പ്രയാസമാ.”

“ഇവനെ കല്ല്യാണം കഴിച്ചു ഒരു കുഞ്ഞുപിറക്കുമല്ലോ എന്നു സ്വപ്നം കണ്ടു. ഹും! അവൾ ശനിപിടിച്ചവളാ. അവളെവിടെയുണ്ടെന്നു കണ്ടുപിടിക്കാമോ?”

“ശ്രമിച്ചു നോക്കട്ടെ. കഴിയുമെന്നാ ഞാൻ കരുതുന്നത്.”

എല്ലാ തർക്കങ്ങളും നീ തന്നെ തീർക്കണം. പണം വേണോ?”

“ആവശ്യമുള്ളപ്പോ വാങ്ങിക്കോളാം.”

“അവനെപ്പോഴും അവളുടെ പിന്നാലെതന്നെ ആയിരുന്നു. തരം തരം പോലെ ഡ്രസു വേണം. തോന്നിയേടത്തെല്ലാം പോകും. വീനസിന്റെ സ്വാധീനം കുറച്ചധികമാണവളുടെ ജാതകത്തിൽ. മെയ്മാസത്തിലാ ജനനം. തടിച്ചു കൊഴുത്തിട്ടാ. കഴുത്തിൽ പട്ടയിടാത്ത കുറവേയുള്ളൂ.

“അവരുടെ വിവാഹം നിങ്ങളുടെ സമ്മതത്തോടെയാ നടന്നതെന്നു സാമിനാഥൻ പറഞ്ഞല്ലോ.”

“അതെ. അവളുടെ ജാതകം ഉത്തമമാ. പൊരുത്തമെല്ലാം നോക്കീട്ട് തന്നെയാ നടത്തിയത്. ഒരു ദോഷവുമില്ല. പക്ഷെ എവിടെയോ തെറ്റുപറ്റി. അതിനെക്കാൾ സാമിയുടെ ജാതകം ഏതു പെണ്ണിന്റെയും ദോഷങ്ങൾ പരിഹരിക്കാൻ പറ്റിയതാ. സൂര്യനെപ്പോലെ ഉജ്ജ്വലമായ ജാതകം. നിനക്കു അസ്ട്രോളജി അറിയുമോ?”

“അറിയില്ല. തീരെ അറിയില്ല.”

“സാമിക്കു ജനിക്കാൻ പോകുന്നവൻ ഒരവതാര പുരുഷനായിട്ടാ പിറക്കാൻ പോകുന്നത്. അവന്റെ ജാതകത്തിൽ വ്യക്തമായ കുറിപ്പുകളുണ്ട്. ആ പെണ്ണ് അവനുവേണ്ടി കുഞ്ഞുങ്ങളെ പെറ്റുകൊണ്ടിരുന്നാൽ... അതു നടക്കില്ല... നീ പറയുന്നതും ശരിതന്നെ. സാമി വേറൊരു പെണ്ണെ കല്യാണം കഴിക്കുക തന്നെ വേണം; വംശം നിലനില്ക്കാൻ.”

“അവതാര പുരുഷനെന്നാലെന്താ?”

“ഒരു മഹാൻ. ഒരുദേവൻ. ദേവാംശം അധികമുള്ള മനുഷ്യൻ. വ്യക്തമായി ജാതകത്തിലുണ്ട്.”

“രാമകൃഷ്ണപരമഹംസരെയോ, ഗാന്ധിയെ പോലെയോ ഉള്ളൊരാളോ?”

“അവരെല്ലാം അവതാര പുരുഷന്മാരല്ല.”

“പിന്നെ?”

“ഞാൻ പറയുന്ന അവതാരപുരുഷൻ ഇനിയും ജനിക്കാനിരിക്കുന്നേയുള്ളൂ. പ്രപഞ്ചത്തെ തന്നെ അവൻ നിയന്ത്രിക്കും.”

“സംസാരം പ്രയോജനമില്ലാത്ത വഴിയിലേക്കു പോകുകയാണെന്നു മനസ്സിലാക്കി ഞാൻ ലൈൻ മാറ്റി.

“പ്രതിമ എവിടെ പോയിരിക്കയാണെന്നാ നിങ്ങടെ ഊഹം?”

“എനിക്കൊന്നും തോന്നുന്നില്ല. എന്റെ മനോവിഷമം മുഴുവൻ ഈ

പയ്യനെ ഓർത്തിട്ടാ. എനിക്കു സ്വന്തം കുട്ടികളില്ല. അവന്റെ അച്ഛൻ ചെറുപ്പത്തിലേ അവനെ എന്നെ ഏല്പിച്ചിട്ടാ പോയത്. അച്ഛൻ ചീട്ടുകളിക്കും. കുതിരപ്പന്തയത്തിനു പോകും. അച്ഛന്റെ അലവലാതികളെയെല്ലാം വീട്ടിൽ കയറ്റും. അച്ഛന്റെ ദോഷങ്ങളൊന്നും മകനു വരാതെ ഞാനവനെ വളർത്തി. വളരെ സാധുവായ തൊട്ടാവാടിയാ. ഇവനു ജനിക്കാൻ പോകുന്നതിനെക്കുറിച്ചാ എന്റെ മുഴുവൻ വേവലാതിയും. അവനാണെന്റെ സ്വത്തും സുഖവും എസ്റ്റേറ്റും എല്ലാം. കുട്ടിക്കു പേരുകൂടി കരുതിയിരിക്കയാ... ചക്രവർത്തി!"

ഞാനെഴുന്നേറ്റു വിട ചോദിച്ചു.

"എങ്ങനെയെങ്കിലും കാര്യം തീർക്കൂ. അവളെത്ര പണം ചോദിച്ചാലും കൊടുത്തേക്കാം. ഏഴരശനി. ആളെ വിട്ടുകിട്ടിയാ മതി."

"ശ്രമിക്കട്ടെ."

"നിനക്കു സംഘത്തെപ്പറ്റി വല്ലതുമറിയാമോ?"

"ഇർമായെപ്പറ്റിയോ?"

"അതെ."

സാമിനാഥനെന്തോ പറഞ്ഞു. "ഞാൻ ഇനി വരുമ്പോ ചോദിച്ചോളാം." ഞാൻ പുറപ്പെട്ടു.

"നിന്നോടു പറയാനെനിക്കു നേരമില്ല. ഈ പ്രസിദ്ധീകരണം വായിച്ചു നോക്കൂ. ഞങ്ങളെത്ര നല്ല കാര്യമാ ചെയ്യുന്നതെന്ന് മനസ്സിലാകും. എന്താ പറയാൻ തുടങ്ങിയതെന്നാൽ... ഞങ്ങൾക്കൊരു പ്രോപ്പർട്ടി കേസുണ്ട്. അതിനും നിന്റെ സഹായമാവശ്യമുണ്ട്."

"ചെയ്യാം. ഞാൻ വരട്ടെ."

അവളപ്പോഴേക്കും വന്നു. കേട്ടുകൊണ്ടിരിക്കയായിരുന്നോ!

"വക്കീലിനു കാറയയ്ക്കൂ. എന്തായിത്. പാൽ കുടിക്കാതെ അങ്ങനെതന്നെ വച്ചിരിക്കുന്നു. സംസാരത്തിനിടയിൽ..."

"പാൽ കഴിക്കൂ. കാപ്പി ഒരു മായയാ... പാൽ ദേവപാനീയമാ."

ദേവപാനീയം ചൂടാറിയിരുന്നു.

മൂന്ന്

ഒരു കൈയിൽ കാപ്പിക്കപ്പും മറ്റേകൈയിൽ കടിച്ച ബിസ്ക്കറ്റും പിടിച്ചുകൊണ്ട് തറയിൽ വിരിച്ച ദിനപത്രം വായിച്ചുകൊണ്ടിരിക്കുകയായിരുന്നു വസന്ത്.

"എന്താ ബോസ് ഇത്രനേരം? നാരായണറെഡ്ഡി എത്ര നേരം കാത്തിരുന്നു. അവന്റെ കേസ് ഇരുപത്തിരണ്ടാം തീയതിക്ക് പോസ്റ്റായിരിക്കുന്നു... തരുണയെ കണ്ടോ?"

"തരുണ ആ വീട്ടിലെ ആളുടെ സെക്രട്ടറിയായിരിക്കുകയാ."

"എന്ത്?"

"അയാളുടെ പേര് ചോദിക്കാൻ മറന്നുപോയി."

ഞാൻ പറയാം. ശേഷഗിരി."

"എങ്ങനെ അറിയാം?"

"ഇന്നലെ തരുണയെ എന്റെ കൂടെ തനിച്ചു വിട്ടില്ലേ."

"മേല്കൈവയ്ക്കാൻ കഴിഞ്ഞില്ലെങ്കിലും ചില വിവരങ്ങളെങ്കിലും ശേഖരിച്ചു."

"നിന്നെക്കൊണ്ടെനിക്കു പല കേസും പൊയ്പ്പോകും. എന്തിനാ ഇങ്ങനെ പെൺ ഭ്രമം പിടിച്ചലയുന്നത്?"

"കല്ല്യാണത്തിനുള്ള പ്രാക്ടീസ് ബോസ്"

"നിന്നെ കല്ല്യാണം കഴിക്കാൻ പോകുന്നവളോടെല്ലാം ഞാൻ പറയുന്നുണ്ട്."

"അതിന് ചാൻസേയില്ല. ശേഷഗിരിയെ കണ്ടോ?"

"ശേഷഗിരി സ്വാമികൾ."

"സ്വാമികളോ?"

"സ്വാമികളെപ്പോലെ തന്നെയാ സംസാരം. തിരുമൂലർ ഗീതം. ജാതകം അസ്ട്രോളജി, അവതാരപുരുഷൻ, ഇർമ..."

"ഇർമാ?"

"ഈ പ്രസിദ്ധീകരണം സമയം കിട്ടുമ്പോ വായിച്ചുനോക്കൂ."

"ഇന്റർനാഷണൽ മെഡിറ്റേഷൻ അസോസിയേഷൻ. ഇപ്പോ ഇത്തരം ആളുകളെയെല്ലാം ജയിലിനകത്താക്കുന്നുണ്ടല്ലോ."

"അതെന്തോ. നിരുപദ്രവമായ സംഘടനയാണെന്നു തോന്നുന്നു... പക്ഷേ പണം ധാരാളമുണ്ട്. ബദാം പരിപ്പിൽത്തന്നെയാ കുളിക്കുന്നതും മനുഷ്യൻ. അറുപത് വയസ്സുണ്ട്. അക്രൂട്ട് കൊട്ട കടിച്ചുപൊട്ടിക്കുന്നു."

"തരുണ അയാളുടെതന്നെ സെക്രട്ടറിയാ?"

"അതെ. അവളവിടെ പ്രത്യേക വിധത്തിലാ കഴിയുന്നത്. ദേഹം ഭദ്രമായി പൊതിഞ്ഞ്..."

"എക്സൈറ്റിങ്. പിന്നെ പ്രതിമയെക്കുറിച്ചു വല്ലതും മനസ്സിലായോ?"

"അതിനുമുമ്പ് തരുണ. തരുണയെ ഇന്നലെ തനിച്ചു കൂട്ടിച്ചെന്നല്ലോ. വല്ലതും ചോദിച്ചോ?"

"എന്തു ചോദിച്ചു. എന്തുകണ്ടു?"

"നീ നോക്കുന്നതെനിക്കറിയില്ലേ..."

"തരുണയും ആമാതിരി ഒരു ഡോളറണിഞ്ഞിട്ടുണ്ട്. ജാക്കറ്റിനുള്ളിൽ മാറിനെ തൊട്ടുകൊണ്ട് കിടക്കുന്നു. അതേ ശൂലം, അർദ്ധവൃത്തത്തിൽ,"

"ആ വീട്ടിന്റെപടിയിലും ഞാനതു കണ്ടു."

വസന്ത് ആ പ്രസിദ്ധീകരണം കാണിച്ചു. "ഇതു നോക്കൂ ഇർമായുടെ ചിഹ്നമാണെന്നുതോന്നുന്നു."

"തരുണയെപ്പറ്റി ഇനിയുള്ളതു പറയൂ."

"വളരെ റഫാണവൾ. എന്തുവേണം. ആർക്കെന്തു കൊടുക്കണമെന്നെല്ലാം അവൾ പഠിച്ചു വച്ചിട്ടുണ്ട്. ഷീ ഈസ് ആഫ്റ്റർ ദാറ്റ് മാൻ, സാമിനാഥൻ. സാമിനാഥൻ എന്ത് കണ്ടിട്ടോ. എത്രയോ എലിജിബ്ൾ ബാച്ചിലർമാരുണ്ടല്ലോ. നമ്മെപ്പോലെ."

"നിന്റെ കൈയിൽ അത്തരം കാറുണ്ടോ. അങ്ങനെയുള്ളൊരിളയച്ഛനുണ്ടോ?"

"പണം ധാരാളമുണ്ടല്ലോ."

"സംശയമെന്ത്? ഇളയച്ഛൻ സംസാരത്തിൽ വളരെ പരുക്കനാണ്. ജാതകത്തെപ്പറ്റിയും അവതാര പുരുഷനെപ്പറ്റിയും മറ്റും പറഞ്ഞു... ധാരാളം സ്വത്തുണ്ടെന്നു തോന്നുന്നു. വീടിനു മാത്രം രണ്ടരലക്ഷം മതിയ്ക്കും."

"തരുണ പിടിച്ചത് പുളിങ്കൊമ്പു തന്നെയാ. അതുകൊണ്ടാ സാമിനാഥനെ കല്യാണം കഴിക്കാൻ അത്രയേറെ താല്പര്യം കാണിക്കുന്നത്. ബോസ് ഇതു കണ്ടോ. ആ പെണ്ണിനെന്ത് സാമർത്ഥ്യമാണെന്നു നോക്കൂ. പ്രതിമയിൽ നിന്ന് ലീഗലായി മോചനം നേടാതെ സാമിനാഥനെ തൊടില്ലെന്ന് പറയുകയാ അവൾ. അതുകൊണ്ടാ വിവാഹമോചനത്തിനവൻ ഈ അലച്ചിലെല്ലാം അലയുന്നത്. സാമർത്ഥ്യമുള്ള പെണ്ണ്..."

"നന്നായി വേഷം ധരിക്കുന്നു. അവൾ അവിടെ ചെന്നാൽ സീതാദേവിയെപ്പോലെ തോന്നും."

ഭാഗ്യമുള്ളവളാ. മൗണ്ട് റോഡിലെ ഒരു റബ്ബർകമ്പനിയിൽ ഒരു സ്റ്റെനോയായിരുന്നു. ശമ്പളം ഇരുനൂറ്റി അമ്പതുരൂപ. കൂടുതൽ ആവശ്യപ്പെട്ടത്രെ. മുതലാളി തുടയിൽ കൈവച്ചുപോലും. ഭ്രാന്തി. അവൻ തുടയിൽ കൈവക്കുമ്പോൾ അവൾ അവന്റെ ബാഗിൽ കൈവയ്ക്കണമായിരുന്നു. റിസൈൻ ചെയ്തുകളഞ്ഞു. കണ്ണകി. പിന്നെ ജോലിക്കു വളരെ ബുദ്ധിമുട്ടി. വലിയ ഫാമിലിയാണവൾക്കും. അനിയത്തിമാരും അനുജൻമാരുമെല്ലാമുള്ളത്. അച്ഛനില്ല. അമ്മ പപ്പടം ഉണ്ടാക്കുന്നു. യൂഷ്വൽ സ്റ്റോറി."

"എങ്ങനെ ശേഷഗിരിയുടെ വീട്ടിലെത്തപ്പെട്ടു?"

പത്രത്തിലൊരു രസകരമായ പരസ്യം കണ്ടത്രെ. 1955-ാം വർഷം ഡിസംബർ മാസം 21-ാം തീയതി ജനിച്ച പെൺസെക്രട്ടറി ആവശ്യമുണ്ട്. ശമ്പളം 800 രൂപ. ഇവൾ ജനിച്ച നാളാണത്. അവൾ പോയി. 800 രൂപ ശമ്പളമെന്നാൽ പോകാതിരിക്കുമോ? 1955 -ാം വർഷം ഡിസംബർ 20-ാം തീയതി ജനിച്ച പെൺകുട്ടികൾ മദ്രാസിൽ ഒരു നൂറെങ്കിലും കാണും. അവരെല്ലാം കറുത്തും വെളുത്തും ഉയരമേറിയും ഉയരം കുറഞ്ഞുമെല്ലാമിരിക്കും. ഇന്റർവ്യൂവിൽ ഒരു ചോദ്യവും ചോദിച്ചിരിക്കും. "നീ പിറന്ന സമയമേതെന്ന്?" ഇവൾ മദ്ധ്യാഹ്നം പന്ത്രണ്ടേ മുപ്പതിന് ജനിച്ചെന്നു പറഞ്ഞുപോലും. "നാളെത്തന്നെ ജോലിയിൽ ചേർന്നോളൂ"

എന്ന് ഓർഡറും കിട്ടി. ഇരുപതാം നൂറ്റാണ്ടിൽ ഇത്തരം ക്രാക്കുകളുടെ കൈയിലാ പണം കുമിഞ്ഞു കിടക്കുന്നത്!"

ജ്യോത്സ്യത്തിൽ വലിയ വിശ്വാസമാണയാൾക്കെന്ന് ഇന്നത്തെ സംസാരത്തിൽ നിന്നെനിക്കു മനസ്സിലായി."

"സെക്രട്ടറിക്കും കൂടി ജാതകവും ജനിച്ചതിയതിയും നേരവും നോക്കണം."

"വിചിത്രമായ പുള്ളിതന്നെ."

"നമുക്കെന്താ; കാട്ടിലെ മരം തേവരെ ആന!"

"ആഹാ! പഴമൊഴിയെല്ലാം ഭംഗിയായി ഉദ്ധരിക്കുന്നല്ലോ നീ."

"വയസ്സായിപ്പോയില്ലെ അയാൾക്ക്. പ്രതിമയെ കണ്ടുപിടിക്കലാണല്ലോ നമ്മുടെ ജോലി. അല്ല അതും മാറിപ്പോയോ?"

"ഇല്ല."

"വല്ല തെളിവും കിട്ടിയോ?"

"ഇവയെല്ലാം." പറഞ്ഞുകൊണ്ട് ബാഗിൽ നിന്നു നെഗറ്റീവ് ഫോട്ടോകൾ, ആ ന്യൂസ് പേപ്പർ കഷണം, നീല ലെറ്റർപാഡ് ഇവ മൂന്നും മേശമേൽ വച്ചു. "ഇപ്പോഴത്തേക്കു ഇതേ ഉള്ളൂ. ഇതു വച്ചുകൊണ്ടവളെ കണ്ടുപിടിക്കണം."

ഫോട്ടോ എടുത്തു നോക്കി.

"ഇവളാ പ്രതിമാ. തരക്കേടില്ലല്ലോ. ഇതെന്ത് നെഗറ്റീവാ?" പ്രതിമയുടെ മുറിയിൽനിന്നു കിട്ടിയതാ. ഇതിന്റെയെല്ലാം പ്രിന്റെടുക്കണം. പേപ്പറിന്റെ അടിയിൽ ഒളിച്ചുവച്ചിരിക്കയായിരുന്നു."

വസന്ത് ആ നെഗറ്റീവുകൾ വെളിച്ചത്തു പിടിച്ചുനോക്കി. വിസിലടിച്ചു അവൻ.

"എന്താ?"

"ഈ നെഗറ്റീവുകൾ ശരിക്കുനോക്കിയോ നിങ്ങൾ?"

"ഇല്ല, എന്താ?"

"ഇതെല്ലാം പ്രതിമയാണെങ്കിൽ അവളെപ്പറ്റി ധാരാളം മനസ്സിലാക്കാൻ കഴിയും! കൂടെ ആരാ?"

"കൊണ്ടാ, നോക്കട്ടെ."

"ഈ നെഗറ്റീവുകളിൽ കറുപ്പും വെളുപ്പും തലയുള്ള ആണും പെണ്ണും പലനിലയിലും കാണുന്നു. ക്യാമറയെക്കുറിച്ച് പരിഭ്രമമേ ഇല്ലാത്ത പോലെ!"

"ഇന്ററസ്റ്റിങ്! പ്രിന്റെടുത്തുനോക്കാം."

"ഇതാ ഞാനിപ്പോത്തന്നെ പോകാം. ബാബു സ്റ്റുഡിയോവിലേക്ക്. ബോസ് പറഞ്ഞാൽ എനിക്കു ചെയ്യാതിരിക്കാൻ പറ്റുമോ?"

"നിങ്ങട്ടെ മറ്റുള്ളവയും നോക്കിയിട്ടു പോ."

അവൻ പേപ്പർ കട്ടിങ്ങെടുത്തു. കീറിയിരിക്കുന്നു.

"കീറാത്തഭാഗം വായിക്കൂ."

“Wanted a lady teacher in Ma Private School attached to a large estate in South India Salary nego Please apply within ten days to.”

“അതേ ഉള്ളൂ! ബോക്സ് നമ്പറില്ലേ?”

“ഇല്ല കീറിപ്പോയിരിക്കുന്നു!”

“പിൻവശം നോക്കൂ. ദിനപത്രത്തിന്റെ തീയതി മനസ്സിലാക്കാം.”

“നിങ്ങൾ പറയുംമുമ്പേ നോക്കിക്കൊണ്ടിരിക്കയാ. വായിക്കട്ടെ.”

“'Instance all you have to do is to the two screws are fixed on tacts become accessible for instruction.”

“വിജ്ഞാപനം.”

“സോ” ഞാൻ ചോദിച്ചു.

“ഈ എഴുത്ത്?”

“പ്രതിമയുടെ മുറിയിൽ ലെറ്റർപാഡിനു മുകളിലുണ്ടായിരുന്നതാ ഈ കടലാസ്. എന്തിനാ എടുത്തു കൊണ്ടുവന്നതെന്നു നിന്റെ മരമണ്ട ക്കറിയോ?”

വസന്ത് അല്പം ആലോചിച്ചു. മുഖത്ത് സന്തോഷം സ്ഫുരിച്ചു.

“ബോസ്, നിങ്ങൾ വല്ലാത്താളാ. അവളവസാനമായെഴുതിയ എഴു ത്തിന്റെ കല അതിൽ പതിഞ്ഞിരിക്കും.”

“നിനക്കു ബുദ്ധിയുണ്ടോ? ആ എഴുത്തിൽ അല്പം ഷെയ്ഡ് അടി ച്ചുനോക്കൂ. വല്ലതും മനസ്സിലാവുന്നുണ്ടോ എന്ന്.”

വസന്ത് പെൻസിൽ ചീവാൻ തുടങ്ങി.

“പ്രതിമ ഏതോ ഒരു സ്കൂളിൽ ടീച്ചർ ജോലിക്ക് അപേക്ഷ അയ ച്ചിരിക്കുന്നു. '"A large Estater” നടുവിൽ ഏതു വാക്കു ചേർത്താൽ ഗ്രാമർ ശരിയാകും?”

“ഉം large group of Estates”

“ഗുഡ്” ഞാനഭിനന്ദിച്ചു.

“എന്താ പ്രയോജനം. സൗത്തിന്ത്യയിൽ എത്രയെത്ര എസ്റ്റേറ്റുക ളുണ്ട്. സൗത്തിന്ത്യ എന്നാൽ തമിഴ്നാട്, ആന്ധ്ര, കേരളം, കർണ്ണാടകം എല്ലാം പെടും. എസ്റ്റേറ്റ് എന്നാൽ ചായത്തോട്ടമോ കാപ്പിയോ ഏലമോ പുകയിലയോ...”

“ഡിഫിക്കൽറ്റ്.”

“ബോക്സ് നമ്പർ അല്ലെങ്കിൽ ദിനപത്രത്തിന്റെ തീയതി മനസ്സി ലായാൽ കണ്ടുപിടിക്കാം.”

വസന്ത് ആ വെള്ളക്കടലാസിൽ അമർത്തിയെഴുതിയ കലയുടെ മേൽ വിലങ്ങനെ പെൻസിൽ കൂർപ്പിച്ചു നേരിയ മട്ടിൽ ഉരച്ചപ്പോൾ എഴു ത്തുകളിൽ പെൻസിൽ പതിയാതായി. അവൻ വിസിലടിച്ചു.

ലുക്കറ്റ് ദിസ് ബോസ്.”

പെൻസിലടയാളങ്ങളുള്ള ആ കടലാസിൽ പതിഞ്ഞിരുന്ന എഴു ത്തിന്റെ കലകൾ വ്യക്തമാവാൻ തുടങ്ങി.

"വായിക്കട്ടെ."

"വായിക്കൂ."

പെട്രോൾ ചെലവ്	38
പ്രിൻസിപ്പൽ സാരി	178
വർജിൻ സ്പ്രിങ് ടവ്വൽ	27
ലവ്ടേൽ പെർഫ്യൂം	35.80
നീലഗിരീസ് കാപ്പി	16.80

"വീണ്ടും വായിക്കൂ."

അവൻ വായിച്ചു."

"വർജിൻ സ്പ്രിങ് ടവ്വൽ. ലവ് ടേൽ പെർഫ്യൂം എന്നെല്ലാമുള്ളപേരുണ്ടോ?"

"ഉണ്ടാവും."

"പ്രിൻസിപ്പാൾ സാരി.. അല്പം ആലോചിക്കണം. മനസ്സിലാകുന്നില്ല."

"എനിക്കും മനസ്സിലാകുന്നില്ല."

"ഞാനൊരുകാര്യം ചെയ്യാം. ഞാൻ സ്റ്റുഡിയോവിൽ പോയി വരാം. പെട്ടെന്നു പ്രിന്റെടുത്തു വരാം. അതുവരെ നിങ്ങൾക്കു വല്ലതും തോന്നുന്നുണ്ടോ എന്നു നോക്കൂ."

"ആ ഫോട്ടോകൾ കണ്ടേ മതിയാവൂ നിനക്ക്?"

"അതിൽനിന്നും വല്ലതും മനസ്സിലാകുമോ എന്നു നോക്കണ്ടേ?"

"ധാരാളം മനസ്സിലാകും. വിഷമിക്കണ്ട. രാമകൃഷ്ണയിൽ ഒരു കോപ്പി അയക്കാൻ പറയൂ."

വസന്ത് സ്ഥലം വിട്ടു.

അവൻ പോയപാടെ ആ വിലവിവരപ്പട്ടിക ഒന്നുകൂടി നോക്കി. ചെലവു കണക്കു തന്നെ. പെട്രോൾ ചെലവ്. സാരി, ടവ്വൽ, പെർഫ്യൂം, സമീപം എഴുതിയിരുന്നു. "നിങ്ങളുടെ വിശ്വസ്തയായ പ്രതിമ" എന്നെഴുതിയതും മനസ്സിലായി. ടെലഫോണെടുത്ത് ഡയറക്ടറി തുറന്നു. നാഷണൽ കോസ്മറ്റിക്സ് എന്ന കടയുടെ നമ്പർ കണ്ടുപിടിച്ചു കറക്കി. വലിയ കടയാണത്.

"ഹലോ നിങ്ങളുടെ കടയിൽ ലവ്ടേൽ പെർഫ്യൂം ഉണ്ടോ?" എന്തു വിലയാണെന്നറിയണമായിരുന്നു."

"വൺമിനിറ്റ്."

വേറൊരു ശബ്ദം. "ഗുഡ് ഈവ്നിങ്. എന്താ വേണ്ടത്?"

"പെർഫ്യൂം." ഞാൻ മറുപടി പറഞ്ഞു.

"ഏതുബ്രാണ്ടാ?"

"ലവ്ടേൽ പെർഫ്യൂം."

"സ്പെല്ലിങ്?"

"എൽ ഒ വി ഇ ടി എ എൽ ഇ"

"സോറി ആ പേരിൽ ഞങ്ങളുടെ വശം പെർഫ്യൂമൊന്നുമില്ല.,"

വേറെ ഏതു കടയിലാണുണ്ടാവുക?"

"ഞാനറിയുന്നേടത്തോളം ആ പേരിൽ പെർഫ്യൂമൊന്നുമില്ല. വിദേശച്ചരക്കായിരിക്കും."

വില 35.80 എന്നുകാണുന്നു.

"ഇന്റിമേറ്റ് രേവ്‌ലാനായിരിക്കും."

"അല്ല ലവ് ടേൽ"

"ആദ്യമായിട്ടാ ആ പേര് കേൾക്കുന്നത്. ഞങ്ങളുടെ കടയിൽ ഇന്ത്യയിൽ നിർമ്മിക്കുന്ന എല്ലാ പെർഫ്യൂമുകളുമുണ്ട്. ലവ്ടേൽ ഇല്ല."

"താങ്ക്സ്"

ടെലഫോൺ വെച്ചു. ഞാൻ വീണ്ടുമാലോചിച്ചു.

കുട്ടി കാപ്പികൊണ്ടുവന്നുതന്നു.

"പഞ്ചസാര ഇട്ടിട്ടില്ല സാർ."

"വാങ്ങി കുടുകുടെ കുടിച്ചു.

"വിൽസ് ഫിൽട്ടറാ സാർ." കാപ്പികുടിച്ച ഉടനെ ഒരു സിഗരറ്റ് കത്തിക്കുമെന്നവനറിയാം.

"ഒരു പാക്കറ്റ് വാങ്ങിക്കൊണ്ടുവാ."

ആ വിജ്ഞാപനം നോക്കി. ലേഡി ടീച്ചർ, പ്രൈവറ്റ് സ്കൂൾ എസ്റ്റേറ്റ്. സൗത്തിന്ത്യാ... പേപ്പർ തുണ്ട് മഞ്ഞ വ്യാപിച്ചിരുന്നു. കഴിഞ്ഞ വർഷത്തെ ദിനപത്രമാകാം. യൂണിവേഴ്സിറ്റി ലൈബ്രറിയിൽ പഴയ ദിനപത്രങ്ങൾ സൂക്ഷിച്ചിട്ടുണ്ടാവും. ഒന്നര വർഷം മുമ്പുവരെയുള്ളത് പരതിനോക്കാൻ വസന്തിനോട് പറയാം. അച്ചടികണ്ടാൽ എക്സ്പ്രസ് പോലെ തോന്നും. എക്സ്പ്രസ് ആപ്പീസിൽ ചോദിക്കാം. വീണ്ടും സാമിനാഥനെ കണ്ടു പ്രതിമയോടൊപ്പം അവൻ നടത്തിയ ഒരുവർഷം മുമ്പ് വരെയുള്ള സംഭവങ്ങൾ ചോദിച്ചു നോക്കണം. അതിൽ നിന്നു വല്ലതും മനസ്സിലാവും. സ്പ്രിങ് ടവ്വൽ എന്നൊന്നുണ്ടോ? എന്തോ? പ്രിൻസിപ്പൽ എന്നായിരിക്കും. ജയഭാദുരി സാരി എന്നൊന്നുണ്ടല്ലോ. പ്രിൻസിപ്പലുകൾ ഉടുക്കുന്ന സാരിയായിരിക്കും പ്രിൻസിപ്പൽ സാരി. അല്ലെങ്കിൽ പ്രിൻസിപ്പലിന് സ്നേഹപൂർവ്വം വാങ്ങിക്കൊടുത്ത സാരിയായിരിക്കും. സ്പ്രിങ് എന്ന കമ്പനിയുടെ ടവലായിരിക്കും. എന്നാലും ചെലവിന്റെ കണക്കെഴുതുമ്പോൾ ഇങ്ങനെയാണോ എഴുതുക? ഒന്നും തോന്നുന്നില്ല. അല്പം കഴിഞ്ഞു ചിന്തിച്ചുനോക്കാം, എന്നു കരുതി ആ ഇർമയുടെ പ്രസിദ്ധീകരണം മറിച്ചുനോക്കി. നല്ല ആർട്ട് പേപ്പറിൽ അടിച്ചിരിക്കുന്നു. ഇർമ്മ എന്ന സ്ഥാപനം സാർവ്വദേശ സ്ഥാപനമാണ്. ധ്യാനമാണതിന്റെ ജീവൻ. സേവനമാണതിന്റെ ലക്ഷ്യം. നിരാധാരരായ സ്ത്രീകൾക്കു ഒരു സ്കൂൾ. അവിടെ ഒരു ബസ് സ്റ്റോപ്പ്. ഇവിടെ ഒരു പാൽ വിതരണം. ആരാര് നിരാധാരരായുണ്ടോ അവർക്കെല്ലാം ചെറിയ സഹായം. ഡൊണേഷനുകൾ, വിദേശത്തു നിന്നുള്ള സംഭാവനകൾ. ന്യൂസിലാന്റുകാരനൊരാളുടെ എഴുത്ത്. അമേരിക്കൻ ദമ്പതികളുടെ ഫോട്ടോ.

വായിച്ചുകൊണ്ടിരിക്കെ ഉറക്കം വന്നു.

"ബോസ്" വസന്ത് എന്നെ മെല്ലെ തട്ടിയുണർത്തി.

"ലവ്ടേൽ പെർഫ്യൂം?" ഞാൻ ചോദിച്ചു.

"എന്താ പിറുപിറുക്കുന്നത്?" "ഈ ഫോട്ടോകൾ നോക്കൂ."

കണ്ണുതുറന്നു. വസന്ത് ഫോട്ടോകളടങ്ങിയ കവർ എന്റെ മുന്നിലേക്കിട്ടു തന്നു. ഒന്നെടുത്തു സൂക്ഷിച്ചു നോക്കി. ധൃതിപ്പെട്ടു വസന്തിന്റെ നേരേ നോക്കി.

"ഹോട്ട് സ്റ്റഫ്" ഞാൻ പറഞ്ഞു.

സത്യത്തിൽ ഹോട്ട് തന്നെ. ആ ഫോട്ടോകളിലെ കഥാനായകനും നായികയും സാമിനാഥനും പ്രതിമയുമാണ്. അതെ അവൾ പ്രതിമതന്നെ. ആ മുഖത്തെ അടയാളം മനസ്സിലായി.

"ഇതവര് പോയി ഫോട്ടോ എടുക്കുമോ?"

"എനിക്കറിയില്ല വസന്ത്." മറ്റു ഫോട്ടോകളും സംശയത്തോടെ മറിച്ചു നോക്കി ഞാൻ. എല്ലാറ്റിലും ഇതേ സംഗതിതന്നെ.

"എന്താ മനസ്സിലായില്ലേ?" അവൻ ചോദിച്ചു.

"വാട്ട് സോർട്ട് ഓഫ് പർവർഷൻ ഈസ് ദിസ്?"

"ബോസ്, ഈ ഫോട്ടോകളിൽ ഒരുകാര്യം ശ്രദ്ധിച്ചോ. ഒന്നു പോലും ഫ്ലാഷ് ചെയ്തെടുത്തതല്ല. ഒരുതരം മങ്ങലെല്ലാറ്റിലും കാണുന്നു. ടൈം എക്സ്പോഷർ കൊടുത്തു എടുപ്പിച്ചപോലെ. ചില ഫോട്ടോകളിൽ അശ്ലീലമായിത്തന്നെ കാണിച്ചിരിക്കയാ അവർ. എനിക്കെന്തോ അവരുടെ ഇരിപ്പു കണ്ടാൽ അവരറിയാതെ മറഞ്ഞു നിന്നു വല്ലവരും ക്യാമറ കൊണ്ടെടുത്തതാണെന്നു തോന്നിപ്പോകുന്നു."

ഞാൻ ആലോചിച്ചു... വീണ്ടും നോക്കി (അധികം നോക്കാതിരിക്കൂ) "പോസിബിൾ" ഞാൻ പറഞ്ഞു.

"പ്രതിമയുടെ മുറിയിലായിരുന്നോ ഈ നെഗറ്റീവുകൾ?"

"അതെ."

"അത്ഭുതം." ആ ഫോട്ടോകൾ ഉപയോഗപ്പെടുത്തി പ്രതിമയെ വല്ലവരും ബ്ലാക്ക് മെയിൽ ചെയ്തു പണം പിടുങ്ങിയിട്ടുണ്ടാകും. എന്തു പറയുന്നു ബോസ്?"

"ഊഹം."

"എന്തുകൊണ്ട്?"

"ഭർത്താവിനോടൊന്നിച്ചുള്ള ഫോട്ടോകൾക്ക് ബ്ലാക് മെയിൽ വില എന്തുണ്ടാവും? ആലോചിച്ചുനോക്കൂ."

"താലികെട്ടിയ കണവനായാലും ഇത്തരം ഫോട്ടോകൾ വെളിയിലറിഞ്ഞാൽ നാണക്കേടല്ലേ?"

എന്നിട്ടും എനിക്കു തൃപ്തിയായില്ല. "പ്രതിമയറിയാതെ ഈ ഫോട്ടോകൾ എടുക്കപ്പെട്ടിരിക്കും. അക്കാര്യം പ്രതിമയ്ക്കു പിന്നെ മനസ്സിലായി... ഉം."

"മനസിലായിട്ട്?"

"കഥ അതോടെ തീർന്നു..."

"ഓട്ടോമാറ്റിക് കാമറ കൊണ്ടും ഇങ്ങനെ പടമെടുക്കാമല്ലോ."

ഒരു ഷോട്ടേ എടുക്കാനാവൂ. ഇതേതോ കൊക്കോ ശാസ്ത്രപുസ്തകത്തിലെ പടംപോലുണ്ട്. ഒരു റോൾ മുഴുവൻ ഉപയോഗപ്പെടുത്തിയിരിക്കുന്നു... ആരാണ്....?"

"ആ സാമികളാ?"

"ഛെ അല്ല."

"സാമിനാഥനാ?"

"ഊഹും."

"എനിക്കറിയാം. ഉത്തരം എവിടുന്നു കിട്ടുമെന്ന്."

"എവിടുന്നാ?"

"പ്രതിമയിൽ നിന്ന്"

"നിങ്ങളിനിയും കണ്ടുപിടിച്ചില്ലേ? ആ തെളിവുകൾ ഉപയോഗപ്പെടില്ലെ?"

നീയെന്നെ ദേഷ്യം പിടിപ്പിക്കല്ലെ."

"സോറി ബോസ്."

വസന്ത് മൗനംപൂണ്ടു. ആ ഫോട്ടോകളെടുത്തു വിളക്കിന്റെ വെളിച്ചത്തിൽ സാവാധാനം പരിശോധിക്കാൻ തുടങ്ങി ഞാൻ.

"നിനക്ക് ലജ്ജയില്ലെ വസന്ത്." ഞാൻ ചോദിച്ചു.

"ഫോട്ടോകളിൽ നിന്ന് വല്ല തെളിവും കിട്ടുമോ എന്നു നോക്കുക.യാ ഞാൻ വല്ല മറുകോ മറ്റോ."

"തൊലഞ്ഞു പോട്ടെ."

എന്റെ നോട്ടം പ്രതിമയുടെ പട്ടികയിൽ തന്നെ വീണ്ടും പതിഞ്ഞു.

പ്രിൻസിപ്പൽ സാരി

വർജിൻ സ്പ്രിങ് ടവ്വൽ

ലവ്ടേൽ പെർഫ്യൂം

നീലഗിരി കാപ്പി

"എന്താ ഇതിനർത്ഥം. വസന്ത് എന്താ അർത്ഥം? ഒരു ഫോട്ടോ മാത്രം ശരിയായി പതിഞ്ഞില്ല."

"അതോർത്തു വളരെ വിഷമിച്ചിരിക്കയാ ഇല്ലെ?"

വസന്ത് ചിരിച്ചു.

"ചിരിക്കണ്ട. ദേഷ്യം വരുന്നുണ്ടെനിക്ക്. സാമിനാഥൻ നമ്മുടെ കക്ഷിയാ. കക്ഷികളുടെ വ്യക്തിഗതമായ കാര്യങ്ങളെപ്പറ്റി തമാശയാക്കിച്ചിരിക്കുന്നത് ഒരു നല്ല വക്കീലിനു ചേർന്നതല്ല. നീ ഒരു മോശം വക്കീലാ. ആ ഫോട്ടോ എല്ലാം താഴെ വയ്ക്കൂ. എന്റെ മുന്നിലിങ്ങനെ വേണ്ടാത്ത ചിരിയും ചിരിച്ചു നില്ക്കരുത്. കുറച്ചു സമയം ആ മുറിയിൽ പോയിരിക്കൂ."

വസന്ത് തെല്ല് ആശ്ചര്യത്തോടെ പറഞ്ഞു. "അയാം സോറി. നിങ്ങ

ളിതിത്ര സീരിയസായി എടുക്കുമെന്ന് ഞാൻ കരുതിയിരുന്നില്ല."

"പിന്നെ? ഒരാൾ തലപുകഞ്ഞാലോചിച്ചുകൊണ്ടിരിക്കുമ്പോ ഫോട്ടോ ശരിയായി കിട്ടിയില്ലെന്നും പറഞ്ഞു തമാശകളിക്കുന്നോ? നാണമില്ലെ നിനക്ക്?"

"ആർക്ക്? അവർക്കോ എനിക്കോ?" വസന്ത് വീണ്ടും ചിരിച്ചു.

"ഞാൻ നിന്റെ മേൽ ഈ കസേരയെറിയുന്നതിനു മുമ്പേ നീ സ്ഥലം വിട്ടോ."

അവൻ തല ഗൗരവപൂർവ്വം കുലുക്കിക്കൊണ്ട് മുറിവിട്ടുപോയി. പോകുന്ന പോക്കിൽ പറയുന്നുണ്ടായിരുന്നു. "ഞാനെന്തു തെറ്റു ചെയ്തു. ഒരു ഫോട്ടോ ഡബ്ൾ എക്സ്പോഷനായിരിക്കുന്നു എന്നുപറയാൻ ശ്രമിച്ചു..."

എനിക്കുള്ളിൽ കോപം ജ്വലിച്ചു.

"വസന്ത് നിക്ക്! നീ എന്താ പറഞ്ഞത്?"

അവൻ ഭയന്നു നിന്നു.

"ഡബ്ൾ എക്സ്പോഷനെന്നാൽ ഒന്നിൻമേലൊന്ന്. അതെ അതു തന്നെയാണുത്തരം. എ"ന്നെപ്പോലൊരു വിഡ്ഢി, മറയൻ വേറെ ഉണ്ടാവില്ല. എത്ര എളുപ്പം കണ്ടുപിടിക്കാമായിരുന്നു."

"വസന്ത്, യു ആർ എ ജീനിയസ്."

വസന്ത് എന്നെ സംശയത്തോടെ നോക്കി. "അല്പം മുമ്പ് കോപത്തോടെ സംസാരിച്ചല്ലോ. ഇപ്പഴും മനസ്സിലാകാത്ത വിധത്തിലാ നിങ്ങൾ സംസാരിക്കുന്നത്."

"ആ പട്ടികയൊന്നു നോക്കൂ."

"ആ പട്ടികയിലെന്താ ഉള്ളത്?

പെട്രോൾ ചെലവ്

പ്രിൻസിപ്പൽ സാരി

വർജിൻ സ്പ്രിങ് ടവ്വൽ

ലവ്ടേൽ പെർഫ്യൂം

നീലഗിരീസ് കാപ്പി

ഡബ്ൾ എക്സ്പോഷർ! മനസ്സിലായോ?"

അവൻ സമ്മതിച്ചു തലയാട്ടി.

"രണ്ടു കത്തുകൾ പതിഞ്ഞതാണത്. ആ വെള്ളക്കടലാസിനു മുകളിലുണ്ടായിരുന്ന രണ്ടു കടലാസുകളിലെഴുതിയിരുന്നത് ഇതിൽ പതിഞ്ഞിട്ടുണ്ട്. ഒന്നൊരു ചെലവിന്റെ കണക്ക്. മറ്റൊന്നൊരു വിലാസം. തുറന്നു കാണിച്ചു തരാം. നോക്കൂ."

"പെട്രോൾ

ടവ്വൽ

പെർഫ്യൂം

കാപ്പി

ഇവയൊരു ഭാഗം എഴുതിയിരിക്കുന്നു. മറ്റേ ഭാഗം
പ്രിൻസിപ്പൽ
വർജിൻ സ്പ്രിങ്ങ്
ലവ്ടേൽ
നീലഗിരീസ് എന്നു എഴുതിയിരിക്കുന്നു. രണ്ടും കൂടി ഇതിൽ പതിഞ്ഞിരിക്കയാ."

വസന്ത് ഒരുതവണ എന്നെ സൂക്ഷിച്ചുനോക്കി. മയക്കം വരുമ്പോലെ നടിച്ച് കണ്ണുകൾ മൂടി ഭാവനയിൽ മുഴുകി. "ബോസ്; ധാരാളം മത്സ്യം കഴിക്കാറില്ലെ നിങ്ങൾ? എവിടുന്നാ നിങ്ങൾക്കീ..."

"ഷട്ട് അപ്പ്! ഇനിയെന്തു ചെയ്യണംന്ന് നോക്ക്. ഒരു പരസ്യവും ഈ വിലാസവും യോജിക്കുന്നത് നോക്കൂ. പരസ്യത്തിൽ തെക്കെ ഇന്ത്യയിൽ എസ്റ്റേറ്റിലേക്ക് ഒരു ലേഡി ടീച്ചർ വേണമെന്ന് ആവശ്യപ്പെട്ടിരിക്കുന്നു. പ്രതിമ അതിന് അപേക്ഷ അയച്ചിരിക്കുന്നു. നീലഗിരിയിൽ ലവ്ടേൽ എന്ന സ്ഥലത്ത് വർജിൻ സ്പ്രിങ് എന്ന സ്കൂളിലേക്ക് അപേക്ഷ അയച്ചിരിക്കയാ. പ്രതിമ അവിടെ ഉണ്ടാകും. ആർക്കാ ടെലഫോൺ ചെയ്യേണ്ടത്?"

"ട്രങ്ക് കാൾ. ലവ്ടെയിലിൽ. വെർജിൻ സ്പ്രിങ്ങിന്റെ പ്രിൻസിപ്പലിന്."

"ഈ സമയത്ത് ആ പ്രിൻസിപ്പൽ നല്ല കൂർക്കം വലിച്ചുറങ്ങുന്നുണ്ടാവും."

"അല്ലെങ്കിൽ.."

"പിന്നെയും തൊടങ്ങിയോ! നാളെ കാലത്ത് ആദ്യമായി ആ പ്രിൻസിപ്പാളെ ട്രങ്കിൽ കോണ്ടാക്ട് ചെയ്യണം... പിന്നെ ദേഷ്യപ്പെട്ടു സംസാരിച്ചതിന് സോറി... ഗുഡ്നൈറ്റ്. നീ വീട്ടിലേക്കുപൊയ്ക്കോളൂ.

നാല്

"ഹലോ... ഓ... ഓ..." അടുത്ത തെരുവിലെ രാമകൃഷ്ണാ കഫെ വരെ കേൾക്കത്തക്കവിധം വസന്ത് വിളിച്ചുകൂവി. ലവ്ടേൽ സ്കൂളിലേക്ക് ട്രങ്ക് ബുക്ക് ചെയ്തിരുന്നു. അതു കോയമ്പത്തൂരോ മേട്ടുപ്പാളയത്തോ ഊട്ടക്കമന്റിലോ എന്ന് എക്സ്ചേഞ്ച് തോറും അന്വേഷിച്ചു. ഒടുവിൽ കിട്ടിയതാണ്.

"ഈസ് ദാറ്റ് വർജിൻ സ്പ്രിങ് സ്കൂൾ?"

"..."

"ആ മൈ ടോക്കിങ് ടു ദ പ്രിൻസിപ്പൽ."

"..."

"ഗുഡ് മോർണിങ്. എന്റെ പേര് വസന്ത്. നിങ്ങളുടെ സ്കൂളിൽ പ്രതിമ എന്നൊരദ്ധ്യാപിക ജോലി ചെയ്യുന്നുണ്ടോ?"

എന്റെ ഹൃദയത്തുടിപ്പുപോലും അല്പസമയത്തേക്കു നിലച്ചു.

"പ്രതിമ പി ആർ എ ടി എം എ ഷിഫോർ പീറ്റർ ഉണ്ടോ? അവരെ ഒന്നു വിളിക്കാമോ? പ്ലീസ്."

"................................"

"സാരമില്ല വിളിക്കൂ. ഞാൻ കാത്തിരിക്കാം. മദ്രാസിൽ നിന്ന് അത്യാവശ്യമായി ഒരു കാര്യം സംസാരിക്കാനുണ്ടെന്നറിയിക്കൂ. പ്ലീസ്... ബോസ്! ബോസ്! കൺഗ്രാജ്സ്. കൈകൊടുക്കൂ സാർ. പ്രതിമ അവിടെത്തന്നെയാണുള്ളത്. ക്ലാസിലാണത്രെ. വിളിക്കാൻ പോയിരിക്കുന്നു."

"ടെലഫോൺ ഇങ്ങോട്ടുതാ." ടെലിഫോണിൽ ട്രങ്ക് കോളിൽ സാധാരണമായ ശബ്ദകോലാഹലം കേട്ടു. പടപട ഡയലടിക്കുന്നു. വേറെ ആരോടോ സംസാരിക്കുന്ന ക്രോസ് ടോക്കും.

"ത്രീ മിനിട്ട്സ് പ്ലീസ്" എന്ന് ഒരോപ്പറേറ്ററുടെ ശബ്ദം കേട്ടു.

"അയാം വെയിറ്റിങ്. പ്ലീസ് കണ്ടിന്യൂ ദ കാൾ"

ഞാനെന്തു പറയാൻ പോകുന്നു.. എന്തു പറയണം... ചുരുക്കിപ്പറയണം... അവളെ ഭയപ്പെടുത്തിക്കൂടാ.. മയത്തോടെയാവണം.. ഞാനാരാണെന്നു ചോദിച്ചാൽ സാമിനാഥനെപ്പറ്റി...

"ഹലോ" പെൺ ശബ്ദം.

"പ്രതിമാ?"

"യെസ് പ്രതിമാ സ്പീക്കിങ്. അതാര്?"

"എന്റെ പേര് ഗണേഷ്. നിങ്ങളോടു സംസാരിക്കണം."

"സംസാരിച്ചുകൊണ്ടിരിക്കയാണല്ലോ നിങ്ങൾ."

"പ്രതിമാ. ഞാൻ നിങ്ങളുടെ സുഹൃത്താണെന്നു കരുതിക്കോളൂ. നിങ്ങളോടു ചില കാര്യങ്ങൾ അന്വേഷിക്കാനുണ്ട്."

"എന്തിനെപ്പറ്റി?"

"നിങ്ങൾക്ക് നന്മ ചെയ്യുന്നതിനെപ്പറ്റി."

"മനസ്സിലായില്ല... ഹലോ, നിങ്ങൾക്കും സാമിനാഥനും തമ്മിലെന്തെങ്കിലും ബന്ധമുണ്ടോ?"

"ഉണ്ട്. ഹലോ ഹലോ! പക്ഷെ നിങ്ങളോടു ഞാൻ ഇപ്പോൾ സംസാരിക്കുന്നതോ, ഞാൻ നിങ്ങളുടെ വിലാസം കണ്ടുപിടിച്ചതോ സാമിനാഥനറിയില്ല."

"കാര്യമെന്താണെന്നു പറയൂ. സാമിനാഥനും..."

"കാര്യം ടെലഫോണിൽ തീർക്കാൻ കഴിയില്ല. ഞങ്ങൾ നിങ്ങളെ വന്നു കാണാനാഗ്രഹിക്കുന്നു."

"ഞങ്ങൾ എന്നാൽ?"

"ഞാനും എന്റെ അസിസ്റ്റന്റ് വസന്തും."

"സാമിനാഥന്റെ വക്കീലോ."

"അതെ."

"ലുക്ക് മിസ്റ്റർ ഞാനും ആ മനുഷ്യനും തമ്മിലൊരു ബന്ധവുമില്ല. അയാം സോറി. എനിക്കു നിങ്ങളെ കാണാൻ സാദ്ധ്യമല്ല. സാമിനാഥനെപ്പറ്റി എനിക്കറിയാവുന്നത് നിങ്ങൾക്കറിയില്ല."

"സിക്സ് മിനിട്ട്. പ്ലീസ്."

"കണ്ടിന്യൂ.. കണ്ടിന്യൂ... സാമിനാഥൻ നിങ്ങളിൽനിന്ന് വിവാഹമോചനം നേടാനാഗ്രഹിക്കുന്നു."

"ഒരു വിഷമവുമില്ല. കടലാസെല്ലാം തപാലിലയച്ചോളൂ. ഒപ്പിട്ട് അയക്കാം. അത്രയല്ലേ ഉള്ളൂ. എനിക്കവനോടൊരു ബന്ധവും വേണ്ട. അവന്റെ ഒരു കാശുമെനിക്കു വേണ്ട. പക്ഷേ, ഒരേയൊരപേക്ഷ. ഞാൻ ഉള്ള സ്ഥലം ഒരുവിധത്തിലും അവനെ അറിയിക്കരുത്."

"എന്തുകൊണ്ട്, എന്തുകൊണ്ട് പ്രതിമാ? നിങ്ങളെ വന്നു കാണാൻ പറ്റുമോ?"

"സാമിനാഥനോടു കൂടിയോ?"

"വന്നോളൂ. അവനെപ്പറ്റി ഞാൻ പറയാം. വിവാഹമോചനത്തിനു മാത്രമായി നിങ്ങൾ നേരിട്ടു വരേണ്ടതില്ല. തപാലിൽ കടലാസുകളയച്ചാൽ മതിയാവും. വീണ്ടും കല്യാണമോ? എന്റെ ഹൃദയംഗമമായ അനുകമ്പ അറിയിക്കൂ."

"ഞാനങ്ങോട്ടു വരട്ടെ പ്രതിമാ?"

"നിങ്ങളുടെ ഇഷ്ടം. അത്രമാത്രം."

"ഈ ആഴ്ച അവസാനം ഞങ്ങൾ വരും. കൈയൊപ്പൊരു ചെറിയ കാര്യമാണ്. കടലാസെല്ലാം ഞങ്ങൾ കൊണ്ടുവരാം. എങ്കിലും നിങ്ങളുടെ ഭാഗവും കേൾക്കാനാഗ്രഹമുണ്ട്. നേരിൽ വന്നു കാണാം."

"വരൂ തനിച്ച്."

"ഒ എസ്."

ടെലഫോൺ വച്ച ഉടനെ വസന്ത് ചോദിച്ചു. "അവളെന്തു പറഞ്ഞു."

"കേസ് തീർന്നു. ടെലഫോണിൽ കൂടിത്തന്നെ തീർന്നു. വിവാഹമോചനത്തിനു സമ്മതിച്ചു. തപാലിലയച്ചാൽ കൂടി ഒപ്പിട്ടുതരാമെന്നു പറഞ്ഞു."

"സഭാഷ്! ചീപ്പായിത്തീർന്നു. നമ്മൾ പോകണോ? എന്താ?"

"വേണം! നീ കേട്ടുകൊണ്ടിരുന്നല്ലോ. അവളുടെ ശബ്ദധോരണിയിൽ നിന്നു തന്നെ മനസ്സിലാവുന്നു. അവളൊന്നും മറച്ചുവക്കാത്തവളാണ്. അവൾ സാമിനാഥനെ കാണാനിഷ്ടപ്പെടുന്നില്ല. അവന്റെ കൂടെ വേണ്ട എന്നു പറയുന്നു."

"എന്തുകൊണ്ട്?"

"എന്തുകൊണ്ടാണെന്നു മനസ്സിലാക്കാനിരിക്കുന്നു. നമ്മുടെ ക്ലയന്റ് ആരാ? സാമിനാഥനോ പ്രതിമയോ? നമ്മളാരുടെ ഭാഗത്താ?"

"സത്യത്തിന്റെ ഭാഗത്ത്. സാമിനാഥനെന്തുപറയുന്നു.. പ്രതിമ ദുർന്ന

ടത്തക്കാരിയാണ്. വേറൊരുവനൊപ്പം ഓടിപ്പോയവളെന്നു പറയുന്നു. വിവാഹമോചനം ചോദിക്കുന്നു... പ്രതിമയുടെ മറുപടിയെന്താ... സാമിനാഥനെപ്പറ്റി സംസാരമേ വേണ്ട; അവനെ നിങ്ങൾക്കു മനസ്സിലായിട്ടില്ല എന്ന്. ഇതിൽ സത്യമെവിടെ കിടക്കുന്നു. എവിടെ കിടക്കും. സത്യം രണ്ടുപേർക്കുമിടയിലെവിടെയോ കിടക്കുകയാ. അതു കണ്ടുപിടിക്കണ്ടെ? ധാരാളം പണമുണ്ട്. ഇത്രയെളുപ്പത്തിൽ വിവാഹമോചനം ലഭിക്കുന്നു. കുറച്ചു കൂടി ആടിനോക്കാം. എനിക്കാ പ്രതിമയെ കാണാൻ ധൃതിയാകുന്നു. കോയമ്പത്തൂരേക്കു ഫ്ളൈറ്റ് ബുക്ക്ചെയ്യൂ. വെള്ളിയാഴ്ച പോകാം. അവിടെ നിന്നു ടാക്സി പിടിച്ചു ലവ്ടലിലേക്കു പൊയ്ക്കളയാം. പണം കുറച്ചു ചെലവഴിക്കട്ടെ."

"സാമിനാഥനോടെന്താ നിങ്ങൾ പറയാൻ പോകുന്നത്?"

"അതു ഞാൻ നോക്കിക്കൊള്ളാം. നീ മിണ്ടണ്ട. ഇന്നലെ വളരെ ശ്രദ്ധയോടെ ആ ഫോട്ടോകളെല്ലാം നീ നോക്കുന്നതു കണ്ടല്ലോ. എനിക്കു മനസ്സിലായൊരു കാര്യം നിനക്കു മനസ്സിലായോ?"

"എനിക്കു മനസ്സിലായതെല്ലാം വെറും..."

"പറയരുത്. എല്ലാം ഫോട്ടോകളിലും പ്രതിമ കണ്ണടച്ചിരിക്കുന്നു. അല്ലെ?"

"ലജ്ജയായിരിക്കും."

"എനിക്കങ്ങനെ തോന്നുന്നില്ല."

"പിന്നെ."

"വേറെയൊന്നും തോന്നുന്നില്ലേ? ഒരു കാര്യംചെയ്യൂ. ആ ഫോട്ടോകളിൽ ഒന്ന് എൻലാർജ്ജ് ചെയ്തു പ്രിന്റെടുത്തു കൊണ്ടുവാ."

"ഏതു സൈസിൽ എൻലാർജ്ജ് ചെയ്യണം?"

"ആ ബാബു സ്റ്റുഡിയോയിൽ എത്ര വലുതായി എൻലാർജ്ജ് ചെയ്യാൻ കഴിയുമോ അത്ര."

വസന്ത് ഊവലിട്ടു.

"എവിടെ ആ പടങ്ങൾ? അല്പം റിവിഷനെടുക്കണം."

മുന്നിൽ കാർ വന്നു നിന്നു.

"കഥാനായകൻ വരുന്നു... വരൂ. മി. സാമിനാഥൻ. വാ തരുണാ."

സാമിനാഥൻ ചെവിയിൽ പൂവച്ചിരുന്നു. "കന്തസ്വാമി ക്ഷേത്രത്തിൽ പോയിട്ടുവരികയാ ഞങ്ങൾ. തരുണയ്ക്ക് ചൈനാ ബസാറിൽ നിന്നെന്തോ വാങ്ങാനുണ്ടെന്നു പറഞ്ഞു. പോരുന്നവഴി വക്കീൽ സാറിനെ കണ്ട് കേസെന്തായി എന്നന്വേഷിച്ച് വേറെ വല്ലതും ചെയ്യേണ്ടതുണ്ടോ എന്ന്..."

"നിങ്ങളുടെ കേസ് തീർന്നു സാമിനാഥൻ."

സാമിനാഥൻ വാ പൊളിച്ചുപോയി. "എന്താ പറഞ്ഞത്?"

"പ്രതിമയിൽ നിന്നു വിവാഹമോചനമല്ലേ വേണ്ടത്? ഈ ആഴ്ച അവസാനം കിട്ടും."

"യു മീൻ... പ്രതിമ എവിടെയുണ്ടെന്നു കണ്ടുപിടിച്ചുകഴിഞ്ഞോ?"

"കണ്ടുപിടിച്ചു സംസാരിച്ചുകഴിഞ്ഞു. ടൈപ്പ് ചെയ്തു കൈയൊപ്പ് വാങ്ങേണ്ട കാര്യേ ബാക്കിയുള്ളൂ."

"ഹൈ" തരുണ തുള്ളിച്ചാടി. അവളുടെ മാറിടം കുലുങ്ങി.

"സാമി, സാമി! കല്യാണത്തിനു വേണ്ട ഏർപ്പാടെല്ലാം ചെയ്യണം. ചെക്കുപുസ്തകം കൊണ്ടുവന്നിട്ടുണ്ടോ? ഇല്ലേ?"

ഞാൻ സാമിനാഥനെത്തന്നെ നോക്കിക്കൊണ്ടിരുന്നു.

"നിങ്ങൾ പ്രതിമയെ കണ്ടോ?"

"കണ്ടിട്ടില്ല. സംസാരിച്ചു."

"എന്തു പറഞ്ഞു അവൾ?"

"സമ്മതമാണെന്ന് അത്രമാത്രം."

"വക്കീൽ സാർ നിങ്ങൾ സത്യംതന്നെയാ പറയുന്നത്? പ്രതിമ.... പ്രതിമ..."

"സംശയമേ വേണ്ട. പ്രതിമയോടു സംസാരിച്ചു, അവൾ സമ്മതിക്കുകയും ചെയ്തു."

"എവിടെയാണവൾ?"

"അതിനെപ്പറ്റി നിങ്ങൾക്കെന്തിനാ വേവലാതി?"

"മനസ്സിലായില്ല."

"നിങ്ങൾക്ക് വേണ്ടത് വിവാഹമോചനമല്ലേ? പ്രതിമ എവിടെയുണ്ടെന്ന കാര്യത്തിലെന്തിനാ നിങ്ങൾക്കുൾക്കണ്ഠ?"

"യു മീൻ.. അവളെവിടെയുണ്ടെന്നു നിങ്ങൾക്കറിയാം. പക്ഷേ നിങ്ങളെന്നോടു പറയില്ല. അതല്ലേ?"

"അതുതന്നെ."

"എന്തുകൊണ്ട്?" അവളറിയിക്കരുതെന്നു പറഞ്ഞോ?"

"അതേപ്പറ്റിയെല്ലാം നിങ്ങളെന്തിനുൽക്കണ്ഠ കാണിക്കണം?"

"പാർട്ടി പ്രതിമ തന്നെയാണെന്നെനിക്കു മനസ്സിലാവണ്ടേ?"

"യു മീൻ.. ഞാനേതോ പെണ്ണിന്റെ കൈയൊപ്പും വാങ്ങി ഇതാണ് പ്രതിമയെന്നു..."

"എന്നു ഞാൻ പറഞ്ഞില്ല. എന്നാലും അവളെവിടെ ഉണ്ടെന്നെന്നെ അറിയിച്ചുകൂടെ?"

"സോറി. അവളെ കണ്ടു സംസാരിച്ചതിൽ പിന്നെ അവളുടെ സമ്മതത്തോടെയേ പറ്റൂ. അവളെവിടെയായാലെന്താ സാമീ? ഡൈവോർസിനവൾ സമ്മതിച്ചുകഴിഞ്ഞല്ലോ. അതുപോരെ?"

"അതുമതി... അതുമതി... അവള് നശിച്ചുപോകട്ടെ. എന്നെ എങ്ങനെയെല്ലാം കഷ്ടപ്പെടുത്തി! എന്നെക്കൊണ്ടവളുടെ കാല്പിടിപ്പിച്ചവളാ. എന്റെ കൺമുന്നിൽവച്ച്... താലികെട്ടിയ ഭർത്താവിന്റെ വീട്ടിൽവച്ച്..." അവന്റെ കണ്ണുകളിൽ കണ്ണുനീരിന്റെ തിരശ്ശീല വീണു.

"സാമി അതെല്ലാം ദുഃസ്വപ്നം പോലെ മറന്നു കളഞ്ഞില്ലെ. വീണ്ടും

വീണ്ടും ആ നാളുകളെകുറിച്ചെന്തിനു ചിന്തിക്കണം?"

"വിവാഹമോചനം ഉടനെ കൊടുക്കാമെന്നാണോ അവൾ പറഞ്ഞത്? വിശ്വാസം വരുന്നില്ലല്ലോ?"

"ഞാനെന്റെ ചെവി കൊണ്ടു കേട്ടു."

"ടെലഫോണിൽ സംസാരിച്ചതാ നിങ്ങൾ?"

"അതെ."

"ട്രങ്ക്കാളാ?"

"ഏതോ ഒരു കോൾ നിങ്ങൾക്കെന്താ വേണ്ടത്?"

"വിവാഹമോചനം."

"തിങ്കളാഴ്ചകിട്ടും. മുൻകൂർ കുറച്ചുപണം വേണം മി. സാമിനാഥൻ. അലച്ചിലിന്.... പിന്നെ ഡോക്യുമെന്റ്സ് തയ്യാറാക്കണം. സ്റ്റാമ്പു ചെലവ്... യാത്രാച്ചെലവ്.."

"വേണ്ടത്ര തരാം. എത്രവേണം?"

"രണ്ടായിരം രൂപ വേണം."

ചെക്കു ബുക്കെടുത്തു അലക്ഷ്യമായി എന്റെ പേർക്കെഴുതിത്തന്നു.

"എന്തായിത് നാലായിരമോ?"

"രണ്ടായിരം ചെലവിന്. രണ്ടായിരം പ്രതിമയുടെ വിലാസം കണ്ടുപിടിച്ചതിന്. എങ്ങനെ കണ്ടുപിടിച്ചു നിങ്ങൾ? ആശ്ചര്യമായിരിക്കുന്നു."

വസന്ത് എന്നെ നോക്കി.

"മി. സാമിനാഥൻ ഇങ്ങനെ അധികം തുക തന്നു അവളുടെ വിലാസം വേണമെന്ന് നിങ്ങൾ പരോക്ഷമായി പറയുകയാണോ?"

"എഗ്രിമെന്റ് വഴി അതാണല്ലോ ആദ്യം സമ്മതിച്ചത്."

"നിങ്ങൾക്ക് ഓർമ്മക്കുറവല്പം അധികമാണെന്നു ഞാൻ വിചാരിക്കുന്നു. നിങ്ങളവളെ കാണാനേ ഇഷ്ടപ്പെട്ടിരുന്നില്ല. എങ്ങനെയെങ്കിലും വിവാഹമോചനം ലഭിച്ചാൽ മതിയെന്നല്ലേ പറഞ്ഞിരുന്നത്?"

"മനസ്സിലായി. ഞാൻ പറയാം. ഗണേഷ് സാർ. സാമിക്ക് ഇപ്പോഴും അവളോടല്പം മേലാശയുണ്ട്. വീണ്ടും ഒരു ചാൻസ് നോക്കാമെന്നു പുതിയൊരാഗ്രഹം വന്നിരിക്കയാ. അവൾ വളരെ സുന്ദരിയാണ് എന്ന് വേലക്കാർ പറഞ്ഞു ഞാൻ കേട്ടിട്ടുണ്ട്. സുന്ദരമായ ശരീരവും വച്ചുകൊണ്ടല്ലെ ഒരു വർഷം തള്ളിവിട്ടത്. സാമിക്കിപ്പഴും അവളോടുള്ള ആശ പോയിട്ടില്ല."

"അയ്യയ്യോ! അങ്ങനെ വിചാരിക്കരുത് തരുണാ. അവൾ എവിടെയിരുന്നാലെനിക്കെന്ത്? എനിക്കു നിന്നെമാത്രം മതി പ്ലീസ്."

"പിന്നെയെന്തിനാ വീണ്ടും വീണ്ടും അവരെ വിഷമിപ്പിക്കുന്നത്? അവർ വിവാഹമോചനം നേടിത്തരാമെന്നു പറഞ്ഞല്ലോ."

"ഛെ! എന്റെ വിഡ്ഢിത്തരമാണ് തരുണാ. അവളെ നേരിൽ കണ്ടു. എടീ രാക്ഷസീ നീയെന്തിനാ എന്നോടിങ്ങനെ ചെയ്തത്? എന്നെ വഞ്ചിച്ചതെന്തിന്? എന്ന് ചോദിച്ചിട്ട് അവളുടെ ഓരോ പ്രവൃത്തിയും എണ്ണി

യെണ്ണിപ്പറയണമെന്നെനിക്കു തോന്നി."

"വേണ്ട അതിന്റെ ആവശ്യമില്ല. അതെല്ലാം ചത്തകുട്ടിയുടെ ജാതകം നോക്കലാണ്. മി. സാമിനാഥൻ; തിങ്കളാഴ്ച മിക്കവാറും നിങ്ങളുടെ ഡൈവോഴ്സ് കാര്യം തീരും. ഇന്നു ബുധനാഴ്ച നാളെ നിങ്ങളൊന്നു കൂടി ഇങ്ങോട്ടു വരൂ. ചില ഡോക്യുമെന്റ്സ് തയ്യാറാക്കിവയ്ക്കാം. അവയിൽ കൈയൊപ്പിട്ടുതരണം. നിങ്ങൾക്കിരുവർക്കും ഒന്നിച്ചു ജീവിക്കാൻ സാധിക്കാത്തതിനാൽ ഉഭയസമ്മതപ്രകാരം വിവാഹം റദ്ദുചെയ്യുന്നു എന്ന് ഡോക്യുമെന്റു തയ്യാറാക്കാം. അതിലവളും കൈയൊപ്പു വയ്ക്കും." ഞാൻ പറഞ്ഞു.

"വളരെ നല്ലത്. നാളെ എത്രമണിക്കു വരണം?"

"വൈകുന്നേരം വരൂ."

"ശരി തരുണാ. നീയെന്താ മുഖം താഴ്ത്തിയിരിക്കുന്നത്? ഛെ ഛെ! തെറ്റായി നിഗമനം ചെയ്യുകയാണോ? എനിക്കവളെ കാണാൻ യാതൊരാഗ്രഹവുമില്ല. താങ്ങാനാവാത്ത മനോവിഷമം തോന്നി. അത്രമാത്രം തരുണാ പ്ലീസ്... എന്നെ നിനക്കറിയില്ലെ? വാ പോകാം. ചൈനാ ബസാറിൽ പോകണമെന്നു പറഞ്ഞിരുന്നല്ലോ... വാ!"

തരുണ വസ്ത്രം നേരയാക്കി. കണ്ണീർ തുടച്ചു കൊച്ചുകുട്ടിയെപ്പോലിരുന്നു. അവളെ അണച്ചുചേർത്തുകൊണ്ടു മെല്ലെ കാറിനരികെ സാമിനാഥൻ കൊണ്ടു ചെന്നു. "അവൾക്ക് എന്റെ ഹൃദയംഗമമായ അനുകമ്പ" എന്ന് പ്രതിമ പറഞ്ഞത് പെട്ടെന്നെന്റെ സ്മരണയിലുയർന്നു.

"വസന്ത് ഡോക്യുമെന്റ് ഡ്രാഫ്റ്റ് തയ്യാറാക്കൂ." ഞാൻ പറഞ്ഞു.

"സാമിനാഥന്റെ മനംമാറ്റം കണ്ടോ?"

"അതെ. അവനവളെ കാണാനാഗ്രഹമുണ്ട്."

"പ്രതിമയിൽ ഒരു കാന്തശക്തിയുണ്ടെന്നു എനിക്കു തോന്നുന്നു."

"രണ്ടായിരം രൂപ അധികം തന്നിരിക്കുന്നു. രസം തന്നെ. ഉടനെ ഫ്ളൈറ്റ് ബുക്ക് ചെയ്യൂ. വെള്ളിയാഴ്ച പോയിട്ട് ശനിയാഴ്ചയോ ഞായറാഴ്ചയോ തിരിച്ചുവരാം."

അഞ്ച്

എച്ച് എസ് 748 വിമാനം നിലം തൊട്ട ഉടനെ വസന്ത് പറഞ്ഞു. "താങ്ക് ഗോഡ്." ജനൽ വഴി കോയമ്പത്തൂർ വിമാനത്താവളത്തിലെ ചെറു കെട്ടിടങ്ങളും ഒരേയൊരഗ്നിശമനയന്ത്രവും രണ്ടു ജോലിക്കാരും കാണപ്പെട്ടു. ഇറങ്ങിയ പാടെ ഞായറാഴ്ചക്കുള്ള റിട്ടേൺ ടിക്കറ്റ് കൺഫോം ചെയ്തു പുറത്തേക്കുവന്നു.

"അല്പമിരിക്കൂ. പ്രൈവറ്റ് ടാക്സിക്ക് ഏർപ്പാടു ചെയ്തിരുന്നു. വന്നിട്ടുണ്ടോ എന്നു നോക്കട്ടെ." എന്നു പറഞ്ഞു കൊണ്ട് വസന്ത് അന്വേഷിക്കാൻ പോയി. ഞാൻ കാത്തിരുന്നു. സമയം നോക്കി. വൈകുന്നേരത്തി

നിടെ ലവ് ടേലിലേക്കെത്താം. എന്റെ പെട്ടിയിൽ ഡൈവോഴ്സ് സംബന്ധമായ കടലാസുകളെല്ലാം ശരിയാക്കിവെച്ചിരുന്നു. സാമിനാഥൻ ഇന്നലെ വന്നു എല്ലാറ്റിലും കൈയൊപ്പു വച്ചു പോയിരുന്നു. അവനു വളരെ സന്തോഷമായിരുന്നു. പ്രതിമയെപ്പറ്റി ഒന്നും തന്നെ ചോദിച്ചില്ല. ഡോക്യുമെന്റിൽ എഴുതിയിരിക്കുന്നത് വായിച്ചു നോക്കിയില്ല. എവിടെയാണൊപ്പിടേണ്ടതെന്നു ചോദിച്ചു. ഞാൻ കാട്ടിക്കൊടുത്തു അവൻ ഒപ്പിട്ടു. സമീപത്തുള്ള തരുണ കൈയടിച്ചാഹ്ലാദിച്ചു. "രക്ഷപ്പെട്ടു! ഗണേഷ് സാർ ഞങ്ങളുടെ കല്യാണത്തിനു തീർച്ചയായും നിങ്ങൾ വരണം. അടുത്തയാഴ്ചക്കു ഫിക്സ് ചെയ്തുകഴിഞ്ഞു." അവൾ പറഞ്ഞു.

"തീർച്ചയായും വരാം." ഞാൻ പറഞ്ഞു.

"എവിടെ വച്ചാ കല്യാണം?"

"രജിസ്റ്ററാഫീസിൽ വച്ച്."

എനിക്കാശ്ചര്യമായിരുന്നു. "അദ്ദേഹമെന്തു പറഞ്ഞു? സമ്മതിച്ചോ?" ഞാൻ ചോദിച്ചു.

"അദ്ദേഹത്തോടിനിയും പറഞ്ഞിട്ടില്ല. സമ്മതിക്കും." സാമിനാഥനാണ് മറുപടി പറഞ്ഞത്.

എന്റെ ആശ്ചര്യം കുറച്ചുകൂടി വർദ്ധിച്ചു.

ഒരു പുതിയ അംബാസഡർകാർ വന്നു നിന്നു. മുണ്ടുടുത്ത ഡ്രൈവർ. എന്റെ പെട്ടിയെടുത്തു ഡിക്കിയിൽ വെച്ചു.

"നിന്റെ പേരെന്താ?"

"ശക്തിവേൽ."

"മെല്ലെ ഓടിക്കൂ. ധൃതിയൊന്നുമില്ല. മലമ്പാതയിൽ വല്ലേടത്തും ഞങ്ങളെ തള്ളിയിടരുത്."

എന്താ സാർ അങ്ങനെ പറയുന്നത്. എത്രയോ വെള്ളക്കാരായ ടൂറിസ്റ്റുകൾക്കു വേണ്ടി കാറോടിച്ചവനാ ഞാൻ."

മേട്ടുപ്പാളയം വിട്ടപ്പോൾ യാത്ര സുഖകരമായി തോന്നി. വളഞ്ഞുപുളഞ്ഞ മലമ്പാതയ്ക്കിരുവശവും പച്ചിലക്കാടുകളും മേഘവും തൊട്ടുരുമ്മിയിരുന്നു. റയിലും റോഡും ഇടക്കിടെ തുരങ്കത്തിനുള്ളിൽ മറഞ്ഞു ഒളിച്ചുകളി നടത്തുന്നു. ആ തീവണ്ടിയിൽ പോകാമായിരുന്നെന്നു തോന്നിപ്പോയി. ചെറിയ നായ്ക്കുട്ടിയെ എൻജിൻ ബൊമ്മപ്പെട്ടി പോലുള്ള കമ്പാർട്ടുമെന്റുകൾ വലിച്ചു ചെല്ലുമ്പോൾ ഇടക്കിടെ ഇറങ്ങി ഒരുപുഷ്പം പറിച്ചു വീണ്ടും കയറാമെന്നു തോന്നും. കാറ്റിനൊരു സുഗന്ധമുണ്ടായിരുന്നു. മേലോട്ടു കയറും തോറും എനിക്കു മൂക്കടപ്പു വരുമ്പോലിരുന്നു. നേരിയ കുളിർ വ്യാപിച്ചു.

ലവ് ടേലിലേക്കു പ്രവേശിക്കുംമുമ്പെ ഒരു ചെക്ക് പോസ്റ്റുണ്ടായിരുന്നു. ഞങ്ങളെ നിർത്തി രണ്ടു രൂപാ വാങ്ങി രണ്ടിഞ്ചു ചതുരത്തിൽ ഒരു റസീറ്റു തന്നു. "പോകാം" ഒരു യുവാവനുമതി നല്കി. "വെൽകം ടു ലവ്ടേൽ.. എലിവേഷൻ" എന്നു ഞങ്ങളെ സ്വാഗതം ചെയ്തു. ഇംഗ്ല

ണ്ടിലെ കാഴ്ചകൾ എനിക്കോർമ്മ വന്നുപോയി. ആ മരതകവർണ്ണത്തെ പാടെ പരാജയപ്പെടുത്തുന്ന പച്ച യൂക്കാലിപ്റ്റസ് മരങ്ങൾ വാനം മുട്ടെ വളർന്നു കാറ്റിലാടിക്കൊണ്ടിരുന്നു. എങ്ങും വൃക്ഷങ്ങളും പൂക്കളും പെട്ടെന്നു പെട്ടെന്നു മറയുന്ന പാത. ചരിഞ്ഞ കൂരകളോടു കൂടിയ കവിത തുളുമ്പുന്ന വീടുകൾ.. വിനോദിക്കുന്ന കുട്ടികൾ..

"വർജിൻ സ്പ്രിങ് സ്കൂൾ എന്നൊന്നുണ്ടല്ലോ. അവിടെ പോകണം."

"ഇവിടെ ഉള്ളത് ഒരേ ഒരു സ്കൂളാ. എസ്റ്റേയിറ്റിന് തൊട്ട സ്കൂൾ."

"അതെ."

"അതാ നോക്കൂ. അതാണ് സ്കൂൾ."

മലയോരത്തിൽ വ്യത്യസ്ത ഉയരങ്ങളിൽ ആ പള്ളിക്കൂടത്തിന്റെ കെട്ടിടങ്ങൾ കാണപ്പെട്ടു. പുൽത്തലവെട്ടി സമപ്പെടുത്തി ഒരു ബാസ്ക്കറ്റ് ബാൾ മൈതാനം, മറ്റൊരു കളിസ്ഥലം, നീണ്ട സൈക്കിൾ ഷെഡ്... ഉയരത്തിൽ സ്കൂൾ കെട്ടിടങ്ങൾ കളിപ്പാട്ടങ്ങൾ പോലെ കാണപ്പെട്ടു. സമീപിച്ചുകൊണ്ടിരിക്കെ യൂണിഫോറം ധരിച്ച പെൺകുട്ടികൾ വരിവരിയായി സ്റ്റെഡിയായിനിന്ന് തനിച്ചു നില്ക്കുന്ന ഒരു സ്ത്രീയുടെ നിർദ്ദേശത്തിനനുസരിച്ച് ചാടിച്ചാടി ശരീരവ്യായാമം ചെയ്തുകൊണ്ടിരുന്നു.

"നന്നായി ചാടുന്നുണ്ടല്ലോ. വേഗം പുഷ്പിണികളായിത്തീരും." വസന്ത് കമന്റ് പാസാക്കി.

"ഷട്ട് യുവർ ഡ്രാപ്."

"ബോസ് അതാ നോക്കൂ. കുറെ അദ്ധ്യാപികമാർ തനിച്ചു നില്ക്കുന്നു. നിങ്ങളുടെ പ്രതിമ അവരിലൊരുവൾ തന്നെ."

പ്രതിമ, ഖലീൽ ജിബ്രാൻ പഠിക്കുന്ന പ്രതിമ. നിർവ്വാണം നേടിയ പോലെ ഫോട്ടോ എടുക്കപ്പെട്ട പ്രതിമ (എന്തിനാണാവോ കണ്ണടച്ചു കളഞ്ഞത്). എത്രയോ വേറൊരുത്തന്മാർ.. ഞാൻ കണ്ടത് ഒരു വേലക്കാരന്റെ കൂടെയാ!" സെക്കോനാൽ... I am ok, you are ok! "സാമിനാഥനെപ്പറ്റി എനിക്കറിയുന്നത് നിങ്ങൾക്കറിയില്ല."

വർജിൻ സ്പ്രിങ് സ്കൂൾ 1928 ൽ സ്ഥാപിതമായതാണെന്നു മുന്നിൽ പതിച്ചിരുന്ന മാർബിൾ കാണിച്ചു. അമ്പതു വർഷം പിന്നിട്ട ആ വാതിലിനെ പൂവല്ലികൾ മറച്ചുകൊണ്ടിരുന്നു.. എതിരെ വെള്ളക്കാരുടെ പടം. പലതരം വെള്ളിപ്പാത്രങ്ങൾ. ദേവർ എന്ന പടത്തിലെപ്പോലെ രണ്ടായി പിരിയുന്ന കോണിപ്പടി. ഇടതുവശം പ്രിൻസിപ്പൽ എന്ന് ബോർഡ് വെച്ചു അരവാതിലോടു കൂടിയ മുറി. കതകിനു മുന്നിൽ ഒരു കിഴവൻ ഇരിക്കുന്നു. അവൻ എന്നെ കണ്ടപാടെ എഴുന്നേറ്റു ചോദിച്ചു:

"നിങ്ങളാരാ?"

"ഞങ്ങൾ മദ്രാസിൽ നിന്നു വന്നിരിക്കയാ. പ്രിൻസിപ്പലിനെ കാണണം. ഗണേഷാണെന്നു പറയൂ."

അവൻ അകത്തേക്കു ചെന്നു, വീണ്ടും വെളിയേ വന്നു.

''ചെല്ല്.''

ആ സ്ത്രീക്ക് അമ്പതുവയസ്സുണ്ടാവും. നരയില്ലാത്ത മുടി മനോഹരമായി കോതിമിനുക്കി പിന്നോട്ടു കെട്ടിയിരിക്കുന്നു. നെറ്റിയിൽ പൊട്ടില്ല. സ്വച്ഛമായിരുന്നു. പച്ചനിറത്തിലുള്ള സാരി ധരിച്ചിരുന്നു. കണ്ണുകളിൽ മാത്രം അല്പം പ്രായാധിക്യം കാണാം. നേരിയ പുരികങ്ങൾ, കടഞ്ഞെടുത്തൊട്ടിച്ച മൂക്ക്. ചുവന്ന ചുണ്ടുകൾ...

"യെസ്" അവർ പറഞ്ഞു.

"ഞങ്ങൾ പ്രതിമയെ കാണാൻ വന്നിരിക്കയാണ്. ഫോൺ ചെയ്തിരുന്നു. ഓർമ്മിക്കുന്നുണ്ടോ?"

"മദ്രാസ് പാർട്ടിയോ? പേരെന്താ പറഞ്ഞത്?"

"ഗണേഷ്, ഇവന്റെ പേർ വസന്ത്."

"സർപ്രൈസിങ്!"

"എന്താ?"

"ഇന്നലെ വൈകുന്നേരം പ്രതിമയെ അന്വേഷിച്ചുകൊണ്ടൊരാൾ വന്നിരുന്നു. അവരും മദ്രാസിൽ നിന്നു ഫോൺ ചെയ്തിരുന്നെന്നു പറഞ്ഞല്ലോ."

"അങ്ങനെയോ... പ്രതിമയെ ഒന്നു വിളിക്കാമോ. അവരോടു തന്നെ ചോദിച്ചുകളയാം."

"പ്രതിമയെവിടെ?" അവർ ചോദിച്ചു.

"യു മീൻ..."

"ഇന്നലെ അയാളോടൊപ്പം പോയിട്ടു തിരിച്ചുവന്നിട്ടില്ല. ഇന്നു ക്ലാസിലും പോയിട്ടില്ലെന്നു തോന്നുന്നു. വെയ്റ്റെ മിനിട്ട്. ആയാ?"

ഒരായ ബഹുമാനപൂർവ്വം വന്നു നിന്നു.

"വേഗം പോയി പ്രതിമ ടീച്ചർ റൂമിലുണ്ടോന്ന് ഹോസ്റ്റലിൽ ചെന്നു നോക്കീട്ടു വാ."

ഞാൻ വസന്തിനെ നോക്കി. "ഇന്നലെ വന്നയാൾ വല്ല പേരും പറഞ്ഞിരുന്നോ?" ഞാൻ പ്രിൻസിപ്പലിനോടു ചോദിച്ചു.

"ഗണേഷ്" എന്നു തന്നെയാണ് പറഞ്ഞതെന്നാ എന്റെ ഓർമ്മ. ഇന്നലെ അയാളോടൊപ്പം പോയവൾ രാത്രി തിരിച്ചുവന്നില്ലല്ലോ.. I am begining to get worried!"

"അയാളെങ്ങനെയിരുന്നു. പറയാൻ കഴിയോ?"

"നിങ്ങൾ പൊലീസോ?" ഭയത്തോടെ ആ സ്ത്രീ ചോദിച്ചു.

"അല്ല."

"ആ പുള്ളി നല്ല ഉയരമുള്ള ആളായിരുന്നൂന്നാ ഓർമ്മ. പ്രതിമ വേഗം വന്നു അയാളെ കണ്ടു. മിസ്റ്റർ ഇതൊരു പഴയ പേരുകേട്ട പള്ളിക്കൂടമാണ്. ഇതിനകത്തു കുഴപ്പമൊന്നും വേണ്ട. എന്താ ആയ?"

ടീച്ചർ മുറി പൂട്ടിയിരിക്കുന്നു. കാലത്തു ബ്രേക്ക് ഫാസ്റ്റിനു വന്നിട്ടില്ല പോലും. ജനൽ വഴി നോക്കിയപ്പോ സാധനങ്ങളെല്ലാം അവിടവിടെ കിടക്കുകയാ."

പ്രിൻസിപ്പൽ എന്നെ പരിഭ്രാന്തത്തോടെ നോക്കി.

"എനിക്കെന്തൊക്കെയോ പരിഭ്രമം തോന്നുന്നു."

അവർ ക്ലോക്ക് നോക്കി.

"ഛെ ഛെ ഞാനും വൈകിപ്പോയി. അവൾ പുറപ്പെട്ടുപോയിട്ടു പതിനെട്ടു മണിക്കൂർ കഴിഞ്ഞു.... ഇനി എന്തുചെയ്യും? മുതലാളിയെ അറിയിക്കണം. എന്റെ ഇരുപത്തിനാലു വർഷത്തെ സർവ്വീസിനിടെ ഇത്തരമൊരു സംഭവം ഒരു തവണ കൂടി നടന്നിട്ടില്ല. ആയാ അദ്ദേഹം മുറിയിലുണ്ടോന്നു നോക്കീട്ടുവാ.."

ഞാനാകെ സ്തംഭിച്ചിരിക്കയായിരുന്നു. ഇംപോസിബിൾ? ബുദ്ധിയേ പ്രവർത്തിക്കാത്ത മാതിരി. വസന്ത് എന്നെ ഉറ്റുനോക്കി. "ഡോണ്ട് വറി" ഞാൻ പറഞ്ഞു.

ടെലഫോൺ മണിയടിച്ചു. പ്രിൻസിപ്പൽ റിസീവറെടുത്തുകൊണ്ട് "വർജിൻ സ്പ്രിങ് സ്കൂൾ." സംസാരം കേട്ടു. അവരുടെ മുഖത്തിനു വാട്ടം. "മൈ ഗോഡ് ഞങ്ങളുടെ മുതലാളിയോടൊരു വാക്കു പറഞ്ഞേക്കൂ." അവർ പറഞ്ഞു. "ഒരു ടീച്ചറെ അന്വേഷിച്ചു കൊണ്ടു മദ്രാസിൽ നിന്നു രണ്ടുപേർ വന്നിരിക്കുന്നു." ഓ.. യെസ്... ഞാൻ വരുന്നു."

അവരുടെ മുഖം രക്തപ്രകാശമറ്റു വിവർണ്ണമായിരുന്നു. "ഓഹോ പൊലീസ് ഔട്ട് പോസ്റ്റിൽ നിന്ന് സബ് ഇൻസ്പെക്ടർ ഫോൺ ചെയ്തിരിക്കുന്നു. ജാക്സൺ ലെയ്ക്കിനരികെ ഒരു പെണ്ണിന്റെ ശവം കിടക്കുന്നുണ്ടെന്നുപോലും. എന്നോടയാൾ ചെല്ലാൻ പറയുന്നു. ജീപ്പയച്ചിട്ടുണ്ടത്രെ."

എന്റെ മനോവിഷമം ഭീമാകാരമായി. "ഞങ്ങളും വരുന്നു "ഞാനറിയിച്ചു. പ്രിൻസിപ്പൽ കർച്ചീഫെടുത്തു കണ്ണുതുടച്ചു. "എന്റെ സർവ്വീസിനിടെ ഇങ്ങനെയൊന്നു സംഭവിച്ചിട്ടില്ല. നല്ല ടീച്ചറായിരുന്നു. നന്നായി പഠിപ്പിക്കും. പ്രത്യേകിച്ചും ന്യൂമാത്സ് വളരെ എളുപ്പത്തിൽ..."

"നിങ്ങൾ എന്തിനാണ് പ്രതിമയായിരിക്കും എന്ന് ആദ്യമെ കണക്കാക്കുന്നത്?"

"ദൈവമേ അതു പ്രതിമയായിരിക്കല്ലെ. വേറെ വല്ല പെണ്ണുമായിരിക്കട്ടെ. നോക്കു, പെട്ടെന്നു വാർത്ത പരന്നുകഴിഞ്ഞു. ആളുകൾ കൂട്ടംകൂടാൻ തുടങ്ങി. മുത്തൂ, ഇവരെല്ലാമെന്തിനാ ഇവിടെ കൂടി നില്ക്കുന്നത്? എല്ലാവരെയും ക്ലാസിലേക്കയക്കൂ."

വീണ്ടും ടെലഫോൺ! "ഹലോ ഓ യെസ് സാർ. യെസ് സാർ. ഇപ്പഴാ വിവരം കിട്ടിയത് സർ. ഞാൻ നിങ്ങളോടാദ്യമേ പറയാൻ വിചാരിച്ചതാ. എനിക്കൊന്നും മനസ്സിലാകുന്നില്ല സാർ. ഇനിയുമില്ല സർ.. സർ വേറൊരു..." അയാൾ ഫോൺ വച്ചു. എസ്റ്റേറ്റ് മുതലാളി, "എന്താ ആദ്യം പറയാതിരുന്നതെന്ന് ദേഷ്യപ്പെടുന്നു. റിട്ടയറാകാൻ പോകുമ്പോ ഇങ്ങനെയും ഒരു കുഴപ്പമോ?"

ജീപ്പ് വന്നു. ഒരു ചെറുപ്പക്കാരൻ ധൃതിപ്പെട്ടിറങ്ങി വന്നു ചോദിച്ചു. "രത്നമ്മ നിങ്ങൾ വരുന്നോ? മദ്രാസ്കാരാരോ വന്നിട്ടുണ്ടെന്ന് പറഞ്ഞല്ലോ?"

"ഞാനാണ്. എന്റെ പേര് ഗണേഷ്. ഇയാൾ വസന്ത്." കൈകൊടുക്കാൻ ചെന്നു. അയാൾ സമ്മതിച്ചില്ല. അയാളെന്നെ സംശയിക്കുന്നുണ്ടോ? "വേഗം വരൂ. ആ പെണ്ണിനെ സ്കൂളിൽ കണ്ട ഓർമ്മയുണ്ടല്ലോ." രത്നമ്മ "കടും നീല സാരി ധരിച്ചിരുന്നു. പച്ച സ്വെറ്ററും ധരിച്ചിട്ടുണ്ട്." ഇവറും വരുന്നോ? അധികം പേര് വേണ്ട."

"ഞങ്ങൾ ഞങ്ങളുടെ കാറിൽ വന്നോളാം." ഞാൻ പറഞ്ഞു. അവർ മുന്നിലും ഞങ്ങൾ പിന്നിലുമായി പോയിക്കൊണ്ടിരിക്കെ എന്റെ മനസ്സിൽ ആരായിരിക്കും? ആരായിരിക്കുമെന്ന് പ്രതിദ്ധ്വനിച്ചുകൊണ്ടിരുന്നു.

ആദ്യം അതു പ്രതിമ തന്നെയോ എന്നുറപ്പു വരുത്തിയതിനുശേഷം മറ്റെല്ലാം... എന്തോ എനിക്കൊരു ശുഭാപ്തി വിശ്വാസം.

മലമ്പാതയിൽ മെയിൻറോഡ് വിട്ടു. മൺപാതയിൽ വാഹനങ്ങൾ ഓടിക്കൊണ്ടിരുന്നു. റോഡിൽ യുക്കാലിപ്റ്റ് മരത്തിൻ ഇലകൾ മെത്ത വിരിച്ചിരുന്നു.

ഡ്രൈവർ പറഞ്ഞു. "ജാക്സൺ ലെയ്ക്ക് എന്നത് പിക്നിക് സ്പോട്ടാണ്. തള്ളിയിട്ടു പോകാൻ പറ്റിയ ഏകാന്തമായ സ്ഥലം. മനോഹരമായ സ്ഥലം. വെള്ളക്കാർ ധാരാളം ഫോട്ടോ എടുക്കാറുണ്ട്. എല്ലാം അഴിച്ചിട്ട് തടാകത്തിലിറങ്ങും. എന്താ സംഭവിച്ചത്? ഏതോ പ്രേതം ക്രോതംന്ന് പറേന്ന കേട്ടല്ലോ." പെട്ടെന്നൊരു വളവു തിരിഞ്ഞു. തടാകം കാണപ്പെട്ടു. മലകൾക്കിടയിൽ നീലാകാശം അത്യന്തം സുന്ദരമായ ദൃശ്യമായിരുന്നു. അർദ്ധ ചന്ദ്രാകൃതിയിലുള്ള ഒരു പാതയിൽക്കൂടി മന്ദം മന്ദം ഞങ്ങളാസ്ഥലത്തു ചെന്നുകൊണ്ടിരിക്കെ എന്റെ ഹൃദയമിടിപ്പ് ഏറിക്കൊണ്ടിരുന്നു. ഏഴെട്ടാളുകൾ കൂട്ടം ചേർന്നു നില്ക്കുന്നു. ഒരു നായ വാലാട്ടിക്കൊണ്ടു നില്ക്കുന്നു. ഈ സ്ഥലത്തേക്കു തടാകതീരത്തു നിന്നു 20 അടി ഉയരമുണ്ടാവും. തടാകതീരത്തിനും ഈ സ്ഥലത്തിനും ഇടയിലാണ് മൃതദേഹം കിടന്നിരുന്നത്. പാദങ്ങൾ ജലം തൊട്ടുതൊട്ടില്ലെന്ന മട്ടിൽ കിടക്കുകയായിരുന്നു.

"അടുത്തേക്കു പോകാം. വരൂ. എന്റെ കൈയൊന്നു പിടിച്ചോട്ടെ." രത്നമ്മ പറഞ്ഞു.

"പെണ്ണാണ്. ചെറുപ്രായംന്നാ തോന്ന്ണ്." ഡ്രൈവർ അഭിപ്രായം പാസാക്കി.

ഞാൻ മെല്ലെ ആ ചരിവിലേക്കിറങ്ങി. അല്പം വഴുക്കി. അധികം ചെങ്കുത്തായ ചരിവല്ല. നിയന്ത്രിക്കാൻ കഴിഞ്ഞു. ആ പെണ്ണിന്റെ കണ്ണു പകുതി തുറന്നു കിടക്കുന്നു. വായ് നന്നായി തുറന്നിട്ടുണ്ട്. ദേഹത്ത് മുറിവുകളൊന്നും കാണപ്പെട്ടില്ല. കഴുത്ത് ഒരിടത്തു നീലവർണ്ണത്തിൽ വീങ്ങിക്കാണപ്പെട്ടു. നെറ്റിയിൽ തലയുടെ ഇടതുവശം മുൻ പുരികം വരെ ഒരു

രക്തക്കലയുണ്ട്. വസ്ത്രങ്ങൾ അഴിഞ്ഞിട്ടില്ല. ആഭരണങ്ങൾ ഉണ്ടായിരുന്നു. ഇടതുകൈയിൽ വാച്ച്. വലതുകൈയിൽ വളകളും!

പ്രിൻസിപ്പൽ വിക്കി വിക്കി പറഞ്ഞു. "പ്രതിമാ, പ്രതിമാ ഓ മൈ ഡിയർ ചൈൽഡ്."

ഞാൻ നിവർന്നു നിന്നു വസന്തിനെ നോക്കി. വസന്ത് എന്നോടൊപ്പം ചേർന്നിട്ട് രണ്ടു വർഷമായി. ഇതുവരെ മൃതശരീരം അവൻ അടുത്തു ചെന്നു കണ്ടിട്ടില്ല. അവൻ ഇറങ്ങിവരാൻ മടിച്ചു. ഞാൻ മുകളിലോട്ടു ചെല്ലുമ്പോൾ അവസാനത്തെ പടിയിൽനിന്നെന്റെ കൈപിടിച്ചു വസന്ത്.

"പ്രതിമ തന്നെ" ഞാൻ പറഞ്ഞു.

"അയാം സോറി ബോസ്."

"കോൺസ്റ്റബിൾ! ഇവിടെതന്നെ നില്ക്കൂ. ഊട്ടിയിൽ നിന്നു വണ്ടി വരും. എസ് പി യും വരും. വരൂ നിങ്ങടെ പേരെന്താ പറഞ്ഞത്?"

"ഗണേഷ്."

"ഈ പെണ്ണിനെ അറിയോ?"

"ഇവളെ കാണാനാ ഞങ്ങൾ വന്നത്."

"പറ്റിയ സമയത്താ കാണാൻ വന്നത്! ഔട്ട് പോസ്റ്റിലേക്ക് നിങ്ങളൊന്നു വരാമോ?"

"വരാം."

അവിടെനിന്നും തിരിച്ചു പോരുംമുമ്പെ എനിക്കു കാണാനോ സംസാരിക്കാനോ സാധിക്കാത്ത പ്രതിമയെ ഒരു തവണ കൂടി നോക്കി. ഉള്ളിൽ തേങ്ങലുയർന്നു.

ഒരു ചെറിയ മുറിയാണ് ലൗവ് ടേൽ പൊലീസ് ഔട്ട്പോസ്റ്റ്. ഒരു ഹെഡ് കോൺസ്റ്റബിൾ മാത്രമുള്ള ആ സ്റ്റേഷൻ ഒരു കൊലപാതകാന്വേഷണത്തിനുതകില്ല. മുന്നിലൊരു കൊച്ചുപൂന്തോട്ടമുണ്ട്. അല്പമകലത്തൊരു കക്കൂസും. അതിൽ നിന്നു പുറത്തേക്കു വന്ന പ്രിൻസിപ്പൽ രത്നമ്മാൾക്കു നടുക്കം അല്പം കുറഞ്ഞതായി തോന്നി. ഓഫീസ് മുറിയിൽ ഇടമില്ലാത്ത വിധം ഞാൻ വസന്ത്, ഇൻസ്പെക്ടർ, രത്നമ്മാൾ..

"ഇന്നലെ വൈകുന്നേരം കണ്ടെന്നു പറഞ്ഞല്ലോ നിങ്ങൾ."

"അതെ. ഇന്നലെ വൈകുന്നേരമാണ് ഒരാൾ മദ്രാസിൽനിന്നു കാണാൻ വന്നത്. അയാളോടൊപ്പം അവളും പോയി."

"വൺ മിനിറ്റ്. ഇവർ രണ്ടുപേരും മദ്രാസിൽ നിന്നുതന്നെ കാണാൻ വന്നതാണെന്നല്ലേ പറഞ്ഞത്?"

"ഇവരിന്നു വന്നവരാ."

"ഇന്നലെ വന്നവർ വേറെയാണോ?"

"ഇന്നലെ നല്ല ഉയരമുള്ള ഒരാൾ തനിച്ചാ വന്നത്?"

"എന്താണിത്. ദിവസവും മദ്രാസിൽ നിന്നാൾ വരുന്നു. ആദ്യത്തെ ദിവസം കൊല നടക്കുന്നു. പിറ്റേന്നു നിങ്ങൾ വരുന്നു. നിങ്ങൾ തമ്മിൽ വല്ലതും മുമ്പെ സംസാരിച്ചിട്ടു വന്നതാണോ? നിങ്ങളാരാണ് മി. ഗണേഷ്."

"ഞാനൊരു ലോയറാണ്. ഈ പെണ്ണോടു അവളുടെ ആദ്യ കല്യാണസംബന്ധമായി ചിലതു പറയാൻ വന്നതാണ്. ഇവളുടെ ഭർത്താവ് എന്റെ ക്ലൈന്റാണ്. അയാളെവിട്ടുവന്നതാണിവൾ. അയാൾക്ക് ഡൈവോഴ്സ് വേണ്ടിയിരുന്നു. ഞാൻ ഫോൺ ചെയ്തു ചോദിച്ചു. അതുകൊണ്ട് ഡൈവോഴ്സ് കടലാസിൽ ഒപ്പുവാങ്ങിക്കാൻ വന്നതാണ് ഞങ്ങൾ. പെട്ടിയിലെല്ലാ ഡോക്യുമെന്റും തയ്യാറായിട്ടുണ്ട്."

"പിന്നെ ഇന്നലെ വന്നയാളാരാ?"

"സോറി എനിക്കറിഞ്ഞുകൂടാ."

"എന്തു നാശമായിത്" അയാൾ തല ചൊറിഞ്ഞു.

"മാഡം, നിങ്ങളിന്നലെ എത്ര മണിക്കാ ഈ പെണ്ണിനെ അവസാനമായി കണ്ടത്?"

"ഇന്നലെ വൈകുന്നേരം."

"എത്ര മണിയായിട്ടുണ്ടാകും."

"നാലരമണിയായിട്ടുണ്ടാകും. സ്കൂൾ വിട്ടശേഷമാ കണ്ടത്. അപ്പോഴാണയാൾ വന്നതും."

നാലര. സാമിനാഥനോടു ഞാൻ കൈയൊപ്പു വാങ്ങിക്കൊണ്ടിരുന്ന അതേ സമയം.

"അയാളെങ്ങനെയിരുന്നു?" ഞാൻ ചോദിച്ചു.

ഇൻസ്പെക്ടർക്കു ഞാൻ ചോദ്യം ചോദിക്കുന്നതിഷ്ടപ്പെട്ടില്ല.

"ഉയരമുള്ള ആളായിരുന്നു. അത്രയേ പറയാൻ കഴിയൂ." രത്നമ്മ മറുപടി പറഞ്ഞു.

"ശ്രമിച്ചു നോക്കൂ. തല നരച്ചിട്ടാണോ?"

"അല്ല. കറുത്ത് ഇടതൂർന്ന തലമുടി."

"പാന്റോ മുണ്ടോ ധരിച്ചിരുന്നത്?"

"പാന്റ് തന്നെ."

"വല്ല തഴമ്പോ മറ്റോ ഉണ്ടോ?"

"ഓർമ്മിക്കുന്നില്ല."

"അവനിൽ വല്ല പ്രത്യേകതയുമുണ്ടായിരുന്നോ. സാവധാനം ആലോചിച്ചു നോക്കൂ."

"സോറി. ഒന്നും ഓർമ്മിക്കുന്നില്ല."

"വല്ലതും ഓർമ്മിക്കാൻ കഴിയുമെങ്കിൽ ഇൻസ്പെക്ടറോടു പറയൂ. സാവധാനം ഒന്നുകൂടി ആലോചിച്ചു നോക്കൂ."

ഇൻസ്പെക്ടർ 'അതെ' എന്നു തലയാട്ടി. എന്നോടയാൾക്കല്പം ബഹുമാനം തോന്നിയിരിക്കണം.

"ഇൻസ്പെക്ടർ നിങ്ങളുടെ പേരെന്താ?"

"പാണ്ഡ്യൻ"

"പാണ്ഡ്യൻ നിങ്ങൾ എസ് പി യോടു പറഞ്ഞിട്ടുണ്ടോ?"

"പറഞ്ഞിട്ടുണ്ട്. അവരു വരും."

"ഞങ്ങൾ രണ്ടുപേരും നിങ്ങൾക്ക് എന്തു സഹായവും ചെയ്യാൻ കാത്തിരിക്കുകയാ. ഇവിടെ നിങ്ങളുടെ ആദ്യത്തെ പോസ്റ്റിങ്ങാണോ?"

"അതെ." ആ യുവാവ് മറുപടി പറഞ്ഞു.

"ഇതാദ്യത്തെ മർഡർ കേസാ?"

"അതെ."

അല്പമാലോചിച്ചുകൊണ്ടയാൾ തുടർന്നു.

"അന്യനാട്ടിൽനിന്ന് ഒരാൾ കഴുത്തു ഞെരിച്ചുകൊന്നു രാത്രിയേക്കു രാത്രി എവിടെ പോകാനാ. ഞാനാ പെണ്ണിനെ കണ്ടിട്ടുണ്ട്. നല്ല സുന്ദരിയാണ്. അടക്കവുമൊതുക്കവുമുള്ളവളാണ്."

രത്നമ്മാൾ വിങ്ങിക്കൊണ്ടു "ശൊ! വളരെ നല്ല ടീച്ചറായിരുന്നു. അത്രയേ എനിക്കറിഞ്ഞുകൂടൂ. അവൾ ബാസ്റ്റ് ടൈപ്പാണെന്നറിയാം. വല്ല ശണ്ഠയോ വിരോധികളോ...?

"ഇൻസ്പെക്ടർ നിങ്ങൾ ബസ് സ്റ്റാന്റിലും ആക്ട് ട്രായ് പോസ്റ്റിലും എല്ലാ സ്ഥലത്തും അന്വേഷിച്ചു നോക്കി ഇല്ലേ?"

"അന്വേഷിക്കാനേർപ്പാടു ചെയ്തു."

"അന്യനാട്ടുകാരനൊരാളെ ആദ്യമായി കണ്ടെങ്കിൽ അവർക്ക് ഓർമ്മിക്കാൻ കഴിയും. പിന്നെ താമസിക്കാൻ പറ്റിയ വല്ല ഹോട്ടലുമുണ്ടോ?"

"ഉണ്ട്. മലയുടെ മുകളിലുണ്ട്. വളരെ വലിയ ഹോട്ടലാ."

"അവിടെയും അന്വേഷിക്കണം. രത്നമ്മ പറയുന്നതുവെച്ചു നോക്കിയാൽ ആ മനുഷ്യൻ അല്പം നീണ്ടയാളാണെന്നല്ലെ തോന്നുന്നത്. ആരെയെങ്കിലും കണ്ടിട്ടുണ്ടെങ്കിൽ തീർച്ചയായും ഓർമ്മയുണ്ടാവും."

"ഗൗരവമായന്വേഷിക്കാം. നിങ്ങളും വരൂ. എസ് പി വരാൻ വൈകുന്നേരമാവും."

"ഇൻസ്പെക്ടർ, പ്രിൻസിപ്പാളെ പിന്നീടു ചോദ്യം ചെയ്യാം. അതുകൊണ്ട് പ്രതിമയുടെ മുറി പൂട്ടിയിടാൻപറയണം."

"രത്നമ്മ, ആ മുറിയിലെ യാതൊരു വസ്തുവും ആരും തൊടാതെ സൂക്ഷിക്കേണ്ടത് നിങ്ങളുടെ ഉത്തരവാദിത്വമാണ്."

"മുറി പൂട്ടിയിരിക്കയാണല്ലോ."

"തുറക്കരുത്."

ഇൻസ്പെക്ടറോടൊപ്പം ഞങ്ങളിരുവരും ആ ലവ്ടേൽ പരിസരം ചുറ്റിക്കറങ്ങി. വേറൊരു സന്ദർഭമായിരുന്നെങ്കിൽ ലവ് ടേലിന്റെ സൗന്ദര്യം ഞാൻ കോരിക്കുടിക്കുമായിരുന്നു. പക്ഷെ, പ്രതിമയുടെ മരണം ഒന്നിനും ഉന്മേഷം നല്കിയില്ല. പ്രതിമാ, നീ എന്തിനവരെ വിട്ടുവന്നു. മലമ്പ്രദേശത്ത് ഒളിച്ചു പാർത്തു? എന്നോടെന്തു പറയാനാണ് കരുതിയിരുന്നത്? ആ ഉയരമുള്ള മനുഷ്യനാരാണ്? അയാൾക്കെങ്ങനെ നീയുള്ള സ്ഥലം മനസ്സിലായി? പെട്ടെന്നൊരു കാര്യം ഓർമ്മവന്നു. വന്നവന്റെ പേർ ഗണേഷ്

എന്നല്ലെ രത്നമ്മ പറഞ്ഞത്? എന്റെ പേർ എങ്ങനെ പറഞ്ഞു. ഇല്ല. രത്നമ്മയ്ക്കു ഓർമ്മക്കുറവു സംഭവിച്ചിരിക്കണം.

ടൂറിസ്റ്റുകൾക്കുവേണ്ടി നിർമ്മിച്ചൊരു ത്രിനക്ഷത്രഹോട്ടലാണത്. പേർ "ഹിൽവ്യൂ."

അതിൽ കഴിഞ്ഞ മൂന്ന് ദിവസത്തിനിടെ താമസിക്കാൻ വന്നവരുടെ പട്ടിക ചോദിച്ചു. എട്ടുപേരുണ്ട്. എല്ലാവരും പുറമെനിന്നുവന്നവരാണ്.

"എല്ലാവരും ഇവിടെ തന്നെയുണ്ട്. വെയിൽ കായുന്നു." ടൈ കെട്ടിയ ആ യുവാവറിയിച്ചു.

ബസ് സ്റ്റോപ്പിൽ ഞങ്ങൾ അന്വേഷിച്ചു നോക്കി. അവിടെ അലഞ്ഞു തിരിയുന്ന കുട്ടികളോടു ചോദിച്ചു നോക്കി. അവർക്കറിയാവുന്നേട ത്തോളം ഉയരമുള്ള ഒരാളും ഇന്നലെയോ മിനിഞ്ഞാന്നോ ബസിറങ്ങിയ തായി ഓർമ്മിക്കുന്നില്ല. "ഞമ്മള മുതലിയാർ മാത്രം ഊട്ടിക്കുപോയി വന്നിത്. പിന്നെ പേന്റിട്ട രണ്ടു മൂന്നാളും വന്നിത്... അത്താറ് മരുന്നെല്ലാം വിക്കുന്നാള്. ആഴ്ചയ്ക്ക് വരുന്നാളാ."

"വേറൊരാൾ ആരാ?" ഞാൻ ചോദിച്ചു.

"അയാൾ എട്ടയ്യായുടെ മോനാ."

"ഉയരമുള്ള ഒരാളും വന്നില്ലെ?"

"എടാ നീ കണ്ടോ?"

"ഞാനിവിടെ തന്ന്യാ കെടക്കല്. ഒയരൊള്ള ഒരാളും വന്നതോർമ്മയി ല്ല. നമ്മടെ കാന്താടൂറിസ്റ്റ് ബസിന്റെ ഡ്രൈവർ നല്ല ഒയരോള്ളാളാ?"

അവിടെനിന്ന് ആക്ട്രായ് പോസ്റ്റിലേക്കു ചെന്നു. "ഗ്രാമത്തിലേക്കു കടക്കുന്ന എല്ലാ വാഹനങ്ങൾക്കും വരിയുണ്ട് സാർ. എല്ലാം നിർത്തി കാശു വാങ്ങി രശീതി കൊടുത്താലേ പോകൂ."

"വണ്ടികളുടെ നമ്പരെഴുതിയെടുക്കാറുണ്ടോ?"

അയാളൊരു നോട്ടുപുസ്തകംകാണിച്ചു. MDY 7323, MSW 5984 എന്നിങ്ങനെ കടലാസുപെൻസിൽ കൊണ്ട് ആ നോട്ടുപുസ്തകം നിറയെ എഴുതിവച്ചിരുന്നു.

"എടോ ഓരോ തിയതിയും പ്രത്യേകം കാണിച്ചൂടെ."

"ഇൻസ്പെക്ടർ ആ നോട്ടുപുസ്തകം വാങ്ങിവച്ചോളൂ. അതു പ്രയോജനപ്പെടും." ഞാൻ പറഞ്ഞു.

ഞങ്ങൾ തിരിച്ച് ഔട്ട് പോസ്റ്റിലേക്കു ചെല്ലുമ്പോഴേക്കും എസ് പി വന്നിരുന്നു. യുവാവാണ്. ഗംഭീരമായ മേൽമീശ. "എന്താ ഇൻസ്പെക്ട റ്. നിങ്ങടെ ഏരിയയിലിങ്ങനെ മർഡറെല്ലാം നടക്കുന്നത്? ഇവരെല്ലാം ആരാ?"

"എന്റെ പേർ ഗണേഷ്. ഒരു വക്കീലാണ്. മദ്രാസുകാരൻ."

"ഗണേഷ് രാജേന്ദ്രനെ അറിയുമോ നിങ്ങൾക്ക്?" എസ് പി.

"നന്നായറിയാം."

"ഓ ആ ഗണേഷാ നിങ്ങൾ! നിങ്ങളെപ്പറ്റി രാജേന്ദ്രൻ പറഞ്ഞിട്ടു ണ്ട്. ഞാനും അയാളും ഒരേ ബാച്ചാ..."

"നിങ്ങളുടെ പേരെന്താ?"

"മുത്തുരാമലിംഗം."

"ഓ എസ് രാജേന്ദ്രൻ പറഞ്ഞിട്ടുണ്ട്!"

"നിങ്ങളെങ്ങനെ ഇവിടെ..!"

"മരിച്ചുപോയ പെണ്ണിനെ കാണാൻ വന്നതാ. അവളുടെ ഡൈവോഴ്സ് സംബന്ധമായി വന്നതാണ്. പക്ഷേ ഇങ്ങനെയാ സംഭവിച്ചത്?"

"മി. പാണ്ഡിയൻ വല്ല അന്വേഷണവും തുടങ്ങിയോ?"

"ധാരാളം സാർ."

"സ്ട്രങ്കുലേഷൻ എന്നാ ഞാൻ വിചാരിക്കുന്നത്. കഴുത്തിൽ വല്ല കമ്പിയോ കയറോ മുറുക്കിയിരിക്കണം. തടാകത്തിനുള്ളിൽ തള്ളാൻ നോക്കിയതാ. പക്ഷേ ബോഡി തറയിൽ തങ്ങിപ്പോയി."

എന്താ മി. ഗണേഷ് നിങ്ങളുടെ ഡൈവോഴ്സ് കാര്യത്തിനും ഈ കൊലക്കും തമ്മിൽ ബന്ധമുണ്ടെന്നു കരുതുന്നുണ്ടോ?"

"ഉണ്ടാവാം പറയാൻ കഴിയില്ല."

"നിങ്ങളുടെ ക്ലയന്റാരാ?"

"ഇവളുടെ ഭർത്താവ്. പേര് സാമിനാഥൻ.

"അയാളെങ്ങനെയുള്ള ആളാ?"

"അയാളിന്നലെ എന്നോടൊപ്പം മദ്രാസിലുണ്ടായിരുന്നു.

"ഓ ഹി ഈസ് ഔട്ടോ ഓഫ് ഇറ്റ്."

"അതെ. ഇന്നലെ വൈകുന്നേരം ആരോ ഒരാൾ ഇവളെ കാണാൻ വന്നിരുന്നു."

"മി. പാണ്ഡിയൻ അന്വേഷിച്ചോ?"

"ഹോട്ടലിലന്വേഷിച്ചു. ബസ്സ്റ്റാന്റിൽ ആക്ട്രായ് പോസ്റ്റിൽ കൂടി വന്ന എല്ലാ കാറുകളുടെയും നമ്പർ കിട്ടിയിട്ടുണ്ട്."

"വെരിഗുഡ് പിന്നെ."

പാണ്ഡിയൻ എന്നെ നോക്കി.

"മി. ഗണേഷ് വല്ലതും സംശയിക്കുന്നുണ്ടോ?" മുത്തുരാമ ലിംഗം ചോദിച്ചു.

"എനിക്കൊന്നും തോന്നുന്നില്ല. എങ്കിലും എനിക്കീ കേസുകളുമായി ബന്ധമുള്ളതിനാൽ ഞാനിവിടെ വന്ന സാഹചര്യം മുഴുവനും നിങ്ങളോടു പറയേണ്ടതുണ്ട്. എന്നിൽ നിന്നു വല്ല സ്റ്റേറ്റ്മെന്റും വേണമെങ്കിലെടു ത്തോളൂ."

"വരൂ ഹിൽവ്യൂ ഹോട്ടലിൽ പോകാം. അവിടെ നല്ല കാപ്പി കിട്ടും. സാമിനാഥനെപ്പറ്റി പറയൂ."

ആറ്

രാത്രി ഹിൽവ്യൂ ഹോട്ടലിൽ തന്നെ താമസിച്ചു. എന്റെ മുറിയുടെ ജനലിൽ കൂടി ലവ്ഡേലിലെ ഒന്നുരണ്ടു വിളക്കുകൾ കാണാം. എണ്ണമറ്റ പ്രാണികൾ ശബ്ദിച്ചുകൊണ്ടിരുന്നു. മിന്നാമിനുങ്ങുപോലൊരു ബസ് മലയോരത്തു നീങ്ങുന്നു. ഭയവും ശോകവും കലർന്ന മനസ്സിനു നിയന്ത്രണാതീതമായ ഒരു വിഷമം എന്നെപ്പിടികൂടി. ഞാനുണർന്നിരിക്കയായിരുന്നു. ഊണു കഴിക്കാൻ തോന്നിയില്ല. ഏഴെട്ടുകാപ്പി കുടിച്ചിട്ടുണ്ടാകും. എസ് പി മുത്തുരാമലിംഗവുമായി രണ്ടുമണിക്കൂർ സമയം സംസാരിച്ചുകൊണ്ടിരുന്നു. എന്നിൽ നിന്ന് ഒരു സ്റ്റേറ്റ്മെന്റെഴുതി വാങ്ങി. സാമിനാഥൻ അവളിൽ നിന്നു വിവാഹമോചനം നേടാനാഗ്രഹിച്ചതുമുതൽ എല്ലാം ആദ്യന്തം പറഞ്ഞു. സാമിനാഥനു പ്രതിമയുടെ വിലാസമറിയില്ല. അയാളെ സംശയിക്കാൻ ന്യായമില്ലെന്നു വ്യക്തമായി. ആക്ട്രായ് പോസ്റ്റിൽ ലഭിച്ച കാർ നമ്പറുകളുടെ പട്ടികയിൽ നിന്നും മദ്രാസിലും മറ്റു സംസ്ഥാനങ്ങളിലും അന്വേഷിക്കാൻ ഏർപ്പാടുചെയ്തു. ആ പട്ടികയുടെ ഒരുകോപ്പി എനിക്കും തന്നു.

മുത്തുരാമലിംഗം എന്നോടു നേരിട്ടൊരു ചോദ്യം ചോദിച്ചു. "സ്വാമിനാഥനു പ്രതിമയുടെ വിലാസമറിയില്ലെന്നു നിങ്ങൾക്കുറപ്പാണോ?"

"തീർച്ചയായും. ആ വിലാസം കണ്ടുപിടിച്ചവൻ ഞാനാണ്. ഞാൻ മാത്രമാണ്. ആ വിലാസം ഞാൻ സാമിനാഥനു കൊടുത്തിട്ടില്ല. പിന്നെ കൊല നടന്നത് ഇന്നലെ വൈകുന്നേരമാണല്ലോ. ഇന്നലെ വൈകുന്നേരം സാമിനാഥൻ എന്റെ കൂടെ ഉണ്ടായിരുന്നു. നോ ഇതു സാമിനാഥനല്ല. പ്രതിമ സാമിനാഥനെ വെറുത്തു എന്ന കാര്യത്തിൽ സംശയമില്ല. അവനോടൊത്തുള്ള അവളുടെ ദാമ്പത്യജീവിതത്തിൽ അനുയോജ്യമല്ലാത്ത എന്തോ സംഭവിച്ചിട്ടുണ്ട്. അവനെ വിട്ടുപോയിരിക്കുന്നു അവൾ. എന്നാലും സാമിനാഥൻ അവളെ കൊല്ലില്ല. ഇംപോസിബിൾ."

മുത്തുരാമലിംഗം തുടർന്നു മദ്രാസിലും അന്വേഷണം നടത്താൻ എന്നോടപേക്ഷിച്ചു. മദ്രാസ് പൊലീസിൽ നിന്ന് എന്തു സഹായം വേണമെങ്കിലും കിട്ടുമെന്നറിയിച്ചു.

വസന്തിന്റെ ശബ്ദം കേട്ടു. ഞാൻ തിരിഞ്ഞു നോക്കി. "ഉറക്കം വരുന്നില്ല. തനിച്ചു കിടക്കാൻ ഭയം തോന്നുന്നു." അവൻ പറഞ്ഞു.

ഞാൻ മിണ്ടാതിരുന്നു. അല്പം തലവേദനയുണ്ടായിരുന്നു.

"എന്താ ബോസ്? വല്ലതുമാലോചിച്ചോ?"

"മ്ഹും. വളരെ കുഴഞ്ഞുകിടക്കുകയാ വസന്ത്. ഞാനെന്നോടുതന്നെ ചോദിച്ച ചോദ്യങ്ങൾ ഞാൻ നിന്നോടു ചോദിക്കട്ടെ. നിനക്കു മറുപടി പറയാൻ കഴിയുമെങ്കിൽ പറയൂ. ഈ കേസിൽ പ്രധാനപ്പെട്ടൊരു കാര്യം ഒളിഞ്ഞിരിക്കുന്നുണ്ട്. എവിടെ എന്നറിയില്ല. ചങ്ങലയിലെ ഒരു പ്രധാന കണ്ണി കാണാതെ പോയിരിക്കുന്നു."

"ചോദ്യങ്ങൾ ചോദിക്കൂ."

"ഒന്നാമത്തെ ചോദ്യം, പ്രതിമയുടെ വിലാസം മനസ്സിലാക്കാൻ സാമിനാഥനെന്തിനാണിത്രയധികം താല്പര്യം കാണിച്ചത്?"

"ബോസ്. യു ആർ വെയ്സ്റ്റിങ്ങ് യുവർ ടൈം ഓൺ സാമിനാഥൻ. സാമിനാഥൻ ഇന്നലെ വൈകുന്നേരം ആറരവരെ നമ്മോടൊപ്പമുണ്ടായിരുന്നു. ഇപ്പോഴും മദ്രാസിൽ തന്നെയുണ്ട്."

"സാമിനാഥൻ കൊലചെയ്തു എന്നു ഞാൻ പറയുന്നില്ല. അവന്റെ തിടുക്കത്തിനു കാരണമേ ചോദിച്ചുള്ളൂ."

"അതവൻ പറഞ്ഞല്ലോ. അവളെക്കണ്ടു 'എന്തിനെന്നെ നീ ഇങ്ങനെ കഷ്ടപ്പെടുത്തിയ'തെന്നൊരു വാക്കു ചോദിക്കാൻ തുടിക്കുന്നെന്ന്. എനിക്കെന്തോ ആ മറുപടി ഒരു മര്യാദക്കാരനായാണ്. തോന്നിച്ചത്."

വസന്ത് ദേഷ്യം വരണ്ട. നീ വല്ലവരോടും പ്രതിമയുടെ വിലാസം പറഞ്ഞോ? തരുണയോടോ, അല്ല സാമിനാഥനോടോ മറ്റോ."

"എന്ത് ബോസ് ഇങ്ങനെ ചോദിക്കുന്നത്? ഞാനങ്ങനെ ചെയ്യുമോ? നെവർ!"

"നാമിരുവരുമല്ലാതെ മറ്റാരെങ്കിലും വിലാസമറിയാനുള്ള സാദ്ധ്യതയുണ്ടോ?"

"ഉണ്ടല്ലോ."

"ആർക്ക്?"

"കൊന്നവനു."

"ആരാണത്?"

"സർച്ച് മി! പക്ഷേ സാമിനാഥന്റെ കുടുംബവുമായി ബന്ധപ്പെട്ടവർക്ക് ഈ വിലാസമറിയാനിടയില്ല. നിങ്ങൾക്കും എനിക്കുമല്ലാതെ. അല്ലെങ്കിൽ അവർ പെട്ടെന്നു വിലാസം കണ്ടുപിടിച്ച്. നമ്മളെ പറ്റിച്ചതാവും. എന്തു പറയുന്നു?"

"വളരെ റിമോട്ട്. അവൻ നമ്മുടെ അടുത്തു വന്നതെന്തിന്. സാമിനാഥനാഗ്രഹിച്ചത് ഡൈവോഴ്സ് മാത്രമാണ്. അതു ക്ലിയറാണ്. പിന്നെ ആ ഫോട്ടോകൾ. അതിന്റെ ശരിയായ അർത്ഥവും അതിന്റെ പ്രാധാന്യവുമെന്താ?"

"ഞാൻ വിചാരിക്കുന്നതു പറയട്ടെ?"

"പറയൂ."

"ആ പടങ്ങളായിരിക്കാം പ്രതിമ ഓടിപ്പോകാൻ കാരണം. അത്തരം അശ്ലീലപടങ്ങൾ അവളറിയാതെ എടുത്തതവൾ കണ്ടുപിടിച്ചു. ഇത്ര ചീത്തമനഃസ്ഥിതിയുള്ളവന്റെ കൂടെ പൊറുക്കാനാവില്ലെന്നു കരുതി അവനെ വിട്ടുപോകാൻ തീരുമാനിച്ചിരിക്കാം."

"ആയിരിക്കും. പടമെടുത്തതാരാവും? ആ മൂന്നാമത്തെ പുള്ളിയാരാ?"

"ശേഷഗിരി"

"എന്തുകൊണ്ട്?"

"ആ കിഴവനിതിലൊരാനന്ദം കാണും. അയാളുടെ വീട്ടിൽച്ചെന്ന് ഒരു സ്റ്റണ്ടുണ്ടാക്കി നോക്കാമോ? ലുക്ക് സംഗതി മുഴുവൻ ഞങ്ങൾക്കറിയാം. പ്രതിമ എല്ലാം ഞങ്ങളോട് പറഞ്ഞിട്ടുണ്ട് എന്ന്. പ്രതിമ മരിച്ച വിവരം അവരിനിയുമറിഞ്ഞിരിക്കയില്ല. ദിനപത്രത്തിൽ വരാൻ ദിവസം പിടിക്കും. നാളെ നാമവിടെ എത്തുമല്ലോ."

"നോക്കാം."

"നിങ്ങടെ മനസ്സിൽ വേറെ വല്ലതും തോന്നുന്നുണ്ടോ?"

"ആ കണ്ണി. മിസ്സിങ് ലിങ്ക്. അതവിടെയെന്നത് പ്രയാസമായി തന്നെയിരിക്കയാ. എല്ലാ കാര്യങ്ങളും വേറെ വേറെ നില്ക്കുന്നു. ആദ്യം മുതൽ ഞാൻ പറയുന്നുണ്ട്. ഒരു കാര്യം ചെയ്യൂ. ഒരു കടലാസിലെഴുതിക്കോളൂ. പരസ്പര ബന്ധമില്ലാത്ത കാര്യങ്ങളായി തോന്നും. എന്നാലും എഴുതിക്കോളൂ."

വസന്ത് ഒരു കടലാസിലെഴുതാനാരംഭിച്ചു.

"തുടങ്ങട്ടെ. ആ കാർ. ആ അടയാളം. ഒരു ശൂലം. ഒരർദ്ധവൃത്തം. കാറിലുണ്ടായിരുന്ന ടേപ്പ് റിക്കോർഡർ അതിൽ നിന്നൊഴുകിയ കനകധാര സ്തോത്രം. തുടർന്നു പോപ്പ് സംഗീതം. ആക്വേരിയൻ എന്ന പാട്ട്. തരുണയുടെ തിടുക്കം. സാമിനാഥന്റെ പാവത്താൻ മട്ട്. പ്രതിമയുടെ നടപടികളിൽ സംശയം. ഇളയച്ഛൻ ശേഷഗിരി. അയാളുടെ തിരുമൂൽ നഗർ. തിരുമൂലർ ഗാനങ്ങൾ. ഇർമാ എന്ന സംഘം. അവതാരപുരുഷനായി ഒരാൾ സാമിനാഥനു ജനിക്കാൻ പോകുന്നു എന്ന വിശ്വാസം. ജ്യോത്സ്യം. ജാതകം. തരുണയുടെ വസ്ത്രം മാറൽ. തരുണയ്ക്ക് ജോലി കിട്ടിയ തമാശ. ഒരു പ്രത്യേക തീയതിയിൽ ജനിച്ച പെണ്ണുവേണമെന്ന പരസ്യം. പിന്നെ ആ പടങ്ങൾ. ആ ഫോട്ടോകളിൽ പ്രതിമ കണ്ണടച്ചു കളഞ്ഞത്. പിന്നെ പ്രതിമയെ കാണാൻ വന്ന ഉയരമുള്ള ആൾ. അവനും ഗണേഷ് എന്നു പേർ പറഞ്ഞതായോർമ്മിക്കുന്നുവെന്നു രത്നമ്മ പറഞ്ഞത്... പിന്നെ പ്രതിമയുടെ മരണത്തിന്റെ മട്ട്. ബലാല്ക്കാരമൊന്നുമില്ല. ആഭരണങ്ങളോ വാച്ചോ അഴിച്ചിട്ടില്ല. വ്യക്തമായി കഴുത്തു ഞെരിച്ചു കൊന്നിരിക്കുകയാണ്. വന്നവൻ കൊല്ലാൻ മാത്രം വന്നവനാണ്. അവന്റെകൂടെ അവളെന്തിനുപോയി? അവൾ മദ്രാസിൽ നിന്നു നാം വരുന്നത് പ്രതീക്ഷിച്ചിരിക്കുമോ? ആദ്യദിവസം ഫോൺ ചെയ്ത മദ്രാസ് വക്കീൽ ഗണേഷ് അന്വേഷിച്ചു വന്നിരിക്കയാണെന്നു കരുതിയോ അവൾ? അങ്ങനെതന്നെ ആയിരിക്കും."

"മിസ് പ്രതിമ. നിങ്ങളെ എനിക്കു തനിച്ചു കാണണം."

"അതെ ഞാൻ തന്നെ."

"മി. ഗണേഷ്?"

"അതെ."

"കൊയൊപ്പുവാങ്ങാൻ വന്നിരിക്കയാണോ?"

"നിങ്ങളെ തനിച്ചു കാണേണ്ടതുണ്ട്."

"സാമിനാഥനെപ്പറ്റി വല്ലതും മനസ്സിലാക്കിയോ?"

"ആ"

"ഞാൻ വരുന്നു."

"അവരിരുവരും സാവധാനം നടക്കുന്നു...."

"നോ വസന്ത്. നോ. അത്രവേഗം അവളവന്റെ കൂടെ പോകുമോ? എവിടെയോ തടയുന്നു."

വസന്ത് എഴുത്തു നിർത്തി. എഴുതിയതു നോക്കി.

"എനിക്കു വിട്ടുതരൂ ബോസ്. മദ്രാസിൽചെന്ന ഉടനെ ഓരോന്നിനെക്കുറിച്ചും അന്വേഷണം നടത്തി നൂറു പേജുള്ള റിപ്പോർട്ട് തന്നോളാം. സംസാരിക്കാതെ കിടന്നുറങ്ങിക്കോളൂ... സെക്കോനാൽ തരട്ടെ!"

"കൊണ്ടാ ഞാൻ പറന്നുപോയി. സെക്കോനാൽ! പ്രതിമയുടെ മുറിയിലുണ്ടായിരുന്നത്. ഖലീൽജിബ്രാന്റെ പുസ്തകങ്ങളുണ്ട്. ഖലീൽ ജിബ്രാൻ വായിച്ചാൽ മനസ്സമാധാനം കിട്ടും."

"ഇന്നു ഹോസ്റ്റലിൽ അവളുടെ മുറിയിൽനിന്നു വല്ലതും കണ്ടുകിട്ടിയോ?"

"ആ എസ് പി തേടിക്കൊണ്ടിരുന്നു. പ്രധാനപ്പെട്ടതൊന്നും കണ്ടു കിട്ടിയില്ല. പുസ്തകങ്ങൾ, കിടക്ക, പെട്ടി, സാരികൾ, രണ്ടെഴുത്തുകൾ, പൗഡർ... ഊഹും."

"സ്കൂളിലെ റിക്കാർഡുകളിൽനിന്ന് ഒരു പ്രധാനകാര്യമെനിക്കു കിട്ടി ബോസ്. പ്രതിമയുടെ ജനനത്തീയതി. അവൾ സ്കൂളിൽ ചേർന്ന ദിവസവും. എന്തുകൊണ്ടോ അതു പ്രയോജനപ്പെടുമെന്നെനിക്കു തോന്നുന്നു..."

"കോപ്പി കിട്ടുമോ?"

"ഈ സമയത്തോ? മിണ്ടാതെ ഉറങ്ങിക്കോളൂ."

കണ്ണടച്ചപാടെ പ്രതിമയുടെ മുഖം മുന്നിൽ കാണുന്നു. വായ തുറന്നു... നേരിയ രക്തപ്പാട്.. കീഴേക്കു വീഴുമ്പോൾ മുള്ളുതട്ടിയതാവാം. കഴുത്തിലെ നീലനിറം. കയറുമുറുക്കിയ അടയാളം...

ഈ സമയം അവളെ ജില്ലാ ആസ്പത്രിയിൽ വച്ചു പോസ്റ്റ്മോർട്ടം നടത്തിക്കഴിഞ്ഞിരിക്കും.

ഞാൻകണ്ണു തുറന്നു. വസന്തിന്റെ മുറിയിൽ ചെന്നു വാതിലിൽ മുട്ടി.

വസന്ത് ചാടിപ്പിടഞ്ഞെഴുന്നേറ്റു. സംഭ്രമത്തോടെ വാതിൽ തുറന്നു. നിങ്ങളോ?"

"നിന്റെ ചാർമിനാർ സിഗരറ്റൊന്നു തന്നാട്ടെ."

രാത്രി മുഴുവൻ ഞങ്ങൾ കണ്ണും മിഴിച്ചിരുന്നു.

ഏഴ്

സാമിനാഥന്റെ ഇളയച്ഛന്റെ വീട്ടുവാതിലിൽ ഞാൻ കാത്തിരുന്നു. ആ ശൂലവും അർദ്ധവൃത്തവും കണ്ടു. അടുത്തമുറിയിൽ നിന്നു ടക് ടക് ടക് എന്ന് ആരോ ടേബിൾ ടെന്നീസ് കളിക്കുന്ന ശബ്ദം കേട്ടു.

എന്നെക്കണ്ടത്ഭുതപ്പെട്ടു സാമിനാഥൻ. ഞാനവനെ സൂക്ഷിച്ചു നോക്കി.

"എന്താ" അവൻ ചോദിച്ചു.

"നിങ്ങൾ തിങ്കളാഴ്ചയല്ലെ വരുമെന്നു പറഞ്ഞത്?"

"ജോലി തീർന്നു."

"പ്രതിമയെ കണ്ടോ?"

"മ്"

"കൈയൊപ്പു വച്ചോ അവൾ."

"മ്" ടേബിൾ ടെന്നീസ് ശബ്ദം എന്റെ തലയ്ക്കുള്ളിൽ മുഴങ്ങുന്നു.

"ഡോക്യുമെന്റെവിടെ?"

"സാമിനാഥൻ എനിക്കു നിങ്ങടെ എളയച്ഛനെയൊന്നു കാണണം."

"ഇളയച്ഛൻ ധ്യാനത്തിലാണെന്നാ തോന്നുന്നത്. എന്താ?"

"കാര്യം കുറച്ചു ഗൗരവമുള്ളതായി തീർന്നിരിക്കുന്നു." അവന്റെ മുഖത്തു മാറ്റം ദൃശ്യമായി.

"എന്താ?" അവൾ സാദ്ധ്യമല്ലെന്നു പറഞ്ഞോ?"

"ഇല്ല."

"പിന്നെ?"

"എനിക്കയാളെ കാണണം. ആരാ ടേബിൾ ടെന്നീസ് കളിക്കുന്നത്?"

"അടുത്ത വീട്ടിലെ കുട്ടികൾ. തരുണയും കളിക്കുന്നുണ്ട്."

"നിങ്ങൾ ഇരിക്കൂ. ഇളയച്ഛൻ ധ്യാനം കഴിഞ്ഞോ എന്ന് നോക്കട്ടെ." ഞാൻ കാത്തിരുന്നു. ആ ടേബിൾടെന്നീസ് ശബ്ദം എവിടുന്നു വരുന്നു. ഞാൻ മെല്ലെ ഹാളിലേക്കു വന്നു. മേശമേൽ ഒരെഴുത്തുവച്ചിരുന്നു. ഇനിയും തുറന്നിട്ടില്ല. അതു മുത്തു ഭദ്രമായി വച്ചു. ഹാളിന്റെ മൂലയിൽ ഏഴെട്ടു ജോഡി ചെരുപ്പുകൾ ഉണ്ടായിരുന്നു. അവരെല്ലാമെവിടെ? വീണ്ടും ഞാൻ പുറത്തേക്കുവന്നു.

വൈകുന്നേരം. സൂര്യൻ അസ്തമിച്ചുകൊണ്ടിരുന്നു. ചേക്കേറുന്ന ചില പക്ഷികളുടെ ശബ്ദത്തോടൊപ്പം ആ ടേബിൾ ടെന്നീസ് ശബ്ദവും കേട്ടു.

സാമിനാഥൻ വീണ്ടും വന്നു. "ഇനിയും പതിനഞ്ചു മിനിട്ടെടുക്കും. കാത്തിരിക്കുന്നോ" അവൻ ചോദിച്ചു.

"കാത്തിരിക്കാം."

"പ്രതിമയെന്തു പറഞ്ഞു?"

സാമിനാഥൻ നിങ്ങൾക്കല്പം അത്ഭുതമുളവാക്കുന്ന കാര്യമാണ്. പ്രതിമയിൽനിന്നു നിങ്ങൾക്കിനി വിവാഹമോചനം ആവശ്യമില്ല."

"എന്താ?"

"അവൾ മരിച്ചുപോയി."

"മൈ ഗോഡ്! ഓ മൈ ഗോഡ്! അവനങ്ങനെ തന്നെ ഇരുന്നുപോയി. പ്രതിമാ.. പ്രതിമാ... നീ മരിച്ചുപോയോ... ഓ... നോ.." തലയാട്ടി മുഖം പൊത്തി നിലവിളിച്ചു സാമിനാഥൻ. ഞാൻ അവൻ കരയുന്നതും നോക്കിക്കൊണ്ടിരുന്നു.

"നിങ്ങളെന്തു പറയുന്നു സാർ? എന്തു പറയുന്നു നിങ്ങൾ?"

"അവൾ കൊല്ലപ്പെട്ടിരിക്കുന്നു."

"എന്താടാ ഇവിടെ ബഹളം." ശബ്ദം കേട്ടു.

ഇയാളെവിടുന്നു പെട്ടെന്നു പ്രത്യക്ഷപ്പെട്ടു. ശേഷഗിരിതന്നെ.

"ഇളയച്ഛാ! ഇളയച്ഛാ! പ്രതിമ മരിച്ചുപോയിപോലും."

"എന്ത്?"

"സോറി സാർ. അവൾ കൊല്ലപ്പെട്ടിരിക്കയാ."

"എപ്പോൾ? എന്ന്?"

"മിനിഞ്ഞാന്ന്."

"എവിടെ വച്ച്?"

"നീലഗിരിയിൽ ഒരു പ്രൈവറ്റ് സ്കൂളിൽ. മർഡർ" ഞാൻ പറഞ്ഞു.

"ഛേ ഛേ! എന്തൊരത്ഭുതകരമായ വാർത്ത! ഇങ്ങനെ സംഭവിക്കുമെന്ന് ഞാൻ പ്രതീക്ഷിച്ചതേയില്ല. നീയെന്തിനാടാ ഓടിപ്പോയവളെയോർത്തിങ്ങനെ നിലവിളിക്കുന്നത്? ഒരു തവണയെങ്കിലും അവൾ നിനക്കുവേണ്ടി കണ്ണീർ വീഴ്ത്തിയിട്ടുണ്ടോ? എന്തിനാടാ പിന്നെ നീയിങ്ങനെ കരയുന്നത്?"

"എന്നാലും താലികെട്ടിയ പെണ്ണല്ലെ എളയച്ഛാ?"

"മരിച്ചു കഴിഞ്ഞാപ്പിന്നെ എന്തു ഭാര്യയാടാ."

"ഇനിയും ശവം സംസ്കരിച്ചിട്ടുണ്ടാവില്ല. മോർച്ചറിയിൽത്തന്നെ ബോഡിയുണ്ടാകും."

"ആരാ കൊന്നത്?"

"അറിയില്ല."

"നീ പോയി വല്ല ഏടാകൂടവും വരുത്തിയോ?"

"ഞാൻ ചെല്ലുന്നതിനുമുമ്പ് സംഗതി നടന്നിരിക്കുന്നു."

"പൊലീസ് അന്വേഷിക്കുമോ?"

"തീർച്ചയായും അവരിവിടെയും വരും"

"വരട്ടെ. അവളാരെ വഞ്ചിച്ചോ, ആർക്ക് ദ്രോഹംചെയ്തോ അതുതന്നെ അവളുടെ കൊലയ്ക്കും കാരണമായിരിക്കും. പൊലീസ് വന്നോട്ടെ. അവളിവിടെ ഏതുതരത്തിൽ ജീവിച്ചു എന്തെല്ലാം കാട്ടിക്കൂട്ടി എന്നതു പറഞ്ഞുകളയാം. ഏതോ ശനിയൻ തൊലഞ്ഞാലും ഷോക്കിങ്ങ്. ഇന്നു

രാത്രി ചോറില്ല. സാമിനാഥാ പോയി കിണറ്റിൽ നിന്നു വെള്ളമെടുത്തു കുളിക്കൂ. തല തണുക്കട്ടെ." അയാൾ പറഞ്ഞു.

ഞാൻ സംശയിച്ചുകൊണ്ടുനിന്നു.

"അപ്പോ നിനക്കിനി ജോലിയൊന്നുമില്ലല്ലോ. വല്ലവിധത്തിലും സംഗതി കഴിഞ്ഞല്ലോ. എടാ വക്കീലിനു കൊടുക്കേണ്ട പണം കൊടുത്തോ?"

"മുൻകൂറായിത്തന്നെ കൊടുത്തിരുന്നു" കണ്ണുതുടച്ചുകൊണ്ട് സാമിനാഥൻ മറുപടി പറഞ്ഞു.

"ഒരുകാര്യം. പ്രതിമയുടെ മുറിയിൽ ചില ഫോട്ടോകളുണ്ടായിരുന്നു."

തിരിച്ചു നടന്നു പൊയ്ക്കൊണ്ടിരുന്ന ആൾ മടിച്ചുകൊണ്ടവിടെ നിന്നു.

"എന്തു ഫോട്ടോ?"

"വെളിയിൽ പറയാൻ പറ്റാത്ത തരത്തിലുള്ള ഫോട്ടോകൾ."

സാമിനാഥനും ശേഷഗിരി അവർകളും പരസ്പരം നോക്കി.

"ആ ഫോട്ടോകൾ ഞാൻ നോക്കിയപ്പോൾ എങ്ങനെ അത്തരത്തിലെടുക്കാൻ കഴിയുമെന്നേ വ്യക്തമായില്ല."

"എന്താടാ ഇതെല്ലാം."

"എനിക്കൊന്നുമറിയില്ല."

"എന്താടാ സാമി. എന്തു ഫോട്ടോയാ."

"എനിക്കറിയില്ല എളേച്ഛാ."

"പോലീസ് അതിനെപ്പറ്റി ചിലതന്വേഷിച്ചേക്കും."

"ചോദിക്കട്ടെ. നീയെന്താ ഭയപ്പെടുത്തുന്നോ. ഹസ്ബന്റും വൈഫും എങ്ങനെ വേണമെങ്കിലും ഫോട്ടോ എടുത്തുകൂടേ? നീയെന്തൊരു വക്കീലാ. കാര്യം ഏറ്റെടുത്തു. പറഞ്ഞു തീർത്തു. ഇനി നിന്റെ ആവശ്യമില്ല. ഫീസ് വല്ലതും ബാക്കിയുണ്ടെങ്കിലിപ്പോത്തന്നെ വാങ്ങിപ്പൊയ്ക്കോ."

"ബാക്കി ഞാനാ കൊടുക്കേണ്ടത്. നാലായിരം രൂപയിൽ എനിക്കു വന്ന ചെലവുകൾ കഴിഞ്ഞ് ബാക്കി പണം ഈ കവറിലുണ്ട്. ഞാൻ വരട്ടെ. ഗുഡ് നൈറ്റ്."

വസന്ത് കടലാസ് കുപ്പയിലിരിക്കുകയായിരുന്നു. എന്നെ കണ്ടപാടെ ചോദിച്ചു. "എനി ലക്ക്?"

"അയാൾക്ക് ആ ഫോട്ടോകളെപ്പറ്റി ശരിക്കറിയാം. പൊതുവെ ഫോട്ടോയെപ്പറ്റിയാണ് സംസാരിച്ചത് ഞാൻ. ഒരു ഭാര്യക്കും ഭർത്താവിനും ഏതുതരത്തിൽ എന്തുവേണമെങ്കിലും ഫോട്ടോ എടുക്കാമെന്നയാൾ തന്നെയാ മടിക്കാതെ പറഞ്ഞത്:"

"പ്രതിമ മരിച്ചതയാൾക്കറിയുമോ?"

"ഞാൻ തന്നെയാ അതും പറഞ്ഞത്."

"നിങ്ങളോ? എന്തിന്?"

“അയാളുടെ റിയാക്ഷൻ കാണാൻ വേണ്ടി. നന്നായഭിനയിച്ചു അയാൾ. മുഖം പൊത്തി സാമിനാഥൻ വിക്കിവിക്കി കരഞ്ഞു. കണ്ണിൽ ഒരു തുള്ളി കണ്ണീരില്ല. ശേഷഗിരി തിരുമൂലരുടെ തത്ത്വശാസ്ത്രം പാടുന്നു. ആരും സ്ഥിരമല്ലെന്നു.... എന്നാലും.”

“എന്നാലും?”

“എനിക്കെന്തുകൊണ്ടോ ആ കൊലയെയും ഇവരെയും ബന്ധിപ്പിക്കാൻ കഴിയുന്നില്ല. എങ്ങനെ അവർക്കു പ്രതിമയുള്ള സ്ഥലമറിയാം? അറിയാനൊരുവഴിയും കാണുന്നില്ല.”

“മറിച്ചു വിചാരിക്കാനൊരു കാരണവും കാണുന്നില്ല. സാമിനാഥന്റെ പുനർവിവാഹത്തിന് അവൾ തടസ്സമായിരുന്നോ? ഇല്ല. വിവാഹമോചനത്തിനുടനെ സമ്മതിച്ചല്ലോ. പിന്നെ അവളെ എന്തിനു കൊല്ലണം?”

“മറ്റൊരു വീക്ഷണത്തിൽ കൂടി ചിന്തിച്ചു നോക്കണം. നീ എന്തു ചെയ്തു?”

“ഗവേഷണം. നിങ്ങൾ പറഞ്ഞ ഓരോ കാര്യത്തെക്കുറിച്ചും കീഴ്മേൽ ഗവേഷണം നടത്തി. ചില നിഗമനങ്ങളിലെത്തി.”

“പറയൂ.”

“ആദ്യം ആ അടയാളം. ഒരു ശൂലം. ഒരർദ്ധവൃത്തം. അതിനെന്താണർത്ഥമെന്നറിയുമോ? മലയാളമാന്ത്രികവൃത്തിയിലുള്ളതാ. ഇതൊരു ചക്രമാണ്. വായിക്കാം. കേട്ടോളൂ.”

“ഒരു തളികയിൽ ഭസ്മമെടുത്തു അതിൽ ചക്രംവരച്ചു താംബൂലം പഴം, ചെല്ലം, അവിൽ, കടല, രജസ്വലയുടെ രക്തം ഇവ വച്ച് കർപ്പൂരം, ചന്ദനത്തിരി, താമ്രാണി എന്നിവ പുകച്ചു ചൊല്ലുന്ന മന്ത്രം പോലെ സർവ്വശത്രുക്കളും എനിക്കധീനമാക സ്വാഹാ. ഈ ചക്രം പഞ്ചലോഹത്തട്ടിൽ വരച്ചു പൊന്നിന്റെയോ വെള്ളിയുടെയോ തകിടിൽ ഉറുക്കാക്കി ധരിക്കുക. സർവ്വകാര്യസാദ്ധ്യത്തിനുമിടയാക്കും.”

“ഇന്ററസ്റ്റിങ്! എവിടുന്നു കിട്ടി?”

“ലീവ് ഇറ്റ് ടു വസന്ത്, ബോസ്! എന്നെ സബ്ജക്ട് മാത്രം കാട്ടിത്തരൂ. ബ്രിട്ടീഷ് മ്യൂസിയത്തിലായാലും കൊണ്ടുവന്നു തരാം. പിന്നെ കനകധാരാ സ്തോത്രമെന്നാൽ ആദിശങ്കരന്റെ ശോകങ്ങളാണ്. അതിനൊരു കഥയുണ്ട്. ഒരു പാവപ്പെട്ട പെണ്ണ്. പുതുകനി....”

“സ്കിപ്പ് ഇറ്റ്. ആ പോപ്പ് സംഗീതമോ?”

“അക്വേരിയൻ. അതല്ലേ? അതിനും ജ്യോത്സ്യത്തിനും ബന്ധമുണ്ട്. പോപ്പ് യുഗക്കാർ അക്വേറിയ യുഗത്തിൽ പിറവിക്കു കാത്തിരിക്കുന്നു. അതൊരു സുവർണ്ണകാലപ്പിറവിയായി വിശ്വസിക്കപ്പെടുന്നു. നവീന പോപ്പ് യുഗത്തിൽ അസ്ട്രോളജിക്കു സ്ഥാനമുണ്ട്. വെർനൽ ഈക്വിനാക്സ് എന്നത് അക്വേരിയനിൽ ചേരാൻ പോകുന്നത്രെ. രണ്ടായിരം വർഷങ്ങൾക്കിടെ ഒരുതവണ സംഭവിക്കുന്നതാണിത്. അപ്പോൾ ഒരവതാരപുരുഷൻ പിറക്കുംപോലും. അടിസ്ഥാനം ഐസക് അസിമാവ്.”

“ഓ ശേഷഗിരി അവർകൾക്ക് അതാണിടപാട്! മെല്ലെ മെല്ലെ ഇമേജ് ക്ലിയറാവുന്നു. ആ പടം എൻലാർജ്ജ് ചെയ്തുകൊണ്ടുവരാൻ പറഞ്ഞിരുന്നല്ലോ എന്തായി?”

“ഓ മറന്നുപോയി. മോസ്റ്റ് ഇന്ററസ്റ്റിങ്ങ് ബോസ്. എൻലാർജ്ജ് ചെയ്യാൻ പറഞ്ഞ ബുദ്ധിയാണു ബുദ്ധി! നോക്കൂ.”

ഏറെക്കുറെ ആ മേശയുടെ വലുപ്പത്തിൽ ആ പടം വലുതാക്കിയിരുന്നു.

“മൈ ഗോഡ്” ഞാനത്ഭുതപ്പെട്ടുപോയി. ഉടനെ കാര്യം വ്യക്തമായി. പ്രതിമയും സാമിനാഥനും കിടന്നു കൊണ്ടിരിക്കെ അല്പമകലെ ഇരുട്ടിൽ ആരോ നിന്നു കട്ടിലിൽ നടക്കുന്നത് ശ്രദ്ധിച്ചുകൊണ്ടിരിക്കുന്നു.

എന്റെ മനസ്സിൽ ചോദ്യങ്ങൾ ഓരോന്നായി ഉയരുന്നു. മറ്റൊരാൾ കണ്ടുകൊണ്ടിരിക്കെ ഇവർ രണ്ടുപേരും നിർലജ്ജ... മൈഗോഡ്...നൗ ഐ ഗെറ്റ് ഇറ്റ്.”

“എന്താ?”

“പ്രതിമ എന്താ എല്ലാ പടങ്ങളിലും കണ്ണുപൂട്ടിയിരിക്കുന്നത് എന്ന്..”

“എന്തുകൊണ്ടാ?”

“വിഡ്ഢി. അവളെ ഹിപ്നോട്ടൈസ് ഉറക്കത്തിൽ ആഴ്ത്തിയിരിക്കയാ.”

ഓ. അവതാരപുരുഷൻ.. ഇപ്പോ മനസ്സിലായി.”

“മന്ത്രവും ജ്യോത്സ്യവും! വസന്ത് രജസ്വലയുടെ രക്തമെന്നാലെന്തെന്നു മനസ്സിലായോ? മെൻസ്ട്രുവൽ ബ്ലഡ്!”

“ഈശ്! അവൻ ചുളുങ്ങിപ്പോയി.

“കാര്യം ചൂടായിവരുന്നു. വെയിറ്റ്മിനിറ്റ്. ആ ടേബിൾ ടെന്നീസ് കളി. അതിലുമുണ്ട് സംതിങ്ങ് റോങ്.”

“എന്താ പെട്ടെന്ന് ടേബിൾ ടെന്നീസിനെക്കുറിച്ചായത്?”

“വീട്ടിൽ ഞാൻ കാത്തിരുന്നപ്പോൾ അവരെല്ലാം ടേബിൾ ടെന്നീസ് കളിക്കുന്ന ശബ്ദംകേട്ടു. പക്ഷേ അതിലൊരു തമാശയുണ്ട്. കളി നില്ക്കുകയേ ഇല്ല. ടക്. ടക്. ടക്. ടക്. ഒരേ കളിതന്നെ. ടേബിൾ ടെന്നീസിൽ ഇടയ്ക്ക് പന്ത് വീഴില്ലേ? പതിനഞ്ചു നിമിഷം പന്ത് വീഴാതെ ഒരേ കളിയോ? എന്താ ഇതിനർത്ഥം?”

“അറിയില്ല.”

“തുടരെത്തുടരെ പുറപ്പെടുന്ന ശബ്ദങ്ങൾ ഒരുവനെ ഹിപ്നോട്ടൈസ് ചെയ്യാം. അവിടെ ഏതു ഹിപ്നോട്ടൈസ് ശ്രമം നടന്നുകൊണ്ടിരിക്കയാ?”

“ഇപ്പോ, ഫോട്ടോ വ്യക്തമായി ബോസ്. “ഇർമാ എന്നത് ആദർശ വൈരുദ്ധ്യമുള്ളവരുടെ സംഘമായിരിക്കാം. പിന്നെ പ്രതിമയെപ്പറ്റി ഒരു പ്രധാനകാര്യം പറയാൻ വിട്ടുപോയി. അവർ ജനിച്ചതീയതി. അന്നത്തെ നക്ഷത്രം ഇവയെല്ലാം അന്വേഷിച്ചു. പ്രതിമയും തരുണയും ഒരേ നക്ഷ

ത്രത്തിലാണു ജനിച്ചത്. ഉത്രട്ടാതി. ഇതിനായി ഒരു ജ്യോത്സ്യനെ ചെന്നു കണ്ടു. അയാൾ മുക്കാൽ മണിക്കൂർ മല്ലിട്ടു. തരുണയുടെ ഇന്റർവ്യൂവിൽ അവൾ ജനിച്ചസമയം ചോദിച്ചല്ലോ. അതിനെന്താ പ്രാധാന്യമെന്നറിയുമോ? ആ ഡിസംബർ 21-ാം തീയതി പന്ത്രണ്ടുനാല്പതിനുശേഷം നക്ഷത്രം മാറും പോലും. അതുവരെ മാത്രമാണ് ഉത്രട്ടാതിയത്രെ. അതുകൊണ്ട് അയാൾക്കു ഉത്രട്ടാതിയിൽ ജനിച്ച പെണ്ണാണ് വേണ്ടതെന്നു തോന്നുന്നു. എന്തുകൊണ്ടാ? പിന്നാലെ പറയാം."

"ആദർശ വൈരുദ്ധ്യങ്ങൾ ഓരോന്നായി വ്യക്തമാകുന്നു. തരുണയെ സെക്രട്ടറിയായിട്ടാണല്ലോ നിയമിച്ചിരുന്നത്...?"

"അതുകൊണ്ടെന്താ. അത് അയാൾ സ്ത്രീകളെ തട്ടിയെടുക്കാനുപയോഗിക്കുന്ന സാധാരണ സമ്പ്രദായമാണ്. സെക്രട്ടറിയായി എടുത്തു കഴിഞ്ഞ്, സാമിനാഥനെന്ന പാവത്താനെ കൊണ്ടു സ്നേഹത്തിലാക്കി അവനു കിട്ടാൻ പോകുന്ന സ്വത്തും പണവും മറ്റും കാട്ടി മോഹിപ്പിച്ച് സാവധാനം അവളുമായി ഇടപെട്ടു അവളെ കുരുക്കിലാക്കാം."

"എന്തിന്? എന്തു കുരുക്കാണത്?"

"അങ്ങനെ ചോദിക്കൂ. ഇതാ എന്റെ റിസർച്ചിന്റെ കൊടുമുടി."

"തമാശ കളയൂ."

"ഒരു നല്ല കാര്യം ചെയ്താൽ ഞാൻസ്വയം സഭാഷ് പറഞ്ഞഭിനന്ദിക്കും. സഭാഷ് എടാ വസന്ത്." അവൻ സ്വന്തം മുതുകിൽ തട്ടി.

"പറയൂ."

"നിങ്ങൾ വിശ്വസിക്കില്ല."

"പറയൂ.

"സസ്പെൻസ്."

"ഛ്! പറഞ്ഞുതൊലയ്ക്ക്."

"ഞാൻ ഈ ചിഹ്നത്തെക്കുറിച്ചു ഗവേഷണം നടത്താൻ ഒരു പുസ്തകം വാങ്ങിക്കൊണ്ടുവന്നു. നോക്കുന്നോ? മെല്ലെ..."

"എത്ര വലിയ പുസ്തകം."

"അഥർവ്വവേദസാരം. 1908 ൽ അച്ചടിച്ചത്. ഈ പുസ്തകത്തിൽ ഞാൻ ചില സ്ഥലത്ത് കടലാസ് ചെരുകി അടയാളം വച്ചിട്ടുണ്ട്. നോക്കൂ. വായിച്ചു നോക്കൂ. നാനൂറ്റി എഴുപത്താറാം പേജ് എന്നു വിചാരിക്ക്യാ."

ഞാൻ വേഗം ആ പേജെടുത്തു. വായിച്ചു പരിഭ്രമിച്ചു വിസിലടിച്ചു.

"അവതാരപുരുഷമഹിമ: അവതാരപുരുഷൻ നൂറ്റാണ്ടിൽ ഒരിക്കലെ ജനിക്കൂ. ഇതിന് അച്ഛൻ നല്ല സൂര്യശ്രേയസ്സിൽനിന്നു ഗുരുഘടകത്തിലും ബുധൻ കന്യയിലും ചന്ദ്രൻ ഏഴിലും ചെറുപ്പത്തിൽ അച്ഛനമ്മമാർ മരിച്ചതും മാറിൽ അധികം രോമമുള്ളവനായും നെറ്റിയിൽ മറുകുള്ളവനായും ഇരിക്കണം. അവൻ കഠിനമായ വ്രതമനുഷ്ഠിച്ച് തന്റെ ഇന്ദ്രിയങ്ങളെ കാത്തു നാല്പത്തെട്ടു ദിവസം പൗർണ്ണമി ദിനം തൊട്ട് സ്ത്രീഗന്ധമില്ലാതെ കഴിച്ച് ഉത്രട്ടാതിയിൽ പിറന്നവളുടെ ഇരുപത്തി ഒന്നാം വർഷം

ഇരുപത്തൊന്നാം നാൾ അവളോടൊപ്പം "ഞാൻ ബലശാലി. അരണിയിൽ നിന്നു കടഞ്ഞ അഗ്നിപോലെ ജനിക്കുന്ന ആ സൽപുരുഷൻ നല്ല വർണ്ണവും ധനവും, കഴിവും ബ്രഹ്മൻ വഴി രേതസ്സുമിട്ടു 'താതാ' അതിനെ കരുവാക്കട്ടെ. 'ദ്വഷ്ടാ' അവയവങ്ങളുണ്ടാകട്ടെ. അശ്വനി ദേവന്മാർ ഭ്രൂണത്തിനു ജീവൻ നല്കട്ടെ. ഭൂമി അഗ്നിയെയും ദ്യോലോകം ഇന്ദ്രനേയും ഭ്രൂണത്തിൽ വച്ചിരിക്കുന്നതുപോലെ നീ ഭ്രൂണത്തെ വെച്ചിരിക്കുകയാണ്. നിന്നും നടന്നും നിവർന്നും നനഞ്ഞും അവളിൽ പ്രവേശിക്കുക. അതിനുശേഷം യോഗചിത്തൻ ഒരാൾ പിന്നെയും പ്രവേശിക്കുക. ആ സംഗമത്തിൽ ജനിക്കുന്ന ആ ദൈവക്കരു ഉലകുഭരിക്കും. പുത്രനായി തേജസ്സുണ്ടാകട്ടെ എന്നും അല്ലയോ ഗ്രഹമേ നീ അവളെ ഉപേക്ഷിച്ച് പുരുഷപ്രജയോടുകൂടി വാ. ശഠതൂണിയിൽ പ്രവേശിക്കുന്നതുപോലെ ശിശുഭ്രൂണത്തിൽ പ്രവേശിക്കട്ടെ. പിറ്റേന്നു കാലത്തു നിത്യകർമ്മങ്ങൾ ചെയ്ത് ഗർഭദാനം പൂർത്തിയാക്കാൻ വീണ്ടും അവളിൽ..."

"ഓ നോ." ഞാൻ തടഞ്ഞു.

"മനസ്സിലാകുന്നുണ്ടോ?" അവൻ ചോദിച്ചു.

"'What madness."

രണ്ടാളും ഉത്രട്ടാതി. തരുണയും പ്രതിമയും. സാമിനാഥൻ ചെറുപ്പത്തിൽ അച്ഛനമ്മമാർ മരിച്ചവൻ. മാറിൽ രോമമുള്ളവൻ.

ഞാൻ സ്തംഭിച്ചു പോയി. പ്രതിമയുടെ ആ രാത്രി എന്റെ മനസ്സിലുയർന്നു. അവളെ ഹിപ്നോട്ടൈസ് നിദ്രയിലാക്കി ആദ്യം സാമിനാഥൻ പിന്നെ... ദൈവമേ!"

"എന്ത് നാശം പിടിച്ച പുസ്തകമാ ഇത്."

"ഇത്തരത്തിൽ നൂറുകണക്കിന് ഭയങ്കരങ്ങൾ ഈ പുസ്തകത്തിലുണ്ട്. അതേക്കാൾ ഭയങ്കരം അതിലെഴുതിയിരിക്കുന്നതും വിശ്വസിച്ചു പണിപ്പെടുന്നല്ലോ ഒരു കൂട്ടം! ആ സൈക്കോസിസാണ് മനസ്സിലാവാത്തത് ഇലക്ട്രോണിക് യുഗത്തിൽ ഇങ്ങനെയും ഒരു കൂട്ടരുണ്ടാകുമോ?"

"പ്രതിമയ്ക്ക് ആ അവതാരപുരുഷന്റെ ചികിത്സ ലഭിച്ചിട്ടുണ്ട്. അതുകൊണ്ടും തീരാതെ സ്വന്തം സന്തോഷത്തിനു കിഴവൻ ഫോട്ടോ എടുത്തുവക്കുകയും ചെയ്തിരിക്കുന്നു. അതിന്റെ നെഗറ്റീവുകൾ എങ്ങനെയോ പ്രതിമയുടെ കൈയിലകപ്പെട്ടു. അവൾ ഞെട്ടിപ്പോയിരിക്കും. ബഹളം കൂട്ടിയിരിക്കും. എന്നാൽ ഉടനെ വീടു വിട്ടു ഓടിയില്ലെന്നു തോന്നുന്നു. ഭാവിജീവിതത്തിന് ഒരു വഴി കണ്ടുപിടിച്ചുകൊണ്ടാണ് ടീച്ചർ ജോലിക്കു രഹസ്യമായി അപേക്ഷ അയച്ചത്. അതു ലഭിച്ചപ്പോഴാണവൾ പുറപ്പെട്ടതും. ആ ഭ്രാന്തൻമാരുടെ എല്ലാ ചെയ്തികളും അവൾക്കു മനസ്സിലായിട്ടുണ്ടാകും. ഒരേ ഓട്ടം! മിണ്ടാതെ ഓടിപ്പോയി. അവളെവിടെയെന്നവർക്കറിയില്ല. അവരത്രമാത്രം പണിപ്പെട്ടു നടത്തിയ ഗർഭദാനം എന്തായി? അവതാരപുരുഷൻ ആ സംഗമത്തിൽ ഉണ്ടായോ? അല്ല. വല്ല ഇരുട്ടറയിലും വച്ചു കൊല്ലപ്പെട്ടോ? പെണ്ണോടിപ്പോവുകയും ചെയ്തു.

അതുകൊണ്ട് അവതാരപുരുഷജനനത്തിന് മറ്റൊരു ഉത്രട്ടാതിപ്പെണ്ണിനെ തേടിപ്പിടിക്കേണ്ടിയിരിക്കുന്നു. വന്നവൾ തരുണയാണ്. അവൾ വഴിക്കു വരുന്നു. പക്ഷേ ആദ്യഭാര്യയിൽ നിന്നു വിവാഹമോചനം നേടണമെന്ന വൾ ശാഠ്യം പിടിച്ചു. അതിന് അവർ നമ്മുടെ സഹായം തേടുന്നു; ആദ്യ ഭാര്യയെ കണ്ടുപിടിച്ചുകൊടുക്കാൻ വേണ്ടി. നാം കണ്ടുപിടിച്ചുകൊടു ക്കുകയും ചെയ്തു. പിന്നെയെന്തു നടക്കും? അവതാരപുരുഷനുവേണ്ടി മറ്റൊരു ശ്രമം. ഇരുപത്തൊന്നുവയസ്സ്, ഇരുപത്തൊന്നു നാൾ!"

"വെയിറ്റ് എ മിനിറ്റ്. തരുണയുടെ ജനന തീയതിയേതാ?"

"1955 ഡിസംബർ 21"

"ഇന്നെത്രയാ തീയതി."

"1977 ജനുവരി പന്ത്രണ്ട്. ഗോഡ്. ഇന്നത്തേക്കു തന്നെയാ ആ ടേബിൾ ടെന്നീസ് കളി!"

"വസന്ത് ഇന്നാണ് തരുണയുടെ ചികിത്സ പുറപ്പെടൂ."

"എവിടേക്ക്"

"തരുണയെ രക്ഷിക്കാൻ"

ടെലഫോൺ എടുത്തു രാജേന്ദ്രനു ഞാൻ ഫോൺ ചെയ്തു.

"ഗണേഷ് ഹിയർ. ഓർമ്മിക്കുന്നുണ്ടോ?"

ഞാനാണാ ചോദ്യം ചോദിക്കേണ്ടത്. എന്താ പറയൂ. കാര്യമൊന്നു മില്ലാതെ ഫോൺ ചെയ്യില്ലല്ലോ നിങ്ങൾ?"

"മുത്തുരാമ ലിംഗമെന്ന നിങ്ങടെ ബാച്ച്മേറ്റ് ഒരാൾ നീലഗിരിയിലു ണ്ടല്ലോ."

"അറിയാം. അയാളുടെ ജൂറിസ്ഡിക്ഷനിൽ ഒരു മർഡർ നടന്നതി നെപ്പറ്റി മെസേജ് വന്നിരുന്നു."

"അതു സംബന്ധമായാണ് ഞാൻ നിങ്ങൾക്കു ഫോൺ ചെയ്തത്."

"എന്താ വല്ലതും പുതുതായി മനസ്സിലായോ?"

"ഇല്ല. ഒരു ഹഞ്ച് തിരുമൂലർ നഗർ എന്ന് പോരൂരിനു സമീപം ഒരു കോളനിയുണ്ട്. അവിടെ ശേഷഗിരി എന്ന ഒരാളുടെ വീട്ടിലേക്കു പോകയാ ഞാൻ. അവിടെ ചില ചീത്തക്കാര്യങ്ങൾ നടക്കുന്നുണ്ട് എന്നു ഞാൻ വിചാരിക്കുന്നു. അതുമൊരു ഹഞ്ച് തന്നെ. എന്നാലും പൊലീസ് സഹായം എനിക്കു പ്രയോജനപ്പെടും. അയച്ചു തരാമോ?"

"തിരുമൂലർ കോളനി. ശേഷഗിരി. ഓ യെസ്. വേറെ വല്ലതും വേണ്ട തുണ്ടോ?"

"ഇപ്പോ വേണ്ട. നോക്കട്ടെ. വീണ്ടും സാവധാനം ഞാൻ ഫോൺ ചെയ്യാം. ഒരു പെണ്ണിനെ രക്ഷിക്കേണ്ടതുണ്ട്."

ഞാൻ ടെലഫോൺ വച്ചു. "ഗുഡ് ഓൾഡ് രാജേന്ദ്രൻ." ആൾവേസ് ഹെൽപ്ഫുൾ" ഞാൻ മന്ത്രിച്ചു.

"വസന്ത് പുറപ്പെടൂ."

"റെഡി."

"പ്രതിമയുടെ കൊല മാത്രമാണിനി വ്യക്തമാകാനുള്ളത്. അതിനെപ്പറ്റി പിന്നെ ശ്രദ്ധിക്കാം. ഇപ്പോ ഉടനെ വേണ്ടത് തരുണയെ രക്ഷിക്കുകയാണ്.

ഞാനൊരിക്കൽ കൂടി സൂത്രത്തിൽ ആരുമറിയാതെ ആ വീട്ടിലേക്കു ചെന്നു. രാത്രി ഒമ്പതു മണിയായിട്ടുണ്ടാകും. പതുക്കെ ആ ടേബിൾ ടെന്നീസ് ശബ്ദം കേൾക്കുന്നു."

"വസന്ത് നീ ഇവിടെത്തന്നെ നില്ക്ക്. പോലീസ് ജീപ്പ് വന്നാൽ ബഹളം വയ്ക്കാതെ ഇവിടെത്തന്നെ കാത്തിരിക്കൂ. നിനക്കെന്റെ വിസിൽ കേട്ടാൽ അറിയാമല്ലോ?"

"ഓ! യെസ് വിസിൽ കേട്ടപാടെ എത്തണം. അത്രയല്ലേ ഉള്ളൂ? നിങ്ങൾ മാത്രം പോകയാണോ?"

"കടമ വിളിക്കുന്നു."

"എന്നെക്കൂടി വിളിക്കുന്നു."

"ക്ഷമിച്ചിരിക്കൂ."

ഞാൻ വീടിന്റെ പിൻവശം ചെന്നു എളുപ്പത്തിൽ കോമ്പൗണ്ടു വാൾ ചാടിക്കടന്നു. ഒരു പശു തലയാട്ടി മണികിലുക്കി.

വീടിന്റെ ഇടതുവശത്തേക്കുവന്നു. അവിടെത്തന്നെയാണാ മുറി. അതിൽ നിന്നുതന്നെയാണ് വൈകുന്നേരം ആ ടേബിൾ ടെന്നീസ് ശബ്ദം കേട്ടത്.

ജനൽവഴി എത്തിനോക്കി. അകലെ നിന്നു പതുക്കെ സംസാരിക്കുന്ന ശബ്ദം കേട്ടു. മുൻവശത്തായിരിക്കാം വഴിയെന്നു തോന്നി. മെല്ലെ മുന്നിലേക്കു വന്നു. ഇടതുവശം കാർ ഷെഡുണ്ട്. രണ്ടു കാറുകളുണ്ടായിരുന്നു. ഒന്നാ വലിയ കാർ. മറ്റൊന്ന് അംബാസഡർ.

മുന്നിലൊരേയൊരു വിളക്കെരിയുന്നു. കതക് പൂട്ടിയിരുന്നു. തികഞ്ഞ നിശ്ശബ്ദത. കതകു തൊട്ടുനോക്കി ഞാൻ. താഴിട്ടിരുന്നു. വീണ്ടും പിൻവശം വന്നു. മുകളിലേക്കു നോക്കി. ഷൂ അഴിച്ചു. ഡ്രെയിൻ പൈപ്പ് പിടിച്ചു വേഗം മുകളിലേക്കു കയറി.

ടെറസിൽ വന്നു നിന്നു. കണ്ണാടി വാതിലുകളെല്ലാം അകത്തു നിന്നു കൊളുത്തിട്ടിരുന്നു. ഒന്നൊഴികെ.

അകത്ത് ഇരുട്ടായിരുന്നു. വിളക്കു കത്തിച്ചാലപകടമാണെന്നു തോന്നി. ആ ശബ്ദമെവിടെ നിന്നാ വരുന്നത്?

പതുക്കെ പതുക്കെ ആ കതക് തുറന്നു. താഴത്തേക്കിറങ്ങാനുള്ള ഏണിപ്പടി കണ്ടു.

ശബ്ദം കീഴേനിന്നാണ് കേട്ടുകൊണ്ടിരുന്നത്. മെല്ലെ മരപ്പടികളിറങ്ങി. പാട്ടിൻ ശബ്ദം കേട്ടു. ഇടതുവശത്തെ മുറിയിൽ വെളിച്ചം കണ്ടു. കർട്ടൻ തൂങ്ങുന്നുണ്ട്. അതല്പം നീക്കിനോക്കി.

സാമിനാഥൻ ഒരു വാഷ്ബേസിനു സമീപം നിന്നു പാടിക്കൊണ്ടു കക്ഷത്ത് പൗഡർ തളിച്ചുകൊണ്ടിരുന്നു. തൊട്ടടുത്തൊരു ചെറിയ മുറി

യുണ്ട്. അതിൽ നിന്ന് വിളക്കെരിയുന്നുണ്ട്. നടുവിൽ ഒരു നീണ്ട മേശ.

തരുണ!

"വാടാ വേഗം" ഇളയച്ഛന്റെ ശബ്ദം കേട്ടു.

"ഒരു നിമിഷം എളേച്ഛാ!"

നല്ലസമയം അവൻ വിളക്കണച്ചുചെന്നു. ഞാൻ ആ മുറിയിൽകടന്നു മെല്ലെ മെല്ലെ എതിരെയുള്ള കതകടച്ചു. കതകോരം നിന്നുകൊണ്ടകത്തേക്കുനോക്കി.

ഇപ്പോഴവരെയെല്ലാം വ്യക്തമായി. ഒരുവശത്തു ഒരു ടേപ്പ് റിക്കാർഡർ. അതിൽ നിന്ന് ടക് ടക് എന്ന് തുടരെ ആ ടേബിൾടെന്നീസ് ശബ്ദം വന്നുകൊണ്ടിരുന്നു. അതിനെതിരെ ഒരു കസേരയിട്ടു അതിൽ തരുണാ നേരെ നോക്കി ഇരിക്കുന്നുണ്ടായിരുന്നു. അതിന്റെ ഇരുട്ടിൽ അകലെ ഒരുയർന്ന കസേരയിൽ മാലയുമിട്ട് ശേഷഗിരി ഇരിക്കുന്നുണ്ടായിരുന്നു. എല്ലാവരും തികഞ്ഞ മൗനം.

"എന്താ അവളുറങ്ങിക്കഴിഞ്ഞോ?"

"മൂന്നാം നിലയിലാണുള്ളത് മഹാപ്രഭു."

"ഒരുവൻ തരുണയുടെ മൂന്നിലേക്കു ചെന്നു തലതിരിച്ചുനോക്കി. അതു ബൊമ്മയുടെ തല പോലെ തിരിഞ്ഞു. അവനെന്തുയരമാണ്.

"തരുണാ, തരുണാ."

"മറുപടിയില്ല. ശ്വാസം വേഗം വരുന്നു. നാലാമതു സമാധിയിലെത്തിക്കഴിഞ്ഞു. സംസ്കാരം തുടങ്ങാം."

"തയ്യാറാ?"

"തയ്യാർ മഹാപ്രഭു."

"കയറൂ."

അവൻ മെല്ലെ തരുണയുടെ സാരി അരയിൽ നിന്നഴിക്കുമ്പോൾ ഞാൻ മെല്ലെ എല്ലാവരും കേൾക്കെ കൈകൊട്ടി. "സബാഷ്."

എല്ലാവരും ധൃതിപ്പെട്ട് എന്റെ വശത്തേക്കു നോക്കി. "ഗംഭീരം, ഗംഭീരം, അവതാരപുരുഷനെ ഉല്പാദിപ്പിക്കുന്ന ചടങ്ങ് ഗംഭീരം!" ഞാൻ വിളിച്ചുപറഞ്ഞു.

"ആരിവനെ അകത്തേക്കു വിട്ടു. പിടി അവനെ! പിടിച്ചുകെട്ടൂ. വിദ്യാസാഗർ. എന്താ നോക്കിനില്ക്കുന്നത്? പിടി."

അവരെല്ലാം എന്റെ അടുത്തേക്കോടി വന്നു. ഞാനലറി "അടുത്തു പോകരുത്" കൊന്നുകളയും ഞാൻ."

വിഡ്ഢികൾ എന്റെ അടുത്തേക്കുതന്നെ വന്നു. സാമിനാഥൻ ധൃതിപ്പെട്ടു ബനിയനെടുത്തിട്ടു.

നാലാളും ചുറുചുറുക്കില്ലാത്തവരാണ്. അവരുടെ മുണ്ടുതന്നെ അവർക്കൊരു തടസ്സമായിരുന്നു. ഞാനല്പം കരാട്ടെ പഠിച്ചവനാണ്. ആദ്യം വന്ന പുള്ളിയെ മുഴങ്കാൽ കൊണ്ടൊന്നുകൊടുത്തു. അവനു കുറച്ചു നാളത്തേക്കു സംസ്കാരം ചെയ്യാൻ കഴിയില്ല. മറ്റൊരുവന്റെ ഇട

തുതോളിലൊരു വെട്ട്. കൈ നൂറ്റമ്പതു ഡിഗ്രി ചുഴറ്റിക്കൊണ്ടവൻ വീണു. എനിക്കും വേദനിച്ചു.

ശേഷഗിരി എവിടുന്നോ ഒരാപ്പിൾ കത്തിയെടുത്തു അലറിക്കൊണ്ടോടി വന്നു. "നിന്നെ കുത്തിക്കൊലചെയ്യും ഞാൻ." അതിലിടെ ബാക്കിയുള്ളവർ കൈയിൽ കിട്ടിയ ആയുധമെടുത്തു എന്റെ നേർക്കോടി വരുമ്പോൾ...

കതകിനിടിക്കുന്ന ശബ്ദംകേട്ടു.

"പോലീസെത്തിക്കഴിഞ്ഞു. എന്റെ കൂടെ ഇനിയും ഓടിപ്പിടിത്തം കളിക്കാനാണോ ആഗ്രഹം?"

പൊലീസെന്നു കേട്ടപാടെ അവർ പിന്തിരിയാൻതുടങ്ങി. വസന്തും എട്ടു പോലീസുകാരും ഒരു സർക്കിൾ ഇൻസ്പെക്ടറും ഓടിപ്പോകാൻ തുനിഞ്ഞവരെ തടഞ്ഞുപിടിച്ചു. അവിടെ തിരക്കല്പം അധികമായി. ശേഷഗിരി വിളിച്ചു പറഞ്ഞു. "ഇൻസ്പെക്ടർ! അയാളെ അറസ്റ്റു ചെയ്യൂ. വീട്ടിൽ കടന്ന് കുഴപ്പമുണ്ടാക്കുന്നു."

"ഇൻസ്പെക്ടർ ഈ പെണ്ണെ നോക്കൂ." ഞാൻ പറഞ്ഞു. തരുണയുടെ സമീപം ചെന്നു ഞാനവളുടെ കവിളിൽ തട്ടി. അവളുടെ കണ്ണുകളിൽ തണ്ണീർ തളിച്ചു.

"അവളുടെ സമ്മതത്തോടെയാ ഹിപ്നോട്ടിസം ചെയ്തുകൊണ്ടിരുന്നത്. വേണമെങ്കിൽ അവളെ എഴുന്നേല്പിച്ചുചോദിക്കൂ!" ശേഷഗിരി പറഞ്ഞു.

ഇൻസ്പെക്ടർ എന്നെ നോക്കി.

"ഇവർ അരഡസൻ ആളുകൾ ചേർന്നുകൊണ്ടു..."

"കള്ളം കള്ളം അവളോടുതന്നെ ചോദിച്ചുനോക്കൂ."

തരുണ എഴുന്നേറ്റിരുന്നു. അവളുടെ കണ്ണുകൾ ഇപ്പോഴും അടഞ്ഞുതന്നെ കിടന്നിരുന്നു.

സാമിനാഥൻ അവളുടെ സമീപം ചെന്നു ചോദിച്ചു: "തരുണാ ഡിയർ ആർ യു ആൾ റൈറ്റ്?"

"തരുണാ പറയൂ എന്താ നടന്നത്. അവർ നിന്നെ എന്താ ചെയ്തത്?"

തരുണ എന്നെ മിഴിച്ചുനോക്കി.

"എന്താ നടന്നത്?" അവളും ചോദിച്ചു.

"തരുണാ ഇതാരാണ് പറയൂ."

"ഇത് ഇത്.. ഇത് സാമി.."

"സാമി ആരാ?"

"എന്റെ ഭാവിവരൻ."

"കേൾക്കൂ ഇൻസ്പെക്ടർ. അകത്തു പ്രാർത്ഥനാമുറിയിൽ വന്നിവർ കുഴപ്പമുണ്ടാക്കി. ഞങ്ങൾ മുകളിൽ പൂജ ചെയ്തുകൊണ്ടിരിക്കുകയായിരുന്നു. ശബ്ദം കേട്ടു അകത്തുവന്നപ്പോൾ എന്റെ മകൻ സാമിയെ അടിച്ചുവീഴ്ത്തി ആ പെണ്ണിനെ തൊടാൻ ചെന്നു. ഞങ്ങൾ വന്നപാടെ

ഞങ്ങളെയും അടിക്കാൻ തുടങ്ങി. കത്തി കാട്ടി ഇവൻ. തെമ്മാടി! ഈ വീട് ഞങ്ങടെ വീടാ! ഇവനെന്റെ മകനാ. ഇവളെന്റെ മരുമകളാകാൻ പോകുന്നവളും.''

"എന്താ ഇത് മി. ഗണേഷ്!''

ഇപ്പോൾ മാത്രമാണ് ആ അഞ്ചുപേരിൽ ഒരുവനെ ഞാനൊരിക്കൽ കൂടി ശ്രദ്ധിച്ചത്. അസാധാരണമായ ഉയരമുള്ളവൻ. ശരിക്കും ആറടി രണ്ടംഗുലമുണ്ടാവും!

"ഇൻസ്പെക്ടർ, ഞാനിവിടെ കടന്നു വന്നത് കുഴപ്പമുണ്ടാക്കാനല്ല. ഇവരെ എല്ലാറ്റിനെയും അറസ്റ്റ് ചെയ്യുക നിങ്ങൾ; ആ പെണ്ണിനെ ഒഴികെ.''

"എന്തിന്?''

"ഞങ്ങടെ വീട്ടിൽ സമാധാനമായി പൂജ നടത്തിയതിനോ? ഒരു ഭർത്താവ് തന്റെ ഭാവി ഭാര്യയോടൊപ്പമുണ്ടായിരുന്നതിനോ?''

"അല്ല ഒരു പെണ്ണിനെ കൊല ചെയ്തതിന്.''

"നിങ്ങളെന്താ പറയുന്നത്?''

"ലോങ് ഷോട്ട് എന്നു പറയാറില്ലേ. ടെന്നീസ് കളിക്കുമ്പോൾ മറുപക്ഷത്തുള്ളവൻ സെറ്റ് പോയിന്റിൽ നില്ക്കുമ്പോൾ ഒരുഗ്രനടിയടിച്ചു നോക്കുമ്പോലെ.

"മിസ്റ്റർ ശേഷഗിരി നിങ്ങൾപ്ലാൻ ചെയ്ത് പ്രതിമയെ കൊല ചെയ്തതു പൊലീസിനറിയില്ലെന്നു വിചാരിക്കുന്നുണ്ടോ?''

"പ്രതിമയെയോ? ഞങ്ങളോ? എന്താ കളിയാക്കുകയാണോ?''

"എടാ, നെട്ടെ, ഇങ്ങോട്ടുവാ! നിന്നെ ലേവ് ടെലിൽ ആരും കണ്ടില്ലെന്നു തന്നെയാ വിചാരിക്കുന്നത്? ഇൻസ്പെക്ടർ ഇവന്റെ വിരലടയാളമെടുത്തോളൂ.''

അവൻ പെട്ടെന്നു ഭയന്ന് ശേഷഗിരിയെ നോക്കി.

"ശേഷഗിരി. യുവർ ഗെയിം ഈസ് ഔട്ട്.''

"കളിയാക്കുകയാണോ നീ.''

ഞാനാ മുറിയാകെ ഒന്നു നോക്കി. നീളമുള്ള മേശയും വിളക്കു പൊളിഞ്ഞ കുപ്പിക്കഷണങ്ങളും കാണപ്പെട്ടു. ഒരു മൂലയിൽ ടെലഫോൺ കണ്ടു. പെട്ടെന്നെനിക്കൊരു ജ്ഞാനോദയം. ഓ! ഇതു മനസ്സിലാക്കാതെ പോയല്ലോ! ശേഷഗിരി! "പ്രതിമയുടെ വിലാസം നിങ്ങളെങ്ങനെ കണ്ടുപിടിച്ചു എന്നെനിക്കറിയാം. അന്നു ഞാനെവിടേക്കാണു ട്രങ്ക് കോൾ ചേയ്തതെന്ന് ടെലഫോൺ ഡിപ്പാർട്ടുമെന്റിൽ ഒരു നമ്പറിൽ നിന്നു കംപ്ലെയിന്റ് കൊടുക്കുംപോലെ ചോദിച്ചു അന്വേഷിച്ച്. സമ്പാദിച്ചതുമെനിക്കറിയാം. ഉടനെ ആ ഉയരം കൂടിയവനെ രാത്രിയേക്കു രാത്രി ലവ്ടേയിലേക്കു കാറിലയച്ചു പ്രതിമയെ എന്റെ പേർപറഞ്ഞു വിളിപ്പിച്ചത്!.... അവൾ ഞങ്ങളോടു നിങ്ങളുടെ തെമ്മാടിത്തരമെല്ലാം പറഞ്ഞറിയിക്കുന്നതിനുമുമ്പേ അവളെ തനിച്ചു കൂട്ടിക്കൊണ്ടുപോയി കഴുത്തുഞെരിച്ചു

കൊന്നിട്ടു വന്നിരിക്കയാണവൻ എന്നെനിക്കറിയില്ലെന്നോ? എടാ തോക്കാ! നിന്റെ വിരലടയാളങ്ങളവിടെ ധാരാളം പതിഞ്ഞിട്ടുണ്ട്. നിങ്ങളുടെ അംബാസഡർ കാർ അന്ന് ലവ്ടേലിലേക്കു വന്നതിന് ആക്ട്രായ് ഔട്ട്പോസ്റ്റിൽ തെളിവുണ്ട്. റിക്കാർഡായിട്ടുണ്ട്."

ആ പുള്ളി അപ്പോൾ വാതിൽ വഴി ഓടി രക്ഷപ്പെടാനൊരു ശ്രമം നടത്തി.

"അതാ അവനോടുന്നു. പിടിയവനെ."

കോഴിക്കുഞ്ഞിനെ പിടിക്കുമ്പോലെ അമർത്തിപ്പിടിച്ച് രണ്ടുകൊടുത്തു ഞാനവന്."

"റാസ്കൽ ആ പെണ്ണിനെ നിർദയം കഴുത്തുഞെരിച്ചുകൊന്നിട്ട് ഇവിടെ സംസ്കാരം ചെയ്യാൻ വന്നിരിക്കയാ അല്ലെ?" പിന്നെയും കൊടുത്തു രണ്ട്.

"സാറെ, അയ്യോ സാറെ എന്നെ വിടണം സാറെ. ഞാനറിയാതെ അബന്ധത്തിൽ പെട്ടുപോയതാ. എല്ലാം ശേഷഗിരി പറഞ്ഞിട്ട്. അയാളാ എന്നെ വിളിച്ചത്. എനിക്കു പണം തന്നതും അയാളാ. എനിക്കവളോട് ഒരു വിരോധോം ഇല്ല. ശേഷഗിരി തന്നെയാ.. ശേഷഗിരിതന്നെയാ.... എല്ലാം സത്യമായി സാമി സാക്ഷിയായി അയാളാണതെല്ലാം ചെയ്യിച്ചത്. അയ്യായിരം രൂപ എനിക്കു തന്നു. നോട്ടുകെട്ടാ തന്നത്.."

ശേഷഗിരിയെ ഉടനെ അറസ്റ്റു ചെയ്യണോ വേണ്ടയോ എന്ന് ഇൻസ്പെക്ടർ അല്പം സംശയിച്ചു നില്ക്കുംപോലെ തോന്നി.

"തെളിവുകളെല്ലാം വളരെ വ്യക്തമാണ്. പിന്നെന്തിനു മടിക്കുന്നു? ഇത്തരം റാസ്കലുകളെ എല്ലാം ഉള്ളിലാക്കാനാണല്ലോ ഇപ്പോ ചോദ്യം ചെയ്യാൻ പറ്റാത്ത നിയമങ്ങൾ ഉണ്ടാക്കിയിരിക്കുന്നത്?" ഞാൻ പറഞ്ഞു.

"എന്തിനും ഒരുവാക്കു എസ് പി യോടു ചോദിച്ചിട്ടു വരുന്നു. അവർ ഓ കെ തന്നാൽ."

"ധാരാളം മതി. നിങ്ങൾ എസ് പിക്കു ഫോൺ ചെയ്തു നടന്നതറിയിച്ചു അനുമതി വാങ്ങിക്കോളൂ. അതുവരെ ഞാൻ നമ്മുടെ അവതാരപുരുഷനോടു സംസാരിച്ചുനില്ക്കാം." "എന്താ ശേഷഗിരി സാർ" എന്നു വിളിച്ചു അയാളെ നോക്കിക്കൊണ്ടിരുന്നു. കോൺസ്റ്റബിൾമാർ ചുറ്റും ഉണ്ടായിരുന്നു. അയാളെന്നെ ഒരായുഷ്ക്കാലത്തേക്കു മുഴുവൻ മതിയായ ദഹിപ്പിക്കുന്നൊരു നോട്ടം നോക്കിക്കൊണ്ടു പറഞ്ഞു. "ഡീജനറേറ്റ്."

"ഞാനോ, നിങ്ങളോ?"

"നിങ്ങടെ വർഗ്ഗം മുഴുവൻ. നിങ്ങളെല്ലാം."

"ശേഷഗിരി സാറെ, ഒരുചോദ്യം. നിങ്ങളെത്രവരെ പഠിച്ചിട്ടുണ്ട്? തിരുമൂലരെയും കൊണ്ടാണല്ലോ കളി. നിങ്ങൾ ചെയ്തത് ശരിയാ? വിവേകമുള്ള ആരെങ്കിലും സമ്മതിക്കുമോ?"

"വിവേകം. ഹാ!"

"എന്താ ഹൊ! എന്ന്."

"വിവേകം ആർക്കുണ്ട്. അറിവുള്ളവനീ നാട്ടിൽ ജീവിക്കാൻ പറ്റുമോ?"

"എനിക്ക് കഴിയുന്നുണ്ടല്ലോ! സുഖമായി, സന്തോഷമായി."

"ഗണേശാ, നിങ്ങളെയെല്ലാം കാണുമ്പോൾ എനിക്ക്.. എനിക്കു..തോന്നുന്നു." പൊടുന്നനെ അയാൾ ചിരിച്ചു. കൈ കൊട്ടിക്കൊട്ടി ചിരിച്ചു. ഈ സന്ദർഭത്തിലെങ്ങനെ ഇയാൾക്കു ചിരിക്കാൻ കഴിയുന്നു എന്ന് ആലോചിക്കുമ്പോഴേക്കും ചിരി നിർത്തി. "ഈ നാട്ടിൽ പ്രതിഭാശാലികൾക്കു ജീവിക്കാനിടമുണ്ടോ? ഈ നാടിന്റെപോക്കിൽ?"

"പോക്കിനെന്താ? ശരിയായ വഴിയിൽ തന്നെയാ പോയിക്കൊണ്ടിരിക്കുന്നത്?"

"വിഡ്ഢി ആലോചിച്ചുനോക്കൂ. എത്രത്തോളം നിന്റെ വ്യക്തിസ്വാതന്ത്ര്യത്തിനുള്ളിൽ കൈവച്ചിരിക്കുന്നുവെന്ന് നിന്നെപ്പോലുള്ള ബലിയാടുകളായ ജനങ്ങൾക്കിതെങ്ങനെ മനസ്സിലാകും. സമ്പന്നരെ ഇല്ലാതാക്കാണമെന്നു തീരുമാനമെടുത്തിരിക്കയാത്രേ. പക്ഷേ നടക്കുന്നതെന്താ? ഒരു കൂട്ടം പണക്കാർക്കുപകരം മറ്റൊരു കൂട്ടർ ഉടലെടുക്കാൻ പോകയാ."

അയാളുടെ അന്തഃരംഗം മുഴുവൻ സംസാരത്തിൽ വ്യക്തമാക്കപ്പെട്ടു.

"ബുദ്ധിയുപയോഗിച്ചു കഷ്ടപ്പെട്ട് ഞാൻ പണം (മാറത്തടിച്ചുകൊണ്ട്) സമ്പാദിച്ചു. അതു ഗവൺമെന്റിനു നികുതി കൊടുക്കണം പോലും. ഇൻകംടാക്സ്, സർചാർജ്ജ്, സൂപ്പർ ടാക്സ്, സൂപ്പറിനുമേൽ മറ്റൊരു സൂപ്പർ ടാക്സ്, എസ്റ്റേറ്റ് ഡ്യൂട്ടി. കണക്കു കാണിച്ചാൽ ടാക്സ്, കണക്കു കാണിക്കാതിരുന്നാൽ ബ്ലാക്ക് മണി എന്നും പറഞ്ഞ് അണ്ടർ വെയറും കൂട്ടി അഴിച്ചുനോക്കുന്നു. സ്വർണ്ണത്തിന് ഒരു ഗോൾഡ് കൺട്രോൾ, ആഭരണങ്ങൾക്ക് വെൽത്ത് ടാക്സ്. വീടോ മറ്റോ വാങ്ങിയിട്ടാലോ. ഒരുകുടിലിനുമേൽ നിനക്കു കിട്ടില്ല എന്ന് പരിധിനിയമം. കുറച്ചു കടലയെണ്ണയോ മറ്റോ കൂട്ടിക്കലർത്തി മാർക്കറ്റിലയച്ചാൽ മിസ. നാലുകാശു സമ്പാദിക്കാൻ സ്വാതന്ത്ര്യമോ അധികാരമോ ഇല്ലാത്ത രാജ്യമെന്തു രാജ്യം. ഞാൻ വീണ്ടും പറയുന്നു. പണക്കാരനെ നശിപ്പിക്കാനേ കഴിയില്ല. ഒരു പണക്കാരനെ നശിപ്പിച്ചാൽ വേറൊരു പണക്കാരൻ ജനിക്കും. സർക്കാരിനെ സലാം വെക്കുന്ന കുട്ടിദൈവങ്ങളെല്ലാം ഒത്തുചേർന്നു ഒരു പുതിയ ധനികവർഗ്ഗം ഉടലെടുക്കാൻ പോകയാ."

"ശേഷഗിരിസാർ! ഇത്തരം ഏർപ്പാടൊന്നും ഇനി നടക്കില്ല. കാലം മാറിപ്പോയി. സമൂഹമേ മാറിപ്പോയി."

"സമൂഹത്തിൽ മാറ്റാമോ?" ഹും! ചേരിപ്പിള്ളേർക്കു പഠിപ്പിക്കലും ഉദ്യോഗത്തിലും റിസർവേഷൻ കൊടുത്താൽ സമൂഹം മാറിപ്പോകുമോ? വല്ല കാളിമുത്തുവിനോ മാടസാമിക്കോ കലക്ടർ ജോലികൊടുത്താൽ സമുദായം മാറിപ്പോകുമെന്നാ പറയുന്നത്? ഇതു മാറ്റമല്ല. ത്രാസ് ഈ വശത്തേക്കു ചായ്ക്കുന്നു. അത്രതന്നെ. ഒരു കാളിമുത്തു ചേരിയിൽ നിന്നും ഉയർന്നുവന്നാൽ ഗണേഷും തീർച്ചയായും ചേരിയിൽ ചെന്നുവീഴും. അനിവാര്യമായൊരു ധർമ്മമാണിത്. ഈ ദേശത്തിന്റെ ഇന്നത്തെ പോക്കിനൊരു മാറ്റംവരുത്താൻ ഒരുവനു മാത്രമേ കഴിയൂ."

"അവതാര പുരുഷനോ?"

"ഇപ്പോ കളിയാക്കിക്കോളൂ. എന്നെ അറസ്റ്റ് ചെയ്ത് ജയിലിലടച്ചാലൊന്നും ഈ ജനനത്തെ ഇല്ലാതാക്കാൻ നിങ്ങൾക്കാവില്ല. ആ അവതാരം സംഭവിച്ചേ തീരൂ. ഗർഭദാനം തീർച്ചയായും നടക്കും. അവൻ ജനിച്ചേ മതിയാവൂ. നിനക്കു നിന്റെ ആയുസ്സിലിടെ തന്നെ അതു കാണാനിടയാവും. ഈ നാടിനെ എന്തിന് ലോകത്തെത്തന്നെ മാറ്റാൻ പോകയാ അവൻ."

"മാൻ ഈസ് ഡിമാന്റ്ഡ്" ഞാൻ വിചാരിച്ചു. "ശേഷഗിരി ഇത്രയും പറഞ്ഞല്ലോ. അല്പം ചിലത് കേട്ടോളൂ. മതം എന്നതെന്തിനാ? മനുഷ്യനെ ഉയർത്താൻ. സംസ്കരിക്കാൻ. പരസ്പരം സഹായിച്ചുകൊണ്ട് അഭിവൃദ്ധിപ്പെടാൻ. ഈ മന്ത്രതന്ത്രങ്ങളെല്ലാം അവരെ ദൈവത്തിന്റെ പേരിലും ഭക്തിയുടെ പേരിലും വശീകരിക്കാനുള്ള ഉപാധികളാണ്. ദൈവത്തെ നിങ്ങൾ വിട്ടുകളഞ്ഞു. തന്ത്രങ്ങൾ മാത്രം കൊണ്ട് എന്തെല്ലാം അന്യായം നിങ്ങൾ ചെയ്തു. ഹിപ്നോട്ടിസം...റേപ്...! ഛെ... ഛെ! നിങ്ങളൊരു കാര്യംചെയ്യു. ജയിലിൽ ധാരാളം സമയം കിട്ടും. അവധാനപൂർവ്വം ചിന്തിച്ചുനോക്കൂ. നിങ്ങൾ സ്വന്തം നാശത്തിനു വഴിയൊരുക്കിയതും മന്ത്രതന്ത്രങ്ങൾക്കു ദുഷ്പേരുണ്ടാക്കിവെച്ചതും ബോദ്ധ്യമാവും!"

"എനിക്കോ, നാശമോ?"

"എന്താ വല്ല കായകല്പമോ മറ്റോ?" ഞാൻ ചോദിച്ചു. ഇൻസ്പെക്ടർ അകത്തേക്കു കടന്നു.

"മിസ്റ്റർ ശേഷഗിരി, വരൂ പോകാം."

"ഇൻസ്പെക്ടർ പോകുന്നതിനു മുമ്പ് ഒരുകാര്യം പറയാനുണ്ട്. സ്വകാര്യം" ശേഷഗിരി പറഞ്ഞു.

"കൈക്കൂലിയാ?" ഞാനുടനെ ചോദിച്ചു.

"നടക്കെടാ! മര്യാദക്കു പറഞ്ഞാൽ നടന്നുകൂടെ" പൊലീസുകാരൻ അയാളെ ഉന്തിത്തള്ളി.

ശേഷഗിരി എന്നെ തിരിഞ്ഞുനോക്കി. ആ നോട്ടത്തിലുണ്ടായിരുന്ന ശാപം ത്രേതായുഗത്തിലെ മൂന്നു ഗണേഷുകളെ ഭസ്മമാക്കാൻ മതി.

എട്ട്

"കരയാതിരിക്കൂ തരുണ" ഞാനാശ്വസിപ്പിച്ചു.

"ഗണേഷ്! ഗണേഷ്! നിങ്ങൾ വന്നില്ലെങ്കിലെന്തു സംഭവിക്കുമായിരുന്നു. ഓർക്കാൻ പോലും കഴിയുന്നില്ല."

"എന്തിനാ നീ കരയുന്നത്? എല്ലാം ഒരു ദുഃസ്വപ്നം പോലെ കരുതിയാൽ മതി. നിനക്കൊന്നും സംഭവിച്ചില്ലല്ലോ."

"പാവം പ്രതിമാ! അവളെ ഞാനെന്തു മാത്രം പഴിച്ചു.

"അവൾ മാത്രം ഈ ദുഷ്ടന്മാർക്ക് ബലിയാടായത്."

"ബോസ്! എനിക്കൊരു സംശയം." വസന്ത് തുടങ്ങിവച്ചു.

"എന്താ"

"പെട്ടെന്ന് നിങ്ങൾക്കെങ്ങനെയാ ആ ആങ്കിൾ തോന്നിയത്?"

"ലോങ് ഷോട്ട്... പിന്നെ ആ മുറിയിലെ ടെലഫോൺ കണ്ടപാടെ എനിക്കു പെട്ടെന്നൊരു ഭൂതോദയം തോന്നി. അതുമാത്രമല്ല mistrust the obvious എന്നു പറയാറുണ്ടല്ലോ. നാമിതുവരെ ചിന്തിക്കാത്ത പുതിയ വീക്ഷണകോണിൽ കൂടി ചിന്തിച്ചുനോക്കിയാൽ മാത്രമേ ഉത്തരം കിട്ടാത്ത ചില ചോദ്യങ്ങൾക്കു പരിഹാരം കണ്ടെത്താനാവൂ. നമ്മുടെ കണക്കുകൂട്ടൽ ഒന്നു മാത്രമേ ഇതുവരെ തെറ്റിയിട്ടുള്ളൂ. പ്രതിമയുടെ വിലാസം നമ്മളിരുവരിലാരെങ്കിലും പറഞ്ഞാലല്ലാതെ ആർക്കും കണ്ടുപിടിക്കാനാവില്ലെന്നു നാം വിചാരിച്ചു പോയി. അതേപ്പറ്റി നമുക്കു ഒരു സംശയമേ തോന്നിയില്ല. അവസാനനിമിഷംവരെ നാമിതു ചിന്തിച്ചില്ല. സാമിനാഥൻ ശേഷഗിരികമ്പനിക്കു പ്രതിമയുടെ വിലാസം കണ്ടുപിടിക്കുന്നത്ര എളുപ്പം മറ്റൊന്നുമുണ്ടായിരിക്കില്ല. സിമ്പ്ൾ. തന്റെ ടെലഫോൺ നമ്പരിൽനിന്ന് വല്ല ട്രങ്കുകാളും പോയിട്ടുണ്ടോ എന്നറിയണം. ആർക്ക്, എവിടേക്ക് എന്നറിയണം. എന്തിനാണെന്നു ചോദിച്ചാൽ.. ഞാനറിയാതെ എന്റെ ജോലിക്കാരനൊരുവൻ ഈ ടെലഫോണിൽ നിന്നു ഞാനില്ലാത്തപ്പോ ട്രങ്ക് കാൾ ചെയ്തിട്ടുണ്ടെന്നു സംശയിക്കുന്നു. അതു കൊണ്ടു ചോദിച്ചതാണ് എന്നു പറയണം."

"സിമ്പ്ൾ."

"ആ കാറിന്റേത് ഒരുതരം ഊഹമാണ്. രണ്ടുകാർ ഞാൻ ഷെഡ്ഡിൽ കണ്ടു. കാറിൽ തന്നെ അയച്ചിരിക്കും. വലിയ കാറയച്ചിരിക്കില്ല. ആ ഉയരമുള്ളവനും കേർഫ്യുളായിത്തന്നെയാ ഉണ്ടാവുക. സ്കൂൾഗേയ്റ്റുവരെ കാർ കൊണ്ടുചെന്നിരിക്കാനിടയില്ല. എങ്കിലും ആക്ട്രായ് പോസ്റ്ററിൽ കാറിന്റെ നമ്പർ റിക്കാർഡായിട്ടുള്ളത് അവനോർത്തിരിക്കാനിടയില്ല. പ്രതിമ നമ്മെ കാണാനിടയായാൽ അവരുടെ കുത്സിത വൃത്തികളെല്ലാം... അവരവളോടു കാണിച്ച അക്രമം. അവരുടെ രഹസ്യങ്ങൾ എല്ലാം നമ്മോടു പറഞ്ഞേക്കുമെന്ന് ശേഷഗിരിക്കറിയാം. അതുകൊണ്ടു സംഘത്തിൽ നിന്നു ആ ഉയരമുള്ള പുള്ളിയെ അയച്ചു അവളെ കൈ കൊണ്ട്... (ഞാൻ കൈകൊണ്ടു കയറിറുക്കുമ്പോലെ ആംഗ്യം കാണിച്ചു) കൊല്ലുന്നതിനു വല്ല സംസ്കാരവും അവരുടെ പുസ്തകത്തിൽ കണ്ടേക്കും."

"ടെറിബിൾ! ടെറിബിൾ!" തരുണ പറഞ്ഞു. അവളുടെ ദേഹം വിറച്ചുപോയി.

"ഇനിയെന്തിനാ ഭയപ്പെടുന്നത് തരുണാ?" വസന്ത് ചോദിച്ചു. ഞാനിനി നിങ്ങളെ മിഴിയും ഇമയും പോലെ നോക്കിക്കോളാം. ആവശ്യപ്പെട്ടാൽ കോർട്ടിൽ സാക്ഷി പറയണം നിങ്ങൾ. ഇതെന്തൂ ബട്ടനാ? തങ്കമാ?" എന്നു ചോദിച്ചുകൊണ്ട് അവളുടെ കുപ്പായക്കുടുക്കൊരുതവണ അവൻ തൊട്ടൂ..."

പാവത്തിന് മോചനമേ ലഭിക്കില്ല!

വെട്ടിമാറ്റിയ അക്ഷരങ്ങൾ

ഒന്ന്

അലാറമടിച്ചു. ഭർത്താവെഴുന്നേറ്റു. ശൈലജയുമുണർന്നു. കണ്ണു തുറക്കാതെ കിടന്നു. അയാൾ പുറപ്പെടാൻ ചെയ്ത ഒരുക്കങ്ങളെല്ലാം അവൾകേട്ടു. പല്ലുതേക്കൽ ഇലക്ട്രിക് ഷെയ്വറിന്റെ ർ ർ ർ ർ ശബ്ദം... പാചകക്കാരനോടു കുറച്ചുകൂടി ടിക്കേഷൻ... കാർ മുൻവശം വന്നു നിന്നു ഒരുതവണ ചീറി. ടിഫിൻ കഴിക്കുമ്പോൾ ടേപ്പ് റിക്കോർഡറിൽ ചിട്ടിബാബുവിന്റെ സംഗീതം.

പ്രഭാകർ അവളെ എഴുന്നേല്പിച്ചില്ല. "അവളെഴുന്നേറ്റാൽ ഞാൻ പോയി, ബുധനാഴ്ച തിരിച്ചുവരാമെന്ന പറയൂ." എന്ന് വേലക്കാരനോടു പറയുന്ന ശബ്ദം കേൾക്കെ അവൾ വാശിയുപേക്ഷിച്ചു എഴുന്നേറ്റു വന്നു. അങ്ങോട്ടുചെന്നു.

പ്രഭാകർ അവളെ സൂക്ഷിച്ചു നോക്കിക്കൊണ്ടു കോട്ടെടുത്തിട്ടു.

"പുറപ്പെട്ടോ? എന്നെ ഉണർത്തിയില്ലല്ലോ."

"ഉറക്കം നടിച്ചു കിടക്കുന്നവരെ ഉണർത്താൻ വിഷമമാണ്."

"ഞാൻ നടിക്കുകയൊന്നും ചെയ്തില്ല. ഉറങ്ങിത്തന്നെയാ കിടന്നത്. ഇപ്പോഴാ ഉണർന്നത്."

"ശരി സന്തോഷം."

"നിങ്ങൾക്കു ഞാൻ വേണ്ട, എന്റെ സഹായവും വേണ്ട. ഞാനുണ്ടായിരുന്നാലും ഇല്ലാതിരുന്നാലും ശരി."

"പുലരുമ്പോൾ തന്നെ തർക്കിക്കാൻ തുടങ്ങണോ? എനിക്കു സമയമില്ല."

"എന്നെ തെറ്റിദ്ധരിക്കുന്നപോലുണ്ടല്ലോ. അതെന്താ?"

"തെറ്റിദ്ധരിച്ചില്ല. ഞാൻ പുറപ്പെടുന്നു. നമുക്കിരുവർക്കുമിടയിൽ തെറ്റിദ്ധാരണയൊന്നും ഇല്ലാതിരുന്നാൽ എനിക്കും സന്തോഷം തന്നെ."

"എയർടിക്കറ്റെടുത്തോ?"

"അതെല്ലാം പി എ പഴ്സിൽ ഭദ്രായി വച്ചിട്ടുണ്ട്. ഞാൻവരുന്നു. എന്നെ ഫോൺ ചെയ്യാം. മൂന്നുദിവസം സമാധാനമായിരിക്കൂ."

അവളയാളെ സൂക്ഷിച്ചു നോക്കി.

"നിങ്ങളെന്താ ഇങ്ങനെ? രണ്ടു മൂന്നു ദിവസമായി രണ്ടർത്ഥം വച്ചു സംസാരിക്കുന്നത്?"

"ഞാൻ പതിവുപോലെ തന്നെയാ സംസാരിച്ചത്. നീയാ രണ്ടർത്ഥം കാണുന്നത്. വരുന്നു. ചെലവിന് പണം വേണമെങ്കിൽ ചെക്കെഴുതി വച്ചിട്ടുണ്ട്. റൊക്കം പണവും വച്ചിട്ടുണ്ട്. ഡ്രോയറിലുണ്ട്." പടി കടന്നു. കതകു ശക്തിയായി അടച്ചതു തന്റെ മാറിൽ ചവിട്ടിയതുപോലെയവൾക്കു തോന്നി. അല്പനേരം അടച്ച കതകുതന്നെ നോക്കിയിരുന്നു. കാറിന്റെ ഡോറും ശക്തിയിൽ അടയുന്ന ശബ്ദം കേട്ടു. വേലക്കാരൻ കാപ്പി കൊണ്ടുവന്നുവച്ചു.

"പല്ലുതേക്കുന്നതിനുമുമ്പെയാ കാപ്പി? എടുത്തു പോയട്ടെ." അവൾ ദേഷ്യപ്പെട്ടു.

ശൈലജ സാവധാനം കിടപ്പറയിലേക്കു ചെന്നു. ആൾക്കണ്ണാടിയിൽ നോക്കി. ഇരുപത്തൊമ്പതു വയസ്സ്. എട്ടുവർഷത്തെ വൈവാഹിക ജീവിതത്തിന്റെ ചുവടുകൾ അവളുടെ ശരീരത്തിൽ തെളിഞ്ഞു കാണം. കണ്ണുകൾക്കു കീഴെ നേരിയ നിഴൽ. തലമുടി പണ്ടത്തെപ്പോലെ സമൃദ്ധമായില്ല. അല്പാല്പമായി കൊഴിഞ്ഞു അവിടവിടെ ഒറ്റയൊറ്റ നരച്ചരോമം. മാറിടം അല്പം കീഴോട്ടു ചാഞ്ഞു. നിതംബം അല്പം തടിച്ചുകൊണ്ടിരുന്നു. ശൈലജ നിനക്കു പ്രായമായിക്കൊണ്ടുവരുന്നു.

എട്ടുവർഷം ഈ വിനോദ് എന്ന മനുഷ്യനോടൊപ്പം കഴിച്ചു. തിരുവല്ലിക്കേണിയിൽ തേരടിതെരുവിൽ എട്ടുപേർ പാർക്കുന്ന ഒരു വീട്ടിലെ ഇരുട്ടറയിൽ നിന്നു പ്രമോഷനായി ഭാഗ്യമുദിച്ചു ശ്രീമതി പ്രഭാകറായി. തികച്ചും സമ്പന്നമായ ചുറ്റുപാടിലേക്കു ഒരൊറ്റ രാത്രികൊണ്ടു ഉയർത്തപ്പെട്ടു... പലതരം സാരികൾ, അനേകം ആഭരണങ്ങൾ.. എത്രയോ പരിചിതർ, ഏതേതോ നാടുകളിലേക്കുള്ള യാത്രകൾ... തീൻ പണ്ടങ്ങൾ... അലസമായ സമയങ്ങൾ...

രാത്രി വിളക്കണഞ്ഞു കഴിഞ്ഞാൽ ഏകാന്തത അവളെ കൂടെക്കൂടെ ശല്യം ചെയ്യുമ്പോൾ നിശ്ശബ്ദം വാർക്കുന്ന കണ്ണീർ തലയണയെ നനച്ചു. "എനിക്കും ഒരുകുഞ്ഞുവേണം" എന്നു കൊതിച്ച രാത്രികൾ

"നിങ്ങൾക്കൊരു കുഴപ്പവുമില്ല മിസ്സിസ് പ്രഭാകർ! നിങ്ങളുടെ ഭർത്താവു തന്നെയാ നിങ്ങളെ ചെക്കപ്പ് ചെയ്യിക്കണമെന്നഭിപ്രായപ്പെട്ടത്."

തന്റെ ചുറ്റും വീക്ഷിച്ചു അവൾ. ടെലിവിഷൻ, എ സി, ഫോറിൻ സാധനങ്ങൾ, വാസനദ്രവ്യങ്ങൾ, വേലക്കാർ, കാർ, ഉല്ലാസമായ ജീവിതം, പണം! എത്രമാത്രം പണം!

ഏതുവശം നോക്കിയാലും സ്നേഹം മാത്രമില്ല. ശൈലജ ബെഡ്ഡിൽ

ഇരുന്നു കൊണ്ടു ചിന്തിച്ചു.

രണ്ടു മൂന്നു ദിവസങ്ങൾക്കിടയിൽ സംസാരിച്ചു....

അദ്ദേഹത്തിനു സംശയമുണ്ടോ എന്തോ?

ഊഹൂം. ഇല്ല. ഉണ്ടാവാനിടയില്ല. എത്രമാത്രം ജാഗ്രതയോടെയാണിരിക്കുന്നത്. എന്നാലും എന്തിനാണവനെ കണ്ടത്. എന്തിനീ അപകടം ക്ഷണിച്ചുവരുത്തി. എന്തിന് ചാപല്യം കാട്ടുന്നു. ടെലിഫോണടിച്ചു. ഭയന്നുകൊണ്ട് അരികിലേക്കോടി. വേലക്കാരനറിയാതിരിക്കാൻ വാതിലടച്ചു.

"ഹലോ"

"ശൈ, ഞാനാ."

"എന്താ?"

"അയാൾ നാട്ടിൽപോയോ?"

"ഉം."

"ഇന്നു കാണുമോ?"

"വേണ്ട. വേണ്ട."

"പ്ലീസ് ശൈലജാ, പ്ലീസ്. എനിക്കു നിന്നെകാണാതെ കഴിയില്ല."

"വേണ്ട. കാര്യം അപകടമാണ്. അദ്ദേഹം സംശയിക്കുന്നുണ്ടെന്ന് തോന്നുന്നു. ഇനിമേൽ നാം തമ്മിൽ കാണാൻ പാടില്ല."

"കാണാതെ പറ്റില്ല ശൈലജാ! നീ ഭയപ്പെടേണ്ട. ഞാനുണ്ട് നിനക്ക്. ഞാൻ നിന്നെ കൈവിടില്ല. ഞാൻ നിന്നെ സ്നേഹത്തോടെ, ആദരവോടെ.."

"സാദ്ധ്യമല്ല. ഇനിമേൽ സാദ്ധ്യമേയല്ല. വൈകിപ്പോയി. എനിക്ക് എല്ലാം കഴിഞ്ഞു." ടെലിഫോൺ വച്ചുകളഞ്ഞു അവൾ. അവളുടെ കൈകൾ നടുങ്ങി. വീണ്ടും മണിയടിച്ചു. അടിക്കട്ടെ. അടിക്കട്ടെ. തന്റെ വെറുപ്പടക്കി അവൾ മിണ്ടാതിരുന്നു. കിർർർങ്ങ് കിർർർങ്ങ് എന്ന് ശബ്ദം പൊങ്ങി മുറിമുഴുവൻ മുഴങ്ങി ശൈലജാ, ശൈലജാ എന്നു വിളികേട്ടു. ആ റിസീവർ എടുത്തു മേശമേൽവച്ചു.

"ഹലോ ഹലോ" അതിന്റെ പരുപരുത്ത സ്വരം അവിടെ നിന്നു കെഞ്ചി. നിവൃത്തിയില്ലാതെ എടുത്തു സംസാരിച്ചു.

"വൈകുന്നേരം ഞാൻവരാം. അതേ സ്ഥലത്തേക്ക്."

രണ്ട്

പാചകക്കാരനോടു ഉച്ചയ്ക്കു ശേഷം വരേണ്ടതില്ലെന്നു പറഞ്ഞു. ഡ്രൈവറോടു വൈകുന്നേരം കാർ വേണ്ടതില്ലെന്നറിയിച്ചു ഇരുട്ടിയ പാടെ സാവധാനം വീട്ടിനുവെളിയിൽ വന്നു. വീട്ടിനെതിർവശം ഒരു കടയിൽ ഇരിക്കുകയായിരുന്ന ഒരുവൻ എഴുന്നേറ്റു നടന്നുചെന്നു ബസിനു കാത്തു നിന്നു (അവനും വന്നുനിന്നു). ബസിൽ കയറി രണ്ടു മൂന്നു സ്റ്റാന്റുകൾ

കഴിഞ്ഞു ഇറങ്ങി (അവനുമിറങ്ങി). അവിടുന്നു ടാക്സി പിടിച്ച പുറപ്പെട്ടു (അവൻ ധൃതിപ്പെട്ടു മറ്റൊരു ടാക്സിയിലും പുറപ്പെട്ടു). അവൾ കടൽക്കരയിൽ കണ്ണകി പ്രതിമയ്ക്കു സമീപമിറങ്ങി. അവിടെ ദയാൾ കാത്തിരിക്കുന്നുണ്ടായിരുന്നു. അവനെ ശ്രദ്ധിക്കാതെ കടൽക്കരയിലെ ഇരുട്ടിനുള്ളിലേക്കു നടന്നു (അല്പമകലെയായി ടാക്സിയിൽ വന്നവനും നടന്നു). ശൈലജ തനിച്ച് മണലിൽ ചെന്നിരുന്നു. ദയാൾ അവളുടെ സമീപം വന്നിരുന്നു. ഇരുട്ടു അവിരുവരെയും പുതപ്പിച്ചിരുന്നതിനാൽ അവനവളെ തൊട്ടു അവൾ അവന്റെ കൈയെടുത്തു മാറ്റി.

"ഭയപ്പെടേണ്ട ശൈലജാ."

"ഭയമില്ല. നിന്നെ ഞാനെന്തിനാ വന്നുകാണുന്നതെന്നു എനിക്കിപ്പോഴുമറിയില്ല."

"ഞാനിപ്പോഴും നിന്നെത്തന്നെ ഓർത്തു കഴിയുകയാ ശൈലജാ. നീ എന്നെ വിട്ടകന്നു പോയിട്ടു എട്ടുവർഷം കഴിഞ്ഞു. നിന്നെ എനിക്കു മറക്കാനേ കഴിയില്ല."

"ദയാൾ ഈ പ്രശ്നം ഏതുവിധത്തിൽ തീർക്കാൻ കഴിയുമെന്നാ ഞാൻ വിചാരിക്കുന്നത്? തുടക്കമേ തെറ്റ്. കല്യാണം കഴിഞ്ഞ് എട്ടുവർഷമായി. ഭർത്താവിനോടൊന്നിച്ചു എട്ടുവർഷം ജീവിച്ചു. എനിക്കു പ്രായമായി. നീ കോളേജിൽ കണ്ട ശൈലജയല്ല ഞാൻ. അന്നു സംസാരിച്ചു. പരിചയിച്ചു. അർത്ഥമില്ലാതെ ചിരിച്ചു. എന്തെല്ലാമോ സ്വപ്നം കണ്ടു.. അതെല്ലാം കഴിഞ്ഞു ഞാനിപ്പോ പഴയതായി. മറ്റൊരാളുടെ ഭാര്യ. മാറിപ്പോയവൾ.."

"എന്നെ സംബന്ധിച്ചിടത്തോളം നീ അതേ ശൈലജ തന്നെ. നിന്നോടെനിക്കുള്ള പ്രേമം എന്നും നശിക്കാത്തതാണ്."

"ഇതാ നോക്കൂ. നാം തമ്മിൽ കാണുന്നതേ തെറ്റാണ്. ശരിയല്ലെ?"

"നാം തമ്മിൽ കാണുന്നതു തടുക്കാനാവാത്തകാര്യമാണ്. തെറ്റും ശരിയുമെല്ലാം ആരാണ് തീരുമാനിക്കേണ്ടത്? ശൈലജാ നീ സന്തോഷത്തോടെ തന്നെ കഴിയുകയാണോ?"

"സുഖം തന്നെ. എനിക്കെല്ലാമുണ്ട്. പണം, ബങ്ക്ളാവ്, ഭർത്താവ് കാർ അവയെല്ലാമുപേക്ഷിച്ച് കള്ളം കാണിച്ച് ബീച്ച് മണലിൽ നിന്നോടൊപ്പമിരുന്നു എന്റെ ജീവിതം നാശമാക്കിക്കൊണ്ടിരിക്കയാണ്. എന്തിനെന്നേ അറിയില്ല."

"നാം രണ്ടുപേരും ഒളിച്ചു പോകാം."

"എങ്ങോട്ട്? എന്തുണ്ടു വഴി? നമുക്കൊരു വഴിയുമില്ല. എല്ലാറ്റിനെയും അത്ര നിസ്സാരമായി തള്ളാൻ പറ്റില്ല."

"നിന്റെ ഭർത്താവിൽനിന്നു വിവാഹമോചനമാവശ്യപ്പെടൂ."

"അതു സാദ്ധ്യമേ അല്ല. തീർച്ച. അദ്ദേഹത്തെ എനിക്ക് തലനിവർത്തി നോക്കാൻ കൂടി സാദ്ധ്യമല്ല. നിനക്കദ്ദേഹത്തെ അറിയില്ല. ഞാനദ്ദേഹത്തെയും വിട്ടുവരുന്നതിനെപ്പറ്റി ആലോചിച്ചിട്ടുമില്ല."

"എന്തുകൊണ്ട്?"

"ഞാൻ നിന്റെ കൂടെ വരുന്നതും ഇനിയും തീരുമാനിച്ചിട്ടില്ല. അതു കൊണ്ടുതന്നെ ഞാൻ ചെയ്യുന്നത് വെറും ഭ്രാന്താണ്."

"സന്തോഷമെന്ന എന്തോ ഒന്നിനെ മനസ്സിൽ വച്ചുകൊണ്ടു ഞാൻ നടിക്കുന്നു. അതു നിന്നിൽനിന്നും കിട്ടുമെന്നെനിക്കറിയില്ല. ഞാൻ തേടുന്നതു കിട്ടാത്തൊരു വസ്തുവായി തന്നെയിരിക്കാം. സത്യമായി പറയൂ ദയാൾ. നീ എന്നിൽ നിന്നെന്താ പ്രതീക്ഷിക്കുന്നത്?"

"നിന്റെ സ്നേഹസമ്പൂർണ്ണമായ സൗഹൃദം."

"എന്നെപ്പറ്റി നിനക്കെന്തറിയാം."

"കോളേജിൽ..."

"ഞാനാ കോളേജ് ശൈലജയല്ല ദയാൾ. അതെല്ലാം കഴിഞ്ഞുപോയി. നിനക്കിപ്പോഴെന്താ ജോലി?"

"വലിയ ജോലിയൊന്നുമില്ല. ഇടക്കിടെ ടെമ്പററിയായി വല്ലതും ചെയ്യുന്നു. ടൈപ്പു ചെയ്യും. ട്യൂട്ടോറിയൽ കോളേജിലേക്കു നോട്ടെഴുതിക്കൊടുക്കും. രാത്രിസമയങ്ങളിൽ നിന്നെയോർത്ത് പുതിയ കവിതകളെഴുതും. ഞാൻ പാവപ്പെട്ടവനാണ്."

"അതിരിക്കട്ടെ. ഞാൻ വിവാഹിതയാണ്. പ്രായവും കടന്നു. എന്നിൽ നിന്ന് നീ എന്താണാഗ്രഹിക്കുന്നതു? ഇതുവരെ നിനക്കു സെക്സ് അനുഭവമില്ലെങ്കിൽ നീ കള്ളം പറയുകയാ."

"ആ കള്ളമാണ് സത്യം ശൈലജാ."

"അതേപ്പറ്റി എനിക്കു പരിഭ്രമമില്ല. നീ എന്തിനെന്നെപ്പറ്റി ഇത്രയെല്ലാം അന്വേഷിക്കുന്നു? ഇങ്ങനെയെല്ലാം പുകഴ്ത്തുന്നു? ഈ വിധമെല്ലാം സംസാരിക്കുന്നതിന്റെ ഉദ്ദേശ്യത്തിൽ തന്നെ സംശയം തോന്നുന്നു. ഞാനെന്താ അത്രമാത്രം സുന്ദരിയാണോ? ആയിരുന്നു അത്രതന്നെ. ഞാനിപ്പോ തളർന്നുപോയൊരു പെണ്ണ്. ഒരു സെക്കന്റ്ഹാന്റ് പുസ്തകം., എന്റെ കൈയിലുള്ളതു പണം. അത്രമാത്രം."

"നിന്റെ സംശയം ഇപ്പോൾ മനസ്സിലായി ശൈലജാ. പണത്തിനു വേണ്ടി കൊതിപൂണ്ടാണ് ഞാൻ നിന്നെ ആഗ്രഹിക്കുന്നതെന്നാണോ നീ വിചാരിക്കുന്നത്. അല്ലേ?"

"അതെ. അതുതന്നെ."

"ഞാൻ നിന്നെ എങ്ങനെ മനസ്സിലാക്കിക്കും ശൈലജാ. ഞാൻ നിന്നെപ്പറ്റി നോട്ടുപുസ്തകത്തിൽ എഴുതിവച്ചതെല്ലാം നിനക്കു കാട്ടിത്തന്നോ? കിട്ടിയ ജോലി ഉപേക്ഷിച്ചു ഏതോ വണ്ടിക്കു കയറി ഏതോ വടക്കെ ഇന്ത്യൻ ഗ്രാമത്തിൽ അലഞ്ഞതു പറഞ്ഞോ? എന്തിനെയോ തേടി വർഷങ്ങളോളം വിരക്തി പൂണ്ട ജീവിതം നയിച്ചു. നീയില്ലാതെ എനിക്കു ജീവിക്കാനേ സാദ്ധ്യമല്ലെന്നുകണ്ടു തിരിച്ചുവന്നു. അകലെനിന്നു നിന്നെ ദർശിച്ചു കൃതാർത്ഥനായതു പറഞ്ഞോ? എങ്ങനെ ഞാൻ പറയും? ഞാൻ സ്വന്തമായി പണമുണ്ടാക്കും ശൈലജാ. നമ്മുടെ രണ്ടു

പേരുടെ ആവശ്യങ്ങൾക്കെങ്കിലും തീർച്ചയായും സമ്പാദിക്കാൻ കഴിയും. നീ ഒരുപൈസയില്ലാതെ, ആഭരണങ്ങളില്ലാതെ, ഉടുപുടവയോടെ വന്നാൽ മതി. ഞാൻ സ്വീകരിക്കാം. പുതിയ ജീവിതമാരംഭിക്കാം. പണമെനിക്കു വേണ്ട. നീ മാത്രം മതി."

"ഞാനെങ്ങനെ വരും? എങ്ങനെ ദയാൾ?"

"എല്ലാം ഉപേക്ഷിച്ച് എന്റെ കൂടെ വാ. ഈ വിശാലമായ ഭൂമിയിൽ എനിക്കൊരിടം കിട്ടില്ലേ? നോക്കൂ. ഇതു പറ്റിയ സന്ദർഭമാണ്. നാളെ വൈകുന്നേരം ഏഴുമണിക്കു സെൻട്രൽ സ്റ്റേഷനിലേക്കു വരൂ. നമുക്കു രണ്ടുപേർക്കും ഒളിച്ചുപോകാം. എല്ലാം ഉപേക്ഷിച്ചു വരൂ."

അവളുടെ ശരീരത്തിലേക്ക് അയാളുടെ കൈകൾ നീണ്ടപ്പോൾ അവ ളതു തടഞ്ഞു. അവന്റെ പിടിവാശി തന്നെ ജയിച്ചു. അവളുടെ മാറിൽ വസ്ത്രത്തിനുള്ളിൽ വിരലുകൾ മന്ദംമന്ദം ഇടവും വലവും തടവിത്തുട ങ്ങവെ... അവൾക്കുള്ളിൽ ഒരു കുറ്റകരമായ ആനന്ദം വൈദ്യുതിപ്രവാഹം പോലെ ശരീരം മുഴുവൻ വ്യാപിക്കവെ അവന്റെ വിരലുകൾക്കു വീണ്ടും വീണ്ടും ആവേശം ലഭിക്കവെ...

"വേണ്ട ദയാൾ വേണ്ട" പെട്ടെന്നവനിൽ നിന്നു കുതറി എഴുന്നേ റ്റു. അവൾ വസ്ത്രം നേരെയാക്കി നടന്നുതുടങ്ങി. അവൻ എഴുന്നേറ്റു കൂടെ നടന്നു. (അല്പമകലെ മണലിൽ ഇരിക്കുകയായിരുന്നവനും ഇരു ട്ടിൽ അവരെ പിൻതുടർന്നു).

അവൾ ടാക്സിയിൽ കയറുമ്പോൾ "മറക്കരുത് ശൈലജാ. നാളെ രാത്രി ഏഴര മണിക്കു സെൻട്രൽസ്റ്റേഷനിൽ" ദയാൾ പറഞ്ഞു.

"ശരി ദയാൾ."

അരികിൽ ആ മറ്റേ ആളും നില്ക്കുന്നുണ്ടായിരുന്നു.

മൂന്ന്

തിരിച്ചു വീട്ടിലെത്തിയപ്പോൾ ഗേറ്റിലെ തപാൽപെട്ടിയിൽ ഒരെഴു ത്തുണ്ടായിരുന്നു. അതെടുത്തു. വീട്ടുവാതിൽ തുറന്നു. ലൈറ്റിട്ടു. അഡ്രസ് വായിച്ചു. ടൈപ്പു ചെയ്ത് വിലാസം.

ശ്രീമതി ശൈലജാ പ്രഭാകർ

8 ശ്രീറാം കോളനി

മദ്രാസ് 600086

കവർ പൊട്ടിച്ചു. ഒരൊറ്റ എഴുത്ത്. തുറന്നുനോക്കി. വിചിത്രമായ കത്ത്. ദിനപത്രങ്ങളിൽ നിന്നു വാക്കുകൾ വെട്ടിയെടുത്ത് അടുത്തടുത്തു ഒട്ടിച്ചുചേർത്തുണ്ടാക്കിയ കത്ത്.

"കാര്യം ഭർത്താവറിയാതിരിക്കാൻ 10,000 രൂപ ഒരുക്കൂ."

അവളുടെ ഹൃദയം പിടഞ്ഞു. ആരാണത്? എങ്ങനെ മനസ്സിലായി. അതും ഇങ്ങനെ താക്കീതോടെ മുൻകൂട്ടി പ്ലാൻ ചെയ്തിട്ട്....

ഇപ്പോ എന്തുചെയ്യും? വീട്ടിലെ ഏകാന്തതയിൽ അവൾ വിയർത്തു. കതകടച്ചു. എല്ലാവിളക്കുകളും തെളിയിച്ചു. കണ്ണാടിയിൽ കണ്ട തന്റെ രൂപം നോക്കി അവൾ ഭയന്നു. താൻ ചെയ്ത ബുദ്ധിമോശം ഒരു സന്ദിഗ്ദ്ധാവസ്ഥയിലെത്തിച്ചിരിക്കുന്നു. ഭർത്താവെങ്ങാനുമറിഞ്ഞാൽ! പത്തായിരം രൂപയോ.

ഇല്ല. ഇല്ല. നാളെ... എല്ലാം ഉപേക്ഷിച്ച് ഓടിപ്പോകാം. പാപം ക്ഷണിച്ചുവരുത്തിയതിനു പ്രതിവിധിയായി എല്ലാറ്റിൽനിന്നും രക്ഷനേടി ദയാളിന്റെകൂടെ എങ്ങോട്ടു പോകും... എങ്ങോട്ടു? അവിടെ എന്നെ കാത്തെന്തിരിക്കുന്നു? എഴുത്തു നോക്കി. നാളേക്കുമുമ്പെ കാര്യം തീർക്കണം?

എന്തുചെയ്യും... ടെലിഫോണടിച്ചു. എടുത്തു.

"ഹലോ."

"ശൈലജാ! പ്രഭാകർ. ബാങ്കുളൂരിൽ നിന്നും സംസാരിക്കുകയാണ്. രണ്ടു മൂന്നു പ്രാവശ്യം ഫോൺ ചെയ്തു. നീ എവിടെപ്പോയിരുന്നു?"

"നേരം പോകുന്നില്ല. സിനിമയ്ക്ക്."

"ഏതു സിനിമയ്ക്ക്?"

"എന്താ സിനിമയുടെ പേർ, ടിക്കറ്റ് റേറ്റ് എല്ലാം പറഞ്ഞുതരണോ?"

"ഛെ, ഛെ! എന്താ ശൈലജാ ഞാനെന്തു പറഞ്ഞാലും നീ തെറ്റായെടുക്കുന്നു. കാലത്തു നിന്നോടു ശരിയായി സംസാരിക്കാതെ അല്പം നീരസത്തോടെയാ ഞാൻ പുറപ്പെട്ടത്. തെറ്റിദ്ധരിക്കരുത്."

"ഇതെല്ലാം സാധാരണയല്ലെ?"

"ശൈലജാ ഞാൻ പുറമേക്കു പരുക്കനാണ്. എന്നാൽ ഉള്ളിന്റെ ഉള്ളിൽ നിന്നോടെനിക്കു വറ്റാത്ത സ്നേഹമാണ്. മനസ്സിലായോ?"

"ഇതു പറയാനാ ബാങ്കളൂരിൽ നിന്നേ വിളിച്ചത്?"

"അതെ ശൈലജാ. നിന്നോടു നേരിട്ടു ചില കാര്യങ്ങൾ പറയാൻ മടിച്ചിട്ടാ. ടെലിഫോണിൽ പറയാനാണെളുപ്പം. ഐ ലൗ യു. ശൈലജാ."

"ശരി."

"ശരിയെന്നല്ല പറയേണ്ടത്. ഐ ലൗ യു ടൂ എന്നുപറയൂ."

"ഐ ലൗ യു ടൂ."

"ഓ അപ്പാ! എന്റെ ഭാഗത്തു വല്ല തെറ്റുമുണ്ടെങ്കിൽ നിനക്കെന്നോടു പറയാൻ ഒരു മടിയും വേണ്ട. മനസ്സിലൊന്നും വച്ചിരിക്കരുതേ. ഭാര്യാഭർത്താക്കന്മാർക്കിടയിൽ ഒരു രഹസ്യമുണ്ടാവാൻ പാടില്ല."

"മ്."

"ശൈലജാ. നമുക്കു രണ്ടുപേർക്കുമിടയിൽ ഒന്നുമില്ലല്ലോ."

"ഇല്ല."

ആ കത്തു വീണ്ടും നോക്കി.

"ഗുഡ്നൈറ്റ് മൈ സ്വീറ്റ് ഹാർട്ട് ബാങ്ക്ളൂരിൽ നിന്നു നിനക്കെന്തു വേണം?"

“എന്തെങ്കിലും വാങ്ങിവരൂ. ഗുഡ്നൈറ്റ്.”

പരിഭ്രമിച്ചുകൊണ്ടുതന്നെ നിന്നു. കൈയിലെ എഴുത്തു നടുങ്ങി. ടെലിഫോണടിച്ചു. വീണ്ടും വീണ്ടും. എടുത്തു.

“ദയാളാ സംസാരിക്കുന്നത്. ശൈലജാ വീട്ടിലേക്കു ബുദ്ധിമുട്ടില്ലാതെ എത്തിച്ചേർന്നോ?”

“മ്”

“നാളെ രാത്രി ഏഴരമണിക്കു സെൻട്രൽ.. മറക്കല്ലേ.”

“മ്”

“ഗുഡ്നൈറ്റ് മൈ ലൗ”

“ഗുഡ്നൈറ്റ്”

മെത്തയിൽ ചെന്നു വീണു. കുറച്ചുനേരം കരഞ്ഞു. കുറച്ചു നേരം ആലോചിച്ചു. ഭർത്താവ്, കാമുകൻ, കത്ത്. എന്തു ചെയ്യും. എന്തിനെ തേടണം? ഏതു സത്യം മുറുകെ പിടിക്കണം? ഏതുപേക്ഷിക്കണം? ഞാനൊരുത്തിയെക്കൊണ്ട് അതു പരിഹരിക്കാനാവില്ല. ടൂ മച്ച്. എനിക്കാരോടെങ്കിലും ചോദിക്കണം. ആരോടെങ്കിലും പറയണം. എനിക്കുള്ളിൽ ഇത്രയും പ്രശ്നങ്ങൾ സൂക്ഷിച്ചാൽ ഞാൻ തകർന്നുപോവും. ആരോട്? ആരോട് ഞാൻ പറയും?

മേശയ്ക്കരികിൽ അവൾ വായിക്കുന്ന പുസ്തകങ്ങൾ മരിച്ചുകിടക്കുന്നു. ത്രിമൂർത്തികൾ, ഗീതയുടെ വ്യാഖ്യാനങ്ങൾ, ഓട്ടോബയോഗ്രഫി ഓഫ് എ യോഗി (ദയാൾ കൊടുത്തത്), ആദർശവൈരുദ്ധ്യം... ഗണേഷ്! അതെ ഗണേഷിനോടു ചോദിച്ചു നോക്കാം. എനിക്കൊരു വക്കീലിന്റെ ഉപദേശം ആവശ്യമാണ്. ആത്മാർത്ഥത, ബുദ്ധി, രഹസ്യം സൂക്ഷിക്കാനുള്ള കഴിവ്. എല്ലാ ഗുണങ്ങളുമുള്ള ഒരു മാന്യൻ. ടെലിഫോൺ ഡയറക്ടറിയിൽ എല്ലാ ഗണേഷുകളുടെയും വിലാസങ്ങളിൽ നിന്നൂഹിച്ചു. ആ നമ്പർ ഡയൽചെയ്തു.

നാല്

ഗണേഷ് ഡിക്റ്റേറ്റ് ചെയ്തുകൊണ്ടിരിക്കെ എഴുതിക്കൊണ്ടിരിക്കുകയായിരുന്ന വസന്ത് പെട്ടെന്നൊരു ഗുളിക വിഴുങ്ങി.

“എന്താ വസന്ത്?”

“ടെക്സ്ട്രിൻ. രാത്രി മുഴുവൻ ഉറക്കൊഴിക്കണം. ഈ ബ്രീഫ് തീർക്കണം.”

“അതിനു ഗുളികയോ. ഇതെല്ലാം നിനക്കെവിടുന്നാ? വെറുതെ നശിച്ചുപോവേ.”

“ഇപ്പോ മദ്രാസിലെല്ലാം കിട്ടും ബോസ്. ട്രൈചെയ്തു നോക്കുന്നോ/ വാങ്ങി വരട്ടെ?”

“വേണ്ട. വെറും സിഗരറ്റ് മതിയെന്നു വിചാരിക്കുന്നു.”

“നിറയെ ബൈന്റു ചെയ്ത പുസ്തകങ്ങൾ. എ ഐ ആർ റിപ്പോർട്ടുകളും വലയം ചെയ്തിരിക്കുന്നു. സിഗരറ്റ് കത്തിച്ചുകൊണ്ട് ഗണേഷ് തുടർന്നു.

ടെലിഫോൺ മണിയടിച്ചു.

“അതാരാ ഈ സമയത്ത്.” വസന്ത് എടുത്തു.

“ഹലോ 29437 അല്ലെ”

“അതെ. ഗണേഷോ? ഉണ്ട്’ ബോസ് നിങ്ങൾക്കാ... പെണ്ണിന്റെ ശബ്ദം!”

ഗണേഷ് എഴുന്നേറ്റു റിസീവറെടുത്തു ചോദിച്ചു. ആദ്യം ആ പെണ്ണു പറഞ്ഞ വാക്കുകളൊന്നും തെളിഞ്ഞു കേട്ടില്ല. അത്ര വേഗതയിൽ..

“എക്സ്ക്യൂസ്മീ... കുറച്ചു സാവധാനം സംസാരിക്കൂ. നിങ്ങൾക്കു ലായർ ഗണേഷല്ലെ വേണ്ടത്. ഈ സമയത്ത്..?”

“അതെ.. അതെ.”

“ആദ്യം നിങ്ങളുടെ പേര് പറയൂ.”

“ശൈലജാ! മിസിസ്സ് ശൈലജാ പ്രഭാകർ. എനിക്കു നിങ്ങളെ കാണണം. ഉടനെ കാണണം.”

“ഇപ്പോഴോ? ഇപ്പോ മണി പത്തായി. ഈ സമയത്തു ഡോക്ടറെ മാത്രമേ വിളിക്കൂ. വക്കീലിനെയല്ല. എവിടുന്നാ സംസാരിക്കുന്നത്?”

“വീട്ടിൽ നിന്നുതന്നെ. ടെലിഫോണിൽ എന്റെ വേദനകൾ പറഞ്ഞു തീർക്കാനാവില്ല മിസ്റ്റർ ഗണേഷ്!”

“മിസ്സിസ് പ്രഭാകർ ഇപ്പോളൊരു കോടതിയും തുറന്നിരിക്കില്ല. ഒരു വിധത്തിലുള്ള ലീഗൽ റമഡിയും ഈ നേരത്തു കിട്ടില്ല. നിങ്ങൾക്കാവശ്യമാണെങ്കിൽ നാളെ കാലത്തു ഞാനങ്ങോട്ടുവരാം.”

“പ്ലീസ് ഇപ്പോത്തന്നെ നിങ്ങളെ വന്നുകാണാമോ?”

“കാര്യമെന്താണെന്നു പറഞ്ഞില്ലല്ലോ.”

“ഗണേഷ്. ഞാനിവിടെ തനിച്ചാണ്. എന്റെ ജീവിതത്തെയാകമാനം ബാധിക്കുന്ന ഒരു പ്രശ്നത്തിന് ഉടനെ പരിഹാരം കാണണം. എന്നെ ബാധിച്ച പ്രശ്നത്തിന് എന്തു ചെയ്യണമെന്നറിയില്ല. എനിക്ക്.... എനിക്കു..”

ഗണേഷ് അല്പസമയം ടെലിഫോൺ അകലെ പിടിച്ചുനിന്നു.

“എന്താ ബോസ്?”

“കരയുന്നു.”

“ശരി പോകേണ്ടതുതന്നെ. വയസ്സെത്രയെന്നു ചോദിച്ചു നോക്കൂ സർ.”

“ഗണേഷ് എനിക്കൊരു ഭീഷണിപ്പെടുത്തുന്ന ഊമക്കത്തു വന്നിട്ടുണ്ട്. പണം ചോദിച്ചുകൊണ്ട്. എന്റെ ഭർത്താവ് നാട്ടിലില്ല. ഞാൻ തനിച്ചാണ്. എനിക്കു ധൈര്യം തരാനാരുമില്ല. നിങ്ങൾ വേഗം വന്നാൽ ഞാൻ നിങ്ങളെ അധികം ബുദ്ധിമുട്ടിക്കില്ല. നിങ്ങളോടു സംസാരിക്കുകയേ

വേണ്ടൂ. നിങ്ങൾ പറയുമ്പോലെ ചെയ്തോളാം. എനിക്ക് നിങ്ങളോടു സംസാരിക്കണം. പ്ലീസ് വരുമോ?"

ഗണേഷ് ആലോചിച്ചു. ആ ശബ്ദത്തിലുള്ള തിടുക്കം, ഭയം, ഉൽക്കണ്ഠ, യാചന എല്ലാം തികച്ചും യഥാർത്ഥമായിരുന്നു.

"നല്ല കാപ്പിയിട്ടുതരുമോ?"

"തരാം."

"അഡ്രസ്സ് തരൂ."

അഞ്ച്

മിക്കവാറും അതേസമയം മദ്രാസിൽ നിന്ന് ബങ്ക്ളൂരിലേക്കു ഒരു ടെലിഫോൺസംഭാഷണം നടന്നു.

ഹോട്ടൽ അശോകാണോ?"

"പ്ലീസ് കണക്ട് മീ ടു മി. പ്രഭാകർ. റൂം നമ്പർ 418."

"വൺ മിനിട്ട് പ്ലീസ്."

418-ാം നമ്പർ മുറിയിൽ മണിയടിച്ചു.

"നോ റിപ്ലൈ പ്ലീസ്. ഉറങ്ങുകയാണെന്നു തോന്നുന്നു."

"ഒന്നുകൂടി ശ്രമിച്ചു നോക്കൂ. ഞാൻ മദ്രാസിൽ നിന്നു സംസാരിക്കുകയാണ്" വീണ്ടും വീണ്ടും ടെലിഫോൺ ബെല്ലടിച്ചപ്പോൾ പ്രഭാകർ ഗാഢനിദ്രയിൽ നിന്നുണർന്നു. അരികിലെ വിളക്കു സ്വിച്ചിട്ടു.

"ഹലോ."

"സോറി സാർ. കാൾ ഫ്രം മദ്രാസ് സർ. സ്പീക്കപ്പ്."

"ഹലോ ആരാ?"

"ഞാൻ തന്നെ സാർ. നടേശൻ."

"എന്താ പറയൂ. അവൾ പണമെടുത്തോ?"

"ഇല്ല.. പക്ഷേ."

"പക്ഷേ... എന്താ പറയൂ."

"ഇന്നു വൈകുന്നേരം ആറരമണിക്കു വീടു വിട്ടു പുറപ്പെട്ടു. ബസിൽ കയറിയിറങ്ങി ടാക്സി പിടിച്ചു ബീച്ചിലേക്കു പോയി. അവിടെ വെച്ചൊരാളെ കണ്ടു അവന് സുമാർ 28 വയസ്സുണ്ടാകും. ജൂബ്ബയിട്ടു താടി വച്ചിട്ടുണ്ട്. രണ്ടുപേരും കടൽക്കരയിൽ ഇരുട്ടിൽ തനിച്ചിരുന്നു രണ്ടുമണിക്കൂർ നേരം സംസാരിച്ചു. വളരെ തൊട്ടു തൊട്ടാണിരുന്നത്.. പിന്നെ കൊച്ചമ്മ ടാക്സി പിടിച്ചു വീട്ടിലേക്കു പോയി."

"എന്താ സംസാരിച്ചത്?"

ഇരുന്നുകൊണ്ടു സംസാരിച്ചതു ശരിക്കും കേട്ടില്ല. എന്നാൽ മടങ്ങിപ്പോകാൻ ടാക്സി പിടിക്കുമ്പോൾ ഞാൻ അടുത്തു നില്ക്കുന്നുണ്ടായിരുന്നു. അപ്പോ വ്യക്തമായികേട്ടു. നാളെ വൈകുന്നേരം ഏഴരമണിക്ക് സെൻട്രൽ സ്റ്റേഷനിൽ വരണം, മറക്കരുത് എന്നവൻ പറഞ്ഞു. അതി

നുശേഷം അവനും ടാക്സി പിടിച്ചുപോയി. അവന്റെ പേര് ദയാൾ എന്നാണ്. ഹലോ ഹലോ ലൈൻ ശരിയല്ലേ?"

ആറ്

അത്ഭുതസ്തബ്ധനായിരുന്നുപോയി പ്രഭാകർ.

"ഹലോ... എന്താ.."

"സോറി സാർ... നിങ്ങൾ പറഞ്ഞിട്ടുതന്നെയാ.."

"സാരമില്ല."

"വേറെ വല്ലതും ചെയ്യേണ്ടതുണ്ടോ?"

വേണ്ട. ഇനി വേണ്ട. വ്യാഴാഴ്ച ഓഫീസിൽ വന്നു വാങ്ങിക്കോളൂ. കീപ്പിറ്റ് യുവർ സെൽഫ്. മറന്നുപോയി പേരെന്താ പറഞ്ഞത്?"

"ദയാൾ. വെക്കട്ടെ."

"ശരി."

പ്രഭാകർ ടെലിഫോൺ വച്ചിട്ടു ഉടനെ പെട്ടിയിൽ നിന്നു രണ്ടു ഗുളികയെടുത്തു വിഴുങ്ങി. അയാൾക്കു ദേഹം വിറപൂണ്ടു.

"ബ്ലഡി ബിച്ച്!" അലറിക്കൊണ്ടയാൽ മേശമേലടിച്ചു. ഒരു നീണ്ട സിഗരറ്റെടുത്തു. മൂന്നു തീപ്പെട്ടിക്കോൽ വേണ്ടി വന്നു അതു തീ പിടിപ്പിക്കാൻ. സിഗരറ്റാഞ്ഞുവലിച്ചു. പുക കുടുങ്ങനെ വിഴുങ്ങി. മാറിലേക്കതു വ്യാപിച്ചു. അയാൾ ജനാലക്കരികിലേക്കു എഴുന്നേറ്റു ചെന്നു. പുറത്തു നോക്കി ബാങ്ക്ളൂർ നഗരം വീക്ഷിച്ചു. നിശ്ശബ്ദമായ കുളിരുള്ള രാത്രി. കണ്ണാടിച്ചില്ലുകൾക്കപ്പുറം വിളക്കുകൾ എരിയുന്നു.

വാച്ച് നോക്കി. സമയം പത്തുമുപ്പത്തഞ്ച്.

ഭാര്യ! നാളെ വൈകുന്നേരം!

അവൾക്കെന്തിന്റെ കുറവാണ്? സുഖത്തിനോ പണത്തിനോ? നാളെ വൈകുന്നേരം... ഒളിച്ചുപൊയ്ക്കളയുമോ എന്തോ? നോക്കിക്കളയാം. പ്രഭാകരൻ സിഗരറ്റു തീരാതെതന്നെ കെടുത്തിയുരച്ചു ആഷ്ട്രേയിലിട്ടു.

പ്രഭാകർ ആഗ്രഹിച്ചതെന്തും നേടിയവനാണ്. അയാളുടെ ജീവിതത്തിൽ ഉടനീളം ഈ നാല്പത്തിനാലു വർഷത്തിനിടെ വിചാരിച്ചതൊന്നും നേടാതിരുന്നിട്ടില്ല. ജോലിയിലോ നിത്യജീവിതത്തിലോ.

ശൈലജയെ കല്യാണം കഴിക്കുമ്പോൾ അയാൾക്കു മുപ്പത്തിയാറുവയസ്സായിരുന്നു. അവളെ അയാൾ ആദ്യമായി കണ്ടത് ഒരു വാരികയിലെ വർണ്ണചിത്രത്തിലായിരുന്നു. ആ പെണ്ണ് ആ ഊഞ്ഞാലിനരികെ നിന്നു ഫ്ളാഷ് എടുത്ത പടം വളരെ ആകർഷകമായിരുന്നു. അവളുടെ വിടർന്ന ചുണ്ടുകളോടു ചേർന്ന വടിവൊത്ത ദന്തങ്ങളും അവളുടെ ശരീരവടിവും അയാളെ മൂന്നു ദിവസങ്ങളോളം ആ പടത്തിൽതന്നെ ദൃഷ്ടിയുറപ്പിക്കാനിടയാക്കി. നാലാം ദിവസം വാരിക ഓഫീസിലേക്കു ഫോൺ ചെയ്തു ആ പടത്തിലെ പെണ്ണിന്റെ വിലാസം മനസ്സിലാക്കി. അവൾ

തിരുവല്ലിക്കേണിക്കാരിയാണെന്നും സ്പെൻസറിൽ സെയിൽസ് ഗേൾ ആയി ജോലി നോക്കുകയാണെന്നും സ്റ്റുഡിയോക്കാരിൽ നിന്നു മനസ്സിലാക്കി. അതുവരെ അയാൾക്കു ഒരു പെണ്ണിനെയും ഭാര്യയാക്കി വെക്കണമെന്ന ഉദ്ദേശ്യമേ ഇല്ലായിരുന്നു. ജോലിസംബന്ധമായി അമേരിക്ക, ജപ്പാൻ തുടങ്ങിയ രാജ്യങ്ങളിലെല്ലാം ചെല്ലുമ്പോൾ പല സ്ത്രീകളെയും അയാൾ അനുഭവിച്ചിട്ടുണ്ട്. ആ താല്കാലിക സുഖം കഴിഞ്ഞ് അവരെയങ്ങ് മറക്കുകയുംചെയ്യും. ഇപ്പോളിതു മറിച്ചായിരിക്കുന്നു.

"നിനക്കെന്താ ശമ്പളം?"

"മാസം നൂറ്റി എമ്പതു സർ."

"നിന്റെ ബയോഡാറ്റ തരൂ. നിനക്കു കോണ്ടിനന്റലിനെപ്പറ്റി അറിയുമോ?"

"ഓ... ഒരുതവണ ആപ്ലിക്കേഷൻ കൂടി അയച്ചിട്ടുണ്ട്. ഇന്റർവ്യൂവിനു വിളിച്ചില്ല."

"ഒന്നാം തീയതി ചേർന്നോളൂ. നിന്നെപ്പോലുള്ള സ്മാർട്ട് ഗേൾസ് മാസം 180 രൂപയ്ക്കു ജോലി ചെയ്യുന്നു! ഛെ! ഛെ! ഛെ! അങ്ങോട്ടുവരൂ. നാനൂറ്റമ്പതിലാരംഭിക്കാം."

"താങ്ക്യൂ സാർ."

മൂന്നുമാസം കൊണ്ടു അവളെ ആകെ കീഴടക്കി കല്യാണം കഴിച്ചു. വീട്ടിൽ കൊണ്ടു വന്നുവിട്ടു. അവളുടെ അപാര യൗവനം നുകർന്നുകൊണ്ടു കഴിഞ്ഞതും, അവളോടൊപ്പം കഴിഞ്ഞ ദാമ്പത്യജീവിതത്തിൽ ആദ്യത്തെ ഉരസലുകൾ ഉണ്ടായതും ഒരു വർഷവും രണ്ടുവർഷവും കഴിഞ്ഞിട്ടും അവർക്കു കുഞ്ഞുപിറക്കാത്തതും അതിനു കാരണം മനസ്സിലാക്കിയതും ഡോക്ടറോടു അളവറ്റ കോപം പൂണ്ടതും അവളിൽ നിന്നു കാരണം മറച്ചുപിടിച്ചതും... ഒരേ വീട്ടിലവരിരുവരും രണ്ടു മൈലകലെയെന്ന പോലെ ഏകാന്തമായി കഴിഞ്ഞതും. വല്ലപ്പോഴും മാത്രം ചിരിച്ചു സംസാരിച്ചതും വല്ലപ്പോഴും കിടക്കയിൽ കടമയ്ക്കുമാത്രം ഒന്നിച്ചുചേർന്നതും..

എല്ലാ ഭാര്യാഭർത്ത്യ സ്നേഹത്തിലും അനിവാര്യമായ ഉരസലുകൾ ഏർപ്പെടും. അതെപ്പോഴെന്ന കാര്യത്തിലേ വ്യത്യാസമുള്ളൂ. ചിലരിൽ ചില ദിവസങ്ങളിൽ, ചിലരിൽ ചില വർഷങ്ങളിൽ.

ഉരസലുകളുണ്ടാവുന്നതു പൊറുക്കാം. എന്നാൽ ദ്രോഹമോ?

അവർക്കിടയിൽ ആദ്യത്തെ സംശയം എപ്പോഴാണുടലെടുത്തത്? കഴിഞ്ഞ മാസമോ? ആ വ്യാഴാഴ്ചയോ?"

"എവിടെ പോയിരുന്നു?"

"സ്കൂളിലേക്ക് കൊച്ചുകുട്ടികളെ കണ്ടിട്ടു..."

ഇന്നൊരു സ്കൂളും തുറന്നിരിക്കില്ല. അറിയോ?"

"അറിഞ്ഞുകൊണ്ടുതന്നെയാണ് പോയത്. സ്കൂളടച്ചിരുന്നു. തിരുവല്ലിക്കേണിയിലെ വീട്ടിൽ പോയിട്ട്. ചേട്ടനോട്..."

"നിന്റെ ചേട്ടൻ ഇന്നു ഓഫീസിൽ വന്നിരുന്നു ശൈലജാ."

"മൗനം."

"നീയെന്തോ എന്നിൽ നിന്നൊളിക്കാൻ ശ്രമിക്കയാ ശൈലജാ."

"ഒളിക്കാനെന്തുണ്ട്. ഞാനിന്നു എവിടെ പോയിരുന്നുവെന്നു പറയട്ടെ. ചുമ്മാ ഒന്നും ചെയ്യാതെ ഒരു പാർക്കിൽ കുത്തിയിരുന്നു. എനിക്കു സമാധാനമായിരുന്നു വേണ്ടത്. അതുമാത്രം. വീട്ടിലെനിക്കു സമാധാനമില്ല."

"എന്തുകൊണ്ട്?"

എന്തുകൊണ്ടെന്നറിയില്ല."

"പിന്നൊരു കത്തും. സംശയത്തിന്റെ ആദ്യത്തെ ഇരയാണത്. അവൾ അകത്തെ ചവറ്റുകൊട്ടയിൽ തുണ്ടുതുണ്ടായിട്ടിരുന്ന ആ കത്ത്. അവയെടുത്തു, വാക്കുകളുടെ മനസ്സിലാവാത്ത ബന്ധങ്ങൾ...

"വീണ്ടും നിന്നെ...

"ഒരിക്കലും മറ...

"പ്രേമചുംബന...

അയാൾക്കു വിശ്വസിക്കാൻ കഴിഞ്ഞില്ല. വീടു വൃത്തിയാക്കിയതിൽ പിന്നെ വാരികകളിൽ എല്ലാ തുടർകഥകളും വായിച്ചു, ടെലിവിഷൻ വീക്ഷിച്ചു വീട്ടിൽ കഴിഞ്ഞു കൂടിയിരുന്ന അവളുടെ അടുത്തകാലത്തെ മാറ്റങ്ങൾ അയാൾക്ക് വിശ്വസിക്കാൻ കഴിഞ്ഞില്ല. തന്നെ മോടിപിടിപ്പിക്കുന്നതിലവൾ അത്യധികം ശ്രദ്ധിച്ചു. ഓഫീസിൽ നിന്നു ഫോൺ ചെയ്തപ്പോൾ ചില ദിവസങ്ങളിലും വീട്ടിലില്ലായിരുന്നു. പുത്തൻ സാരികൾ അവൾ തനിച്ചു ചെന്നു വാങ്ങിയിരുന്നു. അവളാരെയെങ്കിലും ചെന്നു കാണുന്നുണ്ടോ? എന്തോ? എങ്ങനെ അറിയാൻകഴിയും?

ബാങ്ക്ളൂരിലേക്കുപുറപ്പെടുന്നതിനു തലേ ദിവസം പെട്ടെന്നയാൾക്കാ ചിന്തയുദിച്ചത്. ഒരുതമിഴ് ദിനപ്പത്രംവാങ്ങി സാവധാനം അതിന്റെ കോളങ്ങൾ തിരഞ്ഞു. ചിലവാക്കുകൾ വെട്ടിയെടുത്തു ഒരു കടലാസിലൊട്ടിച്ചു. ഓഫീസിൽനിന്നു അഡ്രസ് ടൈപ്പു ചെയ്തു ഒരു കവറിൽ ഇട്ടു സ്റ്റാമ്പൊട്ടിച്ചു തപാൽ പെട്ടിയിലിട്ടു.

"കാര്യം ഭർത്താവറിയാതിരിക്കാൻ പത്തായിരം രൂപ തയ്യാറാക്കൂ."

തയ്യാറാക്കുമോ. നോക്കാം. ബാങ്കിൽ നിന്നു പണമെടുക്കുമോ. നോക്കട്ടെ. പിന്നെ അതും തോന്നി അയാൾക്ക്. നടേശന് ഫോൺ ചെയ്തു. ഞാൻ ബാങ്ക്ളൂരിലിരിക്കുമ്പോൾ അവൾ എവിടെയെല്ലാം പോകുന്നു എന്തെല്ലാം ചെയ്യുന്നു എന്നു പരിശോധിക്കാൻ പറഞ്ഞു. ദിവസവും രാത്രി ടെലിഫോണിൽ അതറിയിക്കാനും ഏല്പിച്ചു.

ഇപ്പോൾ മനസ്സിലായി.

അല്പസമയം ഉറങ്ങിക്കിടന്ന നഗരത്തെ തന്നെ നോക്കി നിന്നിട്ട് രണ്ടുസിഗരറ്റു കൂടി തുടർന്നു വലിച്ചു. ടെലിഫോണെടുത്തു. ആലോചി

ച്ചു. ഒരേ ഒരു നമ്പർ ചുഴറ്റി.

"യെസ് സർ." ഹോട്ടൽ ഉദ്യോഗസ്ഥന്റെ നിദ്രാഭംഗം വന്ന ശബ്ദം കേട്ടു.

"മദ്രാസിലേക്കു കാലത്തു ഫ്ളൈറ്റുണ്ടോ? പറയാൻ കഴിയോ?"

ഒരു മിനിറ്റ് സർ." മൗനം. സിഗരറ്റു പിടിച്ച വിരൽ പൊള്ളി.

"എസ് സർ. കാലത്തു പത്തരമണിക്കു ഫ്ളൈറ്റ് നമ്പർ 530."

"താങ്ക്യൂ"

"ഗുഡ്നൈറ്റ് സർ."

ഗുഡ്നൈറ്റ്.

ഏഴ്

"നല്ല കാപ്പി" ഗണേഷ് കപ്പ് മേശമേൽവെച്ചു. ചുറ്റും നോക്കി ക്കൊണ്ടു പറഞ്ഞു. "ലാവിഷ്."

ശൈലജ എതിരെ ഇരിക്കുന്നുണ്ടായിരുന്നു. വസന്ത് അവളെ നോക്കി ചോദിച്ചു. "നിങ്ങളുടെ ഭർത്താവിന്റെ ജോലിയെന്താ മിസ്സിസ് പ്രഭാകർ?" അവൻ മുന്നിൽ അവരുടെ കല്യാണഫോട്ടോ നോക്കി.

"ബിസിനസ്സ്. പലകമ്പനികളുടെ ഉടമ. പല കമ്പനികളുടെ ഡയറ ക്ടർ. പണത്തിന്..."

ഗണേഷ് അല്പം ധൃതിപ്പെട്ടു ചോദിച്ചു. "മിസ്സിസ് പ്രഭാകർ അക ത്തൊന്നു കാട്ടിത്തരാമോ?"

"എഴുത്തു സാവധാനം നോക്കി. പിന്നീടതു വസന്തത്തിന്റെ കൈയിൽ കൊടുത്തു. "പുതുമാതിരി ഭീഷണി. വർത്തമാനപത്രങ്ങളിൽ നിന്ന് വാക്കുകൾ വെട്ടിയെടുത്തു ഒട്ടിക്കൽ ഒരു പുതിയ രീതിയാണ്. ദിനമണിയാണെന്നു തോന്നുന്നു. അച്ചടി കണ്ടാൽ." വസന്ത് അഭിപ്രായ പ്പെട്ടു.

"ഇതിപ്പോ വന്നതാ?"

"ഇന്നു വൈകുന്നേരം."

"കവറുണ്ടോ? അതും തരൂ." അതു വാങ്ങി അലക്ഷ്യമായി നോക്കി ചോദിച്ചു. "ആ കത്തിൽപറഞ്ഞിരിക്കുന്ന കാര്യമെന്തെന്നു പറയാമോ?"

"ശൈലജ സംശയിച്ചു വസന്തിനെ നോക്കി.

"ഭയപ്പെടേണ്ട. ഞാനും അവനും ഒന്നാണെന്നു കരുതിക്കോളൂ."

"അതുകൊണ്ടല്ല ഇക്കാര്യം അല്പം രഹസ്യമായി.."

"ഭയപ്പെടാതിരിക്കൂ."

ശൈലജ പിന്നെയും മടിച്ചു നിന്നു. മേശവിളക്കിന്റെ വെളിച്ചത്തിൽ അവളുടെ മുഖം പരുങ്ങുന്നതുകണ്ടു. ഇരുപത്തെട്ടു വയസ്സുണ്ടാകുമെ ന്നൂഹിച്ചു ഗണേഷ്. അവളുടെ കണ്ണുകൾ ദീർഘങ്ങളായിരുന്നു. അവ ഗ ണേഷിനെ നേരിട്ടു നോക്കാൻ സംശയിച്ചു. മൂക്കിന്റെ വടിവൊത്ത കിടപ്പും

ചുണ്ടുകളിൽ അല്പം കുറുമ്പും അല്പം തടിച്ച കീഴ്ച്ചുണ്ടിൽ ചെറു ചാഞ്ചല്യവും മാറുമുഴുവൻ വെളിയിൽ കാണുമാറ് ധരിച്ചിരുന്ന റൗക്ക യിൽ അല്പം സ്വയം പ്രദർശിപ്പിക്കാനുള്ള ആശയും. എക്സിബിഷനി സവും എല്ലാം പെട്ടെന്നവൻ കണ്ടറിഞ്ഞു. ശബ്ദംകൊണ്ട് ഇരുപത്തഞ്ചു വയസ്സുണ്ടെന്നുപോലും തോന്നിക്കില്ല. കുഞ്ഞിന്റെ മൃദുവായ ശബ്ദം. നീണ്ട വിരലുകൾ. നഖം കടിക്കുന്ന ശീലമുണ്ടെന്നു തോന്നി.

"പറയൂ. നിങ്ങളുടെ രഹസ്യം ഞങ്ങളറിയാതിരുന്നുകൂടാ."

"ദയാൾ എന്നൊരാളുമായി കോളേജിൽപഠിക്കുമ്പോൾ സ്നേഹമാ യിരുന്നു. അവനെ കല്യാണം കഴിക്കണമെന്നും കരുതിയിരുന്നു. അവ നോടൊത്തുക്കൂടിപ്പഴകിയിരുന്നു. ഈ മനുഷ്യൻ എന്റെ ഭർത്താവ് പെട്ടെന്നു കൊടുങ്കാറ്റുപോലെ വന്നു എന്നെ വാരിയെടുത്തു ഒറ്റയടിക്കു യർത്തി ഇവിടെ ഈ വീട്ടിലാക്കിയിരിക്കയാ. അതിൽ പിന്നെ ഞാൻ ദയാ ളിനെ കണ്ടിരുന്നില്ല. അവൻ എവിടെയെല്ലാമോ പോയലഞ്ഞു. ഞാനീ വീട്ടിൽ എട്ടുവർഷം പ്രഭാകറിന്റെ ഭാര്യയായി ബലിമൃഗത്തെപ്പോലെക ഴിഞ്ഞു. ടി വി കണ്ടും വായിച്ചും കഴിച്ചുകൂട്ടി. അടുത്തായി ദയാൾ തിരി ച്ചുവന്നു. എനിക്കു ഫോൺ ചെയ്തു. ആദ്യം കാണുകയില്ല എന്നു പറഞ്ഞു നോക്കി. പിന്നെ.... എനിക്കു പരിശുദ്ധിയുണ്ടെന്നെനിക്കുറപ്പു ള്ളേടത്തോളം.. ചിന്തിച്ചുനോക്കിയപ്പോൾ അവനെ ചെന്നുകണ്ടാലതിൽ വലിയ തെറ്റില്ലെന്നെനിക്കു തോന്നി. കണ്ടു സംസാരിച്ചു. പഴയ നാളു കളെ പറ്റി, ലക്ചറുകളെപ്പറ്റി ഇത്രയും വർഷങ്ങളായി അവനെന്നെതന്നെ മനസ്സിൽ വിചാരിച്ചു കഴിഞ്ഞതിനെപ്പറ്റി... അതിൽ പിന്നെ അവനെ രണ്ടു മൂന്നു തവണ കണ്ടു.."

"ഭർത്താവറിയുമോ?"

"അറിയില്ല. അറിഞ്ഞാൽ പിന്നെ വീട്ടിനുള്ളിലേക്കു കടത്തില്ല. വലിയ കോപിയാ. ദയാൾ തമാശപ്രിയനാണ്. നല്ലവനാ. എന്നിൽ എന്തു കണ്ടിട്ടാ? അവൻ സ്നേഹിക്കുന്നു. കാലത്തു കണ്ടിട്ടും വൈകുന്നേരം കത്തെഴുതുന്നു. എന്നെപ്പറ്റി കവിതയെഴുതുന്നു. എന്നെ... പോട്ടെ.. ഞാനാദ്യം അവനെ ചെന്നുകണ്ടപ്പോൾ അതിൽ വല്ല തെറ്റുമുള്ളതായി എനിക്കു തോന്നിയില്ല. ഇപ്പോൾ ഞാൻ നിങ്ങളോടു സംസാരിക്കുന്നില്ലേ? വ്യത്യാസമൊന്നുമില്ല. ഞാനൊന്നും ചിന്തിച്ചില്ല. എന്നാൽ അടുത്തായി എന്റെ മനസ്സല്പം വിനോദം കാണിക്കുന്നു. അല്പം ആഗ്രഹം കാട്ടു ന്നു. അല്പം അനുതാപം കൊള്ളുന്നു. ദയാളിനോടു പണം വേണോ എന്നു ചോദിച്ചു. വേണ്ടത്രെ. ഞാൻ മാത്രം മതിയെന്ന്. എന്നോടൊത്തു ജീവിക്കണം പോലും. എന്നെ വിളിച്ചു. ആദ്യം ചിരിക്കാനാ തോന്നിയത്. പിന്നെ ആശ എനിക്കൊരു മാറ്റവും ഒരുവിധത്തിലുള്ള മോചനവുമായി തോന്നി. അതിനൊരു സന്ദർഭം കിട്ടി. പ്രഭാകറെപോലെ മനസ്സാക്ഷിയി ല്ലാത്ത ഒരു യന്ത്രമനുഷ്യനോടൊപ്പം എട്ടുവർഷം ജീവിച്ചിട്ടും ഈ വഴി യിൽ പാപമുണ്ടെങ്കിലും വശീകരണമുണ്ട്. ഒരഡ്വഞ്ചറുണ്ട്. ദിനന്തോറും

ഒരേ കാര്യങ്ങൾ എട്ടുവർഷമായി നിർവ്വഹിച്ച് വികാരങ്ങൾ മരവിച്ചു പോയ എന്നെ ആകർഷകമായി ഒരു പാവത്താൻ വിളിക്കുന്നു. എന്നെ ഓർത്തു ദുഃഖിച്ചു കൊണ്ടിരിക്കുന്നു. ഇപ്പോ ഈ കത്ത്, ദയാളെ ഞാൻ ചെന്നു കണ്ടതു ആരുടെയോ കണ്ണിൽപ്പെട്ടു. ഇപ്പോൾ പണം ചോദിച്ചു കത്തെഴുതി ഈ വ്യവഹാരത്തിനിടയാക്കിയിരിക്കയാണ്. കാര്യം കുഴപ്പത്തിലെത്തിച്ചു..."

ഗണേഷ് എഴുത്തു വാങ്ങി വീണ്ടും വായിച്ചു.

"ഇതു നിങ്ങളുടെ ഭർത്താവറിയാൻ പാടില്ലെന്നു നിങ്ങൾക്കു വിചാരമുണ്ടോ?"

"ഉം."

"എപ്പോഴെങ്കിലും അറിഞ്ഞേ മതിയാവൂ."

"വേണ്ട ഗണേഷ്. ഞാൻ തീരുമാനിച്ചിട്ടില്ല. ദയാളിൽനിന്നു പ്രതീക്ഷിക്കുന്ന സമാധാനം കിട്ടുമോ എന്നെനിക്കിപ്പോഴും വ്യക്തമായറിയില്ല. ഇടയിൽ എഴുത്തു വന്നപ്പോ എന്തുചെയ്യണമെന്നേ എനിക്കറിയില്ല."

"ഐ സീ നിങ്ങൾ ഭർത്താവോടൊപ്പം തുടർന്നുജീവിക്കാൻ തീരുമാനിച്ചാൽ നിങ്ങൾ ദയാളിനെ കണ്ടതു അവരറിയരുത്... അതിന് ഈ പണം കൊടുക്കണം. നിങ്ങളെല്ലാം ഉപേക്ഷിക്കാൻ തീരുമാനിച്ചാൽ കത്തും കീറിയെറിഞ്ഞു മിണ്ടാതെ വണ്ടികയറാം. ഇല്ലേ?"

"അതെ."

"എന്തുചെയ്യണമെന്ന് നിങ്ങളിനിയും തീരുമാനിച്ചിട്ടില്ല."

"ഇല്ല. എന്തുചെയ്യണം? നിങ്ങളെനിക്കു പറഞ്ഞു തരൂ."

"ഞാനോ?" ഓ നോ.. ഞാൻ വെറുമൊരു വക്കീൽ. നിങ്ങളുടെ മനസ്സ് കഴിഞ്ഞകാലസംഭവങ്ങൾ, നിങ്ങളുടെ ഭാവി, എല്ലാറ്റിനെയും ബാധിക്കുന്ന വിഷമകരമായ ഡിസിഷനാണിത്. ഈ കാര്യത്തിൽ എനിക്കൊന്നും നിങ്ങളോടു പറഞ്ഞുതരാൻ കഴിയില്ല. എന്നാൽ..."

"പറയൂ."

"ഉള്ളുതുറന്ന് ബാഹ്യലോകത്തേക്കു വന്നാൽ ചില ഉപദേശങ്ങൾ നിങ്ങൾക്കു തരാനെനിക്കു കഴിയും."

"പറയൂ പ്ലീസ്."

"ആദ്യം ഈ എഴുത്തിനെപ്പറ്റി നിങ്ങൾ പെട്ടെന്നു ഭയപ്പെടേണ്ട കാര്യമില്ല."

"എന്തുകൊണ്ട്?"

"എഴുത്തിൽ പതിനായിരം രൂപ ചോദിക്കുന്നതല്ലാതെ അതെപ്പോൾ എവിടെ കൊടുക്കണമെന്ന വിവരമില്ല. അതുകൊണ്ടു അടുത്ത കത്തു വരും വരെ ഭർത്താവറിഞ്ഞു പോകുമെന്ന ഭയം നിങ്ങൾക്കുവേണ്ട. അതുകൊണ്ട് നിങ്ങളുടെ ഭാവിയെപ്പറ്റി തീരുമാനിക്കാൻ ധൃതിപ്പെടേണ്ടതില്ലെന്നു എനിക്കു തോന്നുന്നു. നിങ്ങൾ തുടർന്നു ഭർത്താവോടൊത്തു കഴിയണമെന്നോ അല്ല ദയാളോടു കൂടി ഒരു പുതിയ ജീവിതം ആരംഭി

ക്കണമെന്നോ ഉള്ള കാര്യത്തിൽ എന്തു തീരുമാനമെടുത്താലും അത് ഇന്നു രാത്രി തന്നെ എടുക്കാതിരിക്കൂ. നാളേക്കും വേണ്ട. മറ്റന്നാളും വേണ്ട. വേണ്ട..."

"പിന്നെ എപ്പോ?"

"നിങ്ങളെപ്പോഴാ കല്യാണം കഴിച്ചത്? റജിസ്റ്റർ വിവാഹമോ അല്ല സാധാരണവിവാഹമോ?"

"റജിസ്ട്രാഫീസിൽ..."

"സ്പെഷ്യൽ മാരേജ് ആക്ട് 1954 ബോസ്!" വസന്ത് പറഞ്ഞു.

"മി. ഗണേഷ് എനിക്കെന്റെ ഭർത്താവിനെ ഡൈവോഴ്സ് ചെയ്യാൻ പറ്റുമോ?"

"പറ്റും. കാരണം വേണം."

"എന്തുകാരണം. പറയും? കാരണമെല്ലാം മനസ്സിലുണ്ട്."

"എന്തുകാരണമായാലും എട്ടുവർഷം ജീവിച്ചു മടുത്തുപോയതു കാരണമായി കാണിക്കാൻ പറ്റില്ല... അയാൾ നിങ്ങളെ ഉപദ്രവിക്കാറുണ്ടോ?"

"ഒരുതരത്തിലുള്ള ഉപദ്രവം തന്നെ.."

"ഗണേഷും വസന്തും അന്യോന്യം നോക്കി.

"മിസ്സിസ് പ്രഭാകർ, ചട്ടങ്ങൾക്കനുസരിച്ചു നിങ്ങളുടെ നിലയെന്തെന്നു ഞാൻ പറയാം. നിങ്ങൾ നിങ്ങളുടെ ഭർത്താവൊന്നിച്ചു ജീവിക്കാനിഷ്ടപ്പെടുന്നില്ലെങ്കിൽ രണ്ടു വഴിയുണ്ട്. ജുഡീഷ്യൽ സെപ്പറേഷനു വേണ്ടി അപേക്ഷിക്കാം. അല്ലെങ്കിൽ വിവാഹമോചനം ആവശ്യപ്പെടാം. രണ്ടിനും മതിയായ കാരണം വേണം. ആദ്യം അഡൽട്ടറി. അതു നിങ്ങളുടെ കേസിൽ വിവാഹമോചനത്തിനു അയാളാവശ്യപ്പെട്ടാലേ ശരിയാവൂ എന്നുതോന്നുന്നു."

അവളുടെ കണ്ണുകൾ കലങ്ങി കണ്ണീർ വഴിഞ്ഞു. "നിങ്ങൾക്കെന്നെ ശരിയായി മനസിലാക്കാൻകഴിഞ്ഞില്ല.,"

"സോറി ഞാൻ കാരണങ്ങൾ മാത്രമാണ് പറയുന്നത്. അടുത്തത് മൂന്നുവർഷം ഇരുവരും തനിച്ചുകഴിയണം. ശല്യവും ക്രൂരതയുമെല്ലാം തെളിവുസഹിതം കോടതിയിൽ തെളിയിക്കണം. വളരെ ബുദ്ധിമുട്ടുണ്ട്. അതുകൊണ്ട് കേസ് നടത്തുക എന്നതും അത്ര എളുപ്പമല്ല."

"ബോസ്! ഇരുവരും മനസ്സാ സമ്മതിച്ചാൽ മ്യൂച്വൽ കൺസന്റ് കൊണ്ടു പിരിയാം. സെക്ഷൻ 28." വസന്ത് പറഞ്ഞു

"അവർ സമ്മതിക്കുകയില്ല."

"ഡിഫിക്കൽറ്റ്."

"ഞങ്ങൾക്കു എട്ടുവർഷമായി കുഞ്ഞില്ല. എന്നെ ലേഡി ഡോക്ടർ പരിശോധിച്ചിട്ടു എനിക്കൊന്നും കുഴപ്പമില്ലെന്നുപറഞ്ഞിട്ടുണ്ട്."

ഗണേഷ് ആലോചിച്ചു.

"വസന്ത് എന്തു പറയുന്നു."

"കഴിയും ബോസ്. കല്യാണസമയത്തുതന്നെ പാർട്ടിക്കു ആ കുറവുണ്ടെന്നു സ്ഥാപിക്കണം. ഇപ്പോഴും അതേ കുറവുണ്ടെന്നും സ്ഥാപിക്കണം. വിവാഹം റദ്ദു ചെയ്യുവാൻ പെറ്റീഷൻ കൊടുത്തു ഡിഗ്രി വാങ്ങണം. വിശ്വാസ് ആന്റ് വിശ്വാസ് എന്ന് കൽക്കത്തയിൽ 1971 ൽ ഒരു കേസിൽ.."

"തെളിയിക്കൽ! എങ്ങനെ? ബുദ്ധിമുട്ടുണ്ട്. മിസിസ് പ്രഭാകർ നിങ്ങളിതൊന്നു പുനഃപരിശോധിക്കണമെന്നു തോന്നുന്നു. നിങ്ങൾക്കു നിങ്ങളുടെഭർത്താവിനെ വിട്ടുപിരിയണമെങ്കിൽ അതിനു നിയമത്തിന്റെ വകുപ്പുണ്ട്. പക്ഷേ നിങ്ങളതിനിയും തീരുമാനിച്ചിട്ടില്ല. ഇപ്പോഴും നിങ്ങളുടെ മനസ്സു സമനിലയിലല്ല. നിങ്ങൾക്കു നിങ്ങളുടെ ഭർത്താവിൽ നിന്നു വേർപിരിയാൻ കഴിയും. അയാളുടെ കൂടെ ഇനിയും ചില മാസങ്ങൾ... എന്തിന് ഒരു വർഷം കൂടി കഴിച്ചു നോക്കൂ. സ്വല്പം കഴിഞ്ഞു ഹൃദയം തുറന്നു സംസാരിച്ച്... നിങ്ങൾ വ്യവഹാരത്തെപ്പറ്റി ആലോചിക്കുന്നതു കൂടി അയാളോടു പറയാം എന്നെനിക്കു തോന്നുന്നു. അല്ലെങ്കിൽ ചില മാസങ്ങൾ വേറെ വേറെ താമസിച്ചു വീണ്ടും ഒന്നിച്ചാലും പരസ്പരം മനസ്സിലാക്കാൻ കഴിയുമെന്നു തോന്നുന്നു. ഒന്നിനും നിങ്ങളാ കത്തിനെ ഓർത്തു വിഷമിക്കാതിരിക്കൂ. അതുകാരണം ധൃതിപ്പെടേണ്ട. വീണ്ടും വല്ല എഴുത്തും വന്നാൽ ഉടനെ എനിക്കു ഫോൺ ചെയ്യണം. ഞാൻ സമാധാനിപ്പിക്കാം ആ പുള്ളിയെ... സമാധാനമായി ഉറങ്ങിക്കോളൂ. വിയോജിപ്പിനോ യോജിപ്പിനോ രണ്ടിനും ഞാനുണ്ട്. സാധിക്കുമെങ്കിൽ നാളെ വൈകുന്നേരം വീണ്ടും വരാം..." ഗണേഷ് പുറപ്പെടുമ്പോൾ ആ കത്തും കവറോടു കൂടി എടുത്തിരുന്നു.

എട്ട്

കാറിൽ തിരിച്ചു പോരുമ്പോൾ ഗണേഷ് വസന്തിനോട് ചോദിച്ചു.

"വാട്ട് യു തിങ്ക്?"

അവൾ വലിയ കുഴപ്പത്തിൽ പെട്ടിരിക്കയാണ്. അവളുടെ ഭർത്താവിനെകാണണമെന്നെനിക്കു തോന്നുന്നു."

"നോക്കാം. കണ്ടു സംസാരിക്കാം. എടാ പാപി ഇങ്ങനെ മുത്തുപോലുള്ളഭാര്യയെ സംരക്ഷിക്കാനറിയാതെ നശിക്കാൻ പോകയാണോന്ന് ചോദിച്ചു നോക്കാം... ഈ കത്തിനെപ്പറ്റി എന്തു വിചാരിക്കുന്നു? ആരാണെഴുതിയതെന്നു കണ്ടുപിടിക്കാൻ കഴിയുമോ?

"വളരെ പ്രയാസമാണ് ബോസ്. കവറിലെ പോസ്റ്റൽ സീൽ നോക്കി മൗണ്ട് റോഡ് പോസ്റ്റാഫീസിൽ പോസ്റ്റ് ചെയ്തതാണ്. കത്ത് ആരെഴുതി എന്നു കണ്ടുപിടിക്കാൻ സാദ്ധ്യമേ അല്ല..."

"സ്കോട്ട്ലന്റ് യാർഡിൽ കണ്ടുപിടിക്കും. ഞാൻ ലണ്ടനിലായിരുന്നല്ലോ പ്രിയാ കേസ് ഓർമ്മയിൽ വരുന്നു..."

"എങ്ങനെ?"

"അഡ്രസ് ടൈപ്പ് ചെയ്തിട്ടുണ്ട്. ടൈപ്പ് റൈറ്റർ ഏതെന്നാദ്യം കണ്ടുപിടിക്കും."

"അതിനെന്തിനാ സ്കോട്ട്ലന്റ് യാർഡ് ബോസ്? വസന്ത് മതിയാകും. ടൈപ്പ് റൈറ്റർ ഗോദ്റേജ് എ പി ആയാൽ മൗണ്ട് റോഡിൽ എത്ര ഓഫീസുണ്ടാകും എത്ര ഗോദ്റേജുണ്ടാകും? വേട്ടയാടും."

അപ്പോൾ പന്ത്രണ്ടരമണി. ഒരു ചെറിയ ചായക്കടയ്ക്കു മുന്നിൽ കാർ നിർത്തി രണ്ടു ചായ വാങ്ങിക്കഴിച്ചു. രാത്രി ഈ സമയത്തു അവനും ആരോ ചെയ്ത കുറ്റത്തിനു വാദിക്കാൻ നിയമപുസ്തകങ്ങളും തേടി ഇവരും ഉറക്കൊഴിക്കുന്നു.

ശൈലജ സമാധാനമായുറങ്ങി.

പ്രഭാകർ രാത്രി മുഴുവൻ ഉറങ്ങാതെ കൂടെക്കൂടെ സിഗരറ്റു വലിച്ചു ചിന്തയിലാണ്ടു. നീലനിറത്തിലുള്ള ഗുളികകൾ വിഴുങ്ങിക്കൊണ്ടിരുന്നു.

ശൈലജ പുലർകാലത്തു മൈസൂർ രാജാവിന്റെ കൊട്ടാരത്തിൽ തനിച്ചു ഒരേ സ്ഥലത്തു ഓടുന്നതായി സ്വപ്നം കണ്ടു. സ്വപ്നത്തിൽ രണ്ടുപേരും അവളെ പിൻതുടർന്നിരുന്നു.

ഒൻപത്

പിറ്റേന്നു ശൈലജ ഉന്മേഷപൂർവ്വം എഴുന്നേറ്റു. ഗണേഷിനോടു രാത്രി സംസാരിച്ചതുകൊണ്ടു അവളുടെ ജീവിതപ്രശ്നത്തിന് പരിഹാരമായില്ലെങ്കിലും ചിലതു വ്യക്തമായി. ഭർത്താവൊന്നിച്ചുള്ള ജീവിതം ഇഷ്ടമില്ലെങ്കിൽ മോചനം നേടാൻ നിയമത്തിൽ വ്യവസ്ഥയുണ്ടെന്നത് അവളുടെ ജീവിതത്തിൽ പുതിയ ഫലമുളവാക്കി. പ്രഭാതത്തിൽ തെറ്റായ ആഗ്രഹങ്ങളൊന്നും അവളിൽ ഉടലെടുത്തില്ല. എനിക്ക് ആദ്യം വേണ്ടത് മാറ്റമാണ്. എന്നാൽ തിരിച്ചുവരാനാവാത്ത വൻ മാറ്റമല്ല. എന്റെ നിത്യജീവിതത്തിലേ മടുപ്പിൽനിന്നൊരു ചെറിയ മാറ്റം വേണം. അരിവപ്പുകാരന്റെ കുഞ്ഞിനെക്കുറിച്ചന്വേഷിച്ചു. കൊച്ചമ്മയുടെ പെട്ടെന്നുള്ള താല്പര്യം അവരിൽ ആശ്ചര്യമുളവാക്കി.

"നിങ്ങൾക്കെത്ര കുട്ടികളുണ്ട്?"

"ചെറിയ രണ്ടു കുട്ടികളാ കൊച്ചമ്മേ."

"ഇതാ. ഇതു വച്ചോളൂ. കുട്ടികൾക്കു വല്ല ഉടുപ്പോ മറ്റോ വാങ്ങിക്കൊടുക്കൂ. ഉച്ചയ്ക്കുശേഷം വരണ്ട. ഡ്രൈവറോടും പറയൂ."

കുളി കഴിഞ്ഞ് തനിക്കിഷ്ടപ്പെട്ട ആ കടും നീല സാരിയണിഞ്ഞു. അതിന്റെ ടെർലിൻസ്റ്റാറ്റിക് വൈദ്യുത പ്രകാശത്തിൽ തിളങ്ങി. കടും നീല നിറത്തിൽ തന്നെ പൊട്ടുതൊട്ടു. കടും നീല കമ്മലുകളുമിട്ടു. കടും നീല നിറത്തിൽ തന്നെ വളകളുമണിഞ്ഞു. കണ്ണാടിയിൽ ദീർഘനേരം തന്നെത്തന്നെ നോക്കിനിന്നു. ഗണേഷ് എത്ര നല്ല മനുഷ്യൻ. അയാ

ളോടു സംസാരിച്ചപ്പോൾ അവൾക്കു പുതിയ വെളിച്ചം കിട്ടി. ഒരു പുതിയ ഉത്സാഹം. ടെലിഫോണെടുത്തു ഗണേഷിന്റെ നമ്പർ കറക്കി.

"ഗണേഷ് സർ ശൈലജ ഉറങ്ങുകയാണോ?"

"ഇനിയാ ഉറങ്ങാൻ പോകുന്നത്. എങ്ങനെയിരിക്കുന്നു."

"വളരെ ഉന്മേഷം തോന്നുന്നു."

"അയാം ഗ്ലാഡ്ടു ഹിയർ ദാറ്റ്."

"നിങ്ങളോട് രാത്രി സംസാരിച്ചതിൽ പിന്നെ എനിക്കു ചിന്തകൾ കുറഞ്ഞു. ഞാൻ നിങ്ങൾ പറഞ്ഞതുപോലെ ഉടനെ തീരുമാനമെടുക്കുന്നില്ല. അല്പം ഉറക്കെ ചിന്തിച്ചു മാത്രം തീരുമാനമെടുക്കേണ്ട കാര്യമാണിത്."

"വെരിഗുഡ്."

"ഇന്നു വൈകുന്നേരം നിങ്ങൾക്കിങ്ങോട്ടു വരാൻ കഴിയുമോ?"

ഇന്നു വൈകുന്നേരമോ?"

"വന്നാൽ സന്തോഷമായിരിക്കും. നിങ്ങളോടിനിയും ചിലതു പറയാനുണ്ട്. നന്നായി കാപ്പിയിട്ടു തരാം."

"നോക്കട്ടെ ഐ വിൽ ട്രൈ."

"ട്രൈ വേണ്ട. തീർച്ചയായും വരണം തന്നെ."

"ശരി."

ശൈലജ ഒരു മൂളിപ്പാട്ടു പാടി വീടും പൂട്ടി തനിച്ചു ചെന്നു ബസിൽ കയറി മോണ്ടിസോറി സ്കൂളിലേക്കുചെന്നു.

"അല്ല ശൈലജയോ. എന്താ ഒരു വലിയ സർപ്രൈസ്" സുബ്ബലക്ഷ്മി അവളെ സ്വാഗതം ചെയ്തു.

"സുപ്പു, എങ്ങനെയുണ്ട്?"

"അതുതന്നെയാ നോക്കുന്ന്."

ചുറ്റും അവൾ വീക്ഷിച്ചു. അനേകം പെൺകുഞ്ഞുങ്ങൾ മാത്രം. മൂന്നു വയസുമുതൽ എട്ടുവയസുവരെയുള്ള ബൊമ്മകളെപ്പോലെ വൃത്തിയായി തലചീകി ഊഞ്ഞാലാടുന്നു. ബിസ്കറ്റ് തിന്നുകൊണ്ട്.

"സുപ്പു എനിക്കിവിടെ ഒരു ജോലിതരുമോ?"

"നിനക്കോ? ജോലിയോ?"

"എന്താ?"

"ഞാൻതന്നെ വേറെ വഴിയില്ലാഞ്ഞിട്ടാ ഇതിനു വന്നത്. ഇരുന്നൂറു രൂപയ്ക്കു ഇവറ്റകളെ കെട്ടിമേയ്ക്കണം. നിനക്കെന്താ ഒരു കുറവ്?"

"ശൈലജ കുഞ്ഞുങ്ങളെ നോക്കിക്കൊണ്ടുപറഞ്ഞു. "ദെ ആർ ലൗലി."

"ആദ്യ ദിവസം മാത്രാ ലൗലി. ഓരോന്നിനും ഓരോതരത്തിലുള്ള ശാഠ്യാ. അതു നോക്കൂ. ജനലിനടുത്തിരിക്കുന്നു. മ്ന്ന് മുഖവും വീർപ്പിച്ചോണ്ട് ഒന്നിനെ."

"സുപ്പു, ഇവിടെ എത്ര ശമ്പളം കൊടുക്കുന്നു."

"നൂറ്റമ്പതിൽ ആരംഭിച്ച് തലയെല്ലാം നരകയറികഴിയുമ്പോ ഇരുനൂറ്റമ്പതാകും. നീ വാസ്തവമായി ചോദിക്കയാ?"

"അതെ സുപ്പു. എനിക്കൊരു മാറ്റം ആവശ്യമാണ്. എനിക്കൊരു ജോലി വാങ്ങിത്തരുമോ?"

"പറഞ്ഞുനോക്കട്ടെ." നിന്റെ ഭർത്താവു പറഞ്ഞാൽ നടക്കും. എന്തിനും ആ അപേക്ഷ പൂരിപ്പിച്ചു കൊണ്ടുവാ."

പള്ളിക്കൂടത്തിൽ നിന്നു മൗണ്ട് റോഡിൽ ചെന്നു ബുക്ക്സെന്ററിൽ അല്പനേരം ചെലവഴിച്ചു അവൾ.

കുട്ടികളുടെ മനശ്ശാസ്ത്രസംബന്ധമായ ഒരു പുസ്തകം വാങ്ങി. "ഋഷഭം രാശിക്കു 1978 ലെ ഫലം" എന്ന പുസ്തകവും വാങ്ങി.

"ഗ്രഹനില ഈ ആഴ്ച ചില സ്വന്തകാര്യങ്ങൾ പരിഹാരം കണ്ടെത്താൻ സഹായകമായി നില്ക്കുന്നു. ആരംഭത്തിൽ അല്പം മന്ദഗതിയിലാണെങ്കിലും അതിനെ തട്ടിമാറ്റാൻ ഇതാണവസരം. മറ്റുള്ളവരുടെ വാക്കുകൾ അനുസരിക്കാം. കഴിഞ്ഞ കാലത്തെ തെറ്റുകളിൽ നിന്നു പാഠം പഠിക്കുക!"

ചിരിച്ചുകൊണ്ട് പുസ്തകമടച്ചു ബസ് സ്റ്റാന്റിലേക്കു നടന്നു.

പത്ത്

ആപ്രോ വിമാനം 11.35 ന് നിലംതൊട്ടു. ഓടി മെല്ലെ നിന്നു. അതിൽ നിന്നിറങ്ങിയ ചില യാത്രക്കാരിൽ പ്രഭാകറുമുണ്ടായിരുന്നു. കൂളിങ് ഗ്ലാസും വച്ച് ടെർമിനലിലേക്കു വേഗം നടന്നു. ലഗേജ് ഒന്നും ഇല്ലാതിരുന്നതിനാൽ നേരെ കണ്ണാടി വാതിൽ തുറന്നു പുറത്തുവന്നു ടാക്സിയിൽ കയറി നിർദ്ദേശം നല്കി.

"ശ്രീറാം കോളനി"

പകലിന്റെ മദ്ധ്യത്തിൽ കോളനി മയങ്ങുകയായിരുന്നു. ടാക്സി തിരിച്ചയച്ചു. കതകിനരികെചെന്നു. കോളിങ് ബെല്ലടിച്ചു. അല്പനേരം കഴിഞ്ഞു വീണ്ടും സ്വിച്ചമർത്തി. കാത്തിരുന്നു. ഒരു സിഗരറ്റു കത്തിച്ചു. തന്റെ കൈയിലിരുന്ന ഡ്യൂപ്ലിക്കേറ്റ് ചാവിയെടുത്തു വാതിൽ തുറക്കാൻ ശ്രമിച്ചു നോക്കി. വാതിൽ മെല്ലെ പിൻവാങ്ങി. ഉള്ളിൽ കടന്നു. ശൈലജയില്ല.

"അവനെ കാണാൻ തന്നെ പോയതാവും" സോഫയിലിരുന്നു. സിഗരറ്റു കൊടുത്തിക്കളഞ്ഞു ചെറുനേരം ചിന്തയിലാണ്ടു അടുത്ത മുറിയിൽ ചെന്നു അലമാര തുറന്നു. വാസ്കിബോട്ടിലും ഗ്ലാസുമെടുത്തു ഫ്രിഡ്ജു തുറന്നു. അതിന്റെ ഫ്രീസറിൽനിന്ന് രണ്ടു മൂന്ന് ഐസ് തുണ്ടുകൾ ഗ്ലാസിലിട്ടു. പിന്നെ വിസ്കിയൊഴിച്ചു. മൂന്നു നാലു സിപ്പ് അകത്താക്കി. നെരിപ്പോടിലൊഴിച്ചപോലെ അതു തന്റെ ഉള്ളിൽ ചെല്ലുന്നതായി തോന്നി.

എതിരെ ഫ്രെയിമിട്ടു തൂക്കിയിരുന്ന അവരുടെ വിവാഹ ഫോട്ടോ

ദൃഷ്ടിയിൽപ്പെട്ടു. പ്രായവ്യത്യാസം അപ്പോഴേ വ്യക്തമായിരുന്നു. അയാളുടെ തലയിൽ നേരിയ കഷണ്ടി. അവൾക്കു യൗവനം. വഞ്ചകി ചിരിക്കുന്നു.

ഐസ് തുണ്ടുകൾ ക്ലിങ് എന്ന് സന്തോഷം പ്രകടിപ്പിച്ചു. അല്പം കൂടി ഒഴിച്ചു കഴിച്ചു. കാതെല്ലാം ചൂടേറി. നാക്കു വരണ്ടു. മെല്ലെ നടന്നു ബെഡ് റൂമിലേക്കു ചെന്നു. അയാളുടെ പുസ്തകങ്ങളും വസ്ത്രങ്ങളും എന്തെല്ലാമോ വർണ്ണശബളങ്ങളായ അലങ്കാര വസ്തുക്കളും ചിതറിക്കിടക്കുന്നു. കണ്ണാടിയിൽ കണ്ട പ്രഭാകർ ആടിക്കൊണ്ടിരിക്കുന്നു. അവരുടെ കല്യാണഫോട്ടോ ആൽബം അശ്രദ്ധയോടെ തുറന്നു. ലേസ് കടലാസിൽ മദ്ധ്യത്തിൽ ആ വിവാഹ യഥാർത്ഥ്യങ്ങൾ വെളിവാക്കുന്ന ചിത്രങ്ങൾ സ്നേഹിതനോടൊപ്പം ചിരിച്ചു കൊണ്ട്, മന്ത്രിയോടൊപ്പം ചിരിച്ചു നില്ക്കുന്നത്, സിനിമാനടനോടൊപ്പം... ബിസിനസ് സുഹൃത്തുക്കളോടൊപ്പം... ആ ചെറുപ്പക്കാരൻ ഒരു പുസ്തകം സമ്മാനിക്കുന്നു..

"ആരാവൻ? ഇവനാ ദയാൾ? വീണ്ടും വിസ്കി വേണമെന്നുതോന്നി. ഹാളിലേക്കുവന്നു.

കതകു തുറക്കുന്ന ശബ്ദം കേട്ടു തിരിഞ്ഞു നോക്കി. ദയാളിന്റെ കാമുകി.

തിടുക്കം പൂണ്ടു അവൾ.

"അല്ല നിങ്ങൾ വന്നിട്ടുണ്ടോ അതിലിടെ?"

"അത്ഭുതം തോന്നുന്നു അല്ലേ?"

ശൈലജ അകത്തേക്കു വന്നു. പുസ്തകങ്ങൾ വെച്ചു.

ജോലിയെല്ലാം തീർന്നോ?"

"ഇല്ല."

"ശരീരത്തിനു സുഖമില്ലേ?"

"ഇല്ല." അയാൾ അവളെ സൂക്ഷിച്ചു നോക്കി.

"എവിടെ പോയിരുന്നു?"

"മൊണ്ട് റോഡിൽ ഒരു ഫ്രന്റിനെ കണ്ടിട്ടു പുസ്തകവും വാങ്ങി..."

"ഫ്രന്റ് ആരാ? ദയാളോ?"

"ദയാളോ! ആര്?"

"ശൈലജാ നിനക്കു മനസ്സിലായിരിക്കും. കൊള്ളാം."

"നിങ്ങളെന്താ പറയുന്നത്?"

"ഇതു നോക്കൂ. വേണ്ടാത്ത ഏർപ്പാടൊന്നും ചെയ്യേണ്ട... നിന്റെ കാര്യം മുഴുവനെനിക്കറിയാം. ഇന്നലെ വൈകുന്നേരം നീ എവിടെ പോയിരുന്നു, ആരെ കണ്ടു, എന്തു തീരുമാനമെടുത്തു... എല്ലാമെനിക്കറിയാം."

ശൈലജയുടെ ചുണ്ടുകൾ വിറച്ചു. അല്പം വിയർത്തു. എങ്ങനെ സമാധാനിക്കാം... എന്തു പറയണം.

"നിങ്ങളെന്തു തീരുമാനമെടുത്തു?"

"നീ എന്തു തീരുമാനിച്ചു?"

അവൾ മൗനം പൂണ്ടിരുന്നു. ചിന്തിക്കൂ. ചിന്തിക്കൂ പെണ്ണേ, ഇങ്ങനെയുള്ള സന്ദർഭത്തിൽ എന്തു പറഞ്ഞു ഭർത്താവിനെ സമാധാനിപ്പിക്കും? ചിന്തിക്കൂ!

"നീ അവനെ ചെന്നു കണ്ടതു സത്യമോ അല്ലയോ?"

സംശയിച്ചുകൊണ്ടുപറഞ്ഞു. "സത്യമാണ്."

"പിന്നെ ഇന്നു വൈകുന്നേരം സെൻട്രൽ സ്റ്റേഷനിൽ.. എവിടെ പോകാനാ ഉദ്ദേശ്യം?"

"എവിടെയും പോകാനുദ്ദേശിക്കുന്നില്ല."

"കളവു പറയേണ്ടെടീ, തേവിടിശ്ശി."

"ഇതാ നോക്കൂ. നിങ്ങൾ വിസ്കി കുടിച്ചു സ്വബോധമില്ലാതെ സംസാരിക്കുന്നു. പ്ലീസ് ഇതേപ്പറ്റി പിന്നെ സംസാരിക്കാം."

"ഇപ്പോ തന്നെ പറയാമല്ലോ പ്രിയേ! ഒന്നല്ലെങ്കിലൊന്നെടുക്കാമല്ലോ. രാത്രി മുഴുവനും ഉറക്കമൊഴിച്ചു ഇതേപ്പറ്റി സംസാരിച്ചുതീർക്കാൻ തന്നെയാ പ്ലെയിനിൽ വന്നത്. നീ ചെയ്ത കാര്യം ശരിയാ? പറയ്?"

"തെറ്റു തന്നെ."

"നിന്റെ പ്രവൃത്തിക്കു എനിക്കു നിന്നെ ഡൈവോഴ്സ് ചെയ്യാം. മനസ്സിലായോ?"

"ചെയ്തോളൂ."

"ചെയ്യില്ല ഞാൻ! അത്രവേഗം തീർക്കേണ്ട കാര്യമാണോ ഇത്? എട്ടു വർഷമാണെടീ!"

"നിങ്ങളാ തൊടങ്ങിയത്. എനിക്ക് നിങ്ങളുടെ കൂടെ സമാധാനമില്ല. ഞാനവനെ കണ്ടതു സത്യമാണ്. എന്നാൽ ഞാനെന്തു ചെയ്യണമെന്നനിയും തീരുമാനിച്ചിട്ടില്ല. എന്റെ ബാദ്ധ്യതയെന്താണെന്നും നിയമമനുസരിച്ചു എനിക്കെന്തു ചെയ്യാനാവുമെന്നുമെല്ലാം എനിക്കിപ്പോഴറിയാം. എന്നാൽ നിങ്ങളോടൊപ്പം സമാധാനമായി കഴിയാൻ ശ്രമിക്കണമെന്നു തന്നെയാ എന്റെ ഇപ്പോഴുള്ള വിചാരം. നമ്മൾ കുറച്ചു നാൾ വേറിട്ടു താമസിക്കണമെന്നു തോന്നുന്നു."

"തനിച്ചോ, കാമുകനോടൊത്തോ?"

"അവനെ പറ്റി ഇപ്പോ സംഭാഷണം വേണ്ട. നാം പരസ്പരം മനസ്സിലാക്കാൻ കുറച്ചു ദിവസം പിരിഞ്ഞിരിക്കണമെന്നെനിക്കു തോന്നുന്നു."

"തനിച്ചുപോയാൽ.... ആ ഹാ ഹാ... അങ്ങനെയാണെങ്കിൽ അവനെ കൂടെത്തന്നെ കിടത്താം. അല്ലേ?"

"കുടിച്ചിട്ടു അസംബന്ധം പറയരുത് നിങ്ങൾ."

"നീ ചെയ്യുന്ന കാര്യം അസംബന്ധമല്ലേ. ഭർത്താവ് അന്യനാട്ടിൽ പോയപ്പോൾ ബീച്ചിൽ മറ്റൊരുവന്റെ കൂടെ... എവിടെയെല്ലാം തടവിത്തന്നു നിനക്ക്?"

"പ്ലീസ് നിങ്ങൾ സമനിലയിലല്ല. വൈകുന്നേരം സംസാരിക്കാം." പ്രഭാകർ വീണ്ടും മദ്യമൊഴിച്ചുകൊണ്ടിരിക്കെ അവൾ ചെന്നു തടഞ്ഞു.

അയാൾ കൈ തട്ടി മാറ്റി. ഗ്ലാസും ഐസ് കഷണങ്ങളും താഴെ വീണുടഞ്ഞു.

"കുപ്പയിൽ കിടക്കുന്നവളെ പൊക്കിയെടുത്തുകൊണ്ടു വന്നു. നിനക്കു ജീവിതം തന്നു. ഇടം തന്നു. ചോദിച്ചതെല്ലാം തന്നു. ദേഹം സ്വർണ്ണം കൊണ്ടുമൂടി."

ശൈലജയ്ക്കു കോപം വന്നു. "ആർക്കാ വേണ്ടത് നിങ്ങളുടെ ആഭരണങ്ങൾ! എനിക്കു വേണ്ടതൊരു കുഞ്ഞാണ്. അതു തരാൻ കഴിയുമോ നിങ്ങൾക്ക്. എന്തു പറയുന്നു. നിങ്ങളാൽ സാദ്ധ്യമല്ലെന്നെനിക്കറിയില്ലേ? അതു കാണിച്ചുതന്നെ ഞാൻ വിവാഹമോചനം നേടാൻപോകുകയാ. അയ്യോ അമ്മേ...!"

അയാൾ കരണത്തടിച്ച അടി ഉള്ളിൽ മിന്നൽപ്പിണർ പായിച്ചു.

"പോകുവെടീ നീ?"

"പോകും. എന്റെ ഇഷ്ടം. എങ്ങനെ പോകും. എപ്പോ പോകുമെന്നു ഞാൻ പറയില്ല. എട്ടു വർഷം കഴിഞ്ഞതുമതി. നിന്നോടുകൂടിയുള്ളസുഖവാസം."

പ്രഭാകർ വീണ്ടും ഓങ്ങി. "അടിക്ക്! അതുമാത്രമേ നിനക്കു തരാൻകഴിയൂ."

പ്രഭാകർ അടുത്തുള്ള ആയുധം തേടിക്കൊണ്ടിരിക്കെ. "ഞാൻ പോകുന്നു. ഇനി ഈ വീട്ടിലേക്കു വരില്ല" എന്നും പറഞ്ഞ് പോകാൻ തുടങ്ങവെ അയാൾ അവളെ മൂർഖനെപ്പോലെ പിടിച്ചിഴച്ചു. അവൾക്കാദ്യമായി ആ ഭയമുദിച്ചു. ഇതു പ്രഭാകറല്ലേ! സ്വബോധം നഷ്ടപ്പെട്ട ഏതോ ഒരു മൃഗം!

കതകുനോക്കി അവളോടി. പ്രഭാകർ തടഞ്ഞു. കതക് കാൽകൊണ്ടു ചവിട്ടിയടച്ചു. ടെലിഫോണിനരികിലേക്കോടി. പുലിപോലെ ഓടി വന്നു അയാൾ. അവൾ നിലവിളിച്ചു നോക്കി. അയാൾ വായ്പൊത്തി. ആവുന്നത്ര ശക്തിയിൽപിടിച്ചു ഞെരുക്കി.

"നിലവിളിക്കരുത്! നിലവിളിക്കാൻ പാടില്ല. നിലവിളിച്ചാൽ കൊന്നുകളയും ഞാൻ!" ഓരോ വാക്കിലും വിസ്കിയുണ്ട്. കുതറി വിടുവിച്ചു കൊണ്ടു കിടപ്പറയിലേക്കോടി കയറി അവൾ കതകടച്ചു. പിന്നാലെ ഓടിയ അയാൾ കാൽകൊണ്ട് അടച്ചകതക് തടുത്തു താനും മുറിയിൽ കയറി കതകടച്ചു ഉള്ളിൽ നിന്നു താഴിട്ടു.

"എന്നെ കൊല്ലല്ലെ. എന്നെ കൊല്ലല്ലെ. ഞാൻ നിങ്ങളെ വിട്ട് ഒരടിയെടുത്തുവക്കില്ല. നിങ്ങളോടൊപ്പം തന്നെ കഴിഞ്ഞോളാം. ഞാൻ ചെയ്തു പോയതു തെറ്റാ.... ക്ഷമിക്കണം..."

പ്രഭാകർ ചിരിച്ചു.

അയാളുടെ നോട്ടം സമീപത്തുണ്ടായിരുന്ന കയറിൻതുണ്ടിൽ ചെന്നു പതിച്ചു. മെല്ലെ ചെന്നെടുത്തു. കൈയിൽ ചുറ്റിക്കൊണ്ടുതന്നെ ശൈലജയെ സമീപിച്ചു.

ശൈലജ വിളിച്ചലറി. ആവോളം വിളിച്ചലറി.

ആ മുറി എയർകണ്ടീഷൻ ചെയ്തതായിരുന്നു. എല്ലാ ജനലുകളും അടച്ചു കർട്ടനിട്ട മുറി.

ശൈലജയുടെ അലർച്ച അടച്ചകതകും കടന്നു ഹാൾവരെ ഉയർന്നു കേട്ടു. ഹാളും കടന്ന് തോട്ടത്തിലതു വളരെ നേർമ്മയിലേ കേട്ടുള്ളൂ. തോട്ടവും കടന്നു തെരുവിലതു കേട്ടതേയില്ല.

തെരുവിൽ അല്പമകലെ നിന്നു സംസാരിച്ചുകൊണ്ടിരുന്ന രണ്ടു പേർ കേട്ടിരിക്കാനേ ഇടയില്ല.

പ്രഭാകർ മുറിതുറന്നു പുറത്തേക്കുവന്നു. നേരെ ചെന്നു വിസ്കി ഒഴിച്ചു. കൈവിറയ്ക്കുന്നുണ്ടായിരുന്നു. ബാക്കിയുണ്ടായിരുന്ന ഐസ് കഷണങ്ങൾ കുലുങ്ങിച്ചിരിച്ചു. കുപ്പായം വിയർപ്പിൽ നനഞ്ഞിരുന്നു. "ശൈലജാ ശൈലജാ" എന്നു വിളിച്ചുകൊണ്ട് വിങ്ങി വിങ്ങിക്കരഞ്ഞു "ഞാനെന്താ ചെയ്തുപോയത്! എങ്ങനെയാ ചെയ്തു പോയത്! അയ്യോ ശൈലജാ! ശൈലജാ!"

ഭർത്താവിന്റെ രോദനം കേൾക്കാൻ സാധിക്കാതെ ശൈലജ മുറിയിൽ പാതി കട്ടിലിലും പാതി കീഴെയുമായി ഞാന്നുകിടന്നു.

അവൾ മരിച്ചു കഴിഞ്ഞിരുന്നു.

പ്രഭാകർ വിസ്കി കഴിക്കാതെ അവിടെത്തന്നെ വച്ചു. എന്തോ തീരുമാനിച്ചിട്ടെന്നപോലെ ടെലിഫോണിനടുത്തേക്കു ചെന്നു. ഡയറക്ടറിയുടെ ആദ്യ പേജിൽ ഉടനെ പൊലീസ് സഹായത്തിന്...

നമ്പർ കറക്കും മുമ്പേ ആലോചിച്ചു. "ഇൻസ്പെക്ടർ എന്റെ പേര് പ്രഭാകർ. എന്റെ വീട്ടിൽ ഒരു കൊലപാതകം നടന്നിരിക്കുന്നു. ഞാനെന്റെ ഭാര്യയെ കൊന്നു. അതിന്റെ ശിക്ഷയെന്തായാലും ഞാൻ വഹിക്കാം."

ടെലിഫോൺ മണിയടിച്ചു. പരിഭ്രമത്തോടെ എടുത്തു. ആ നിമിഷത്തിലേ തന്റെ പ്രവൃത്തിയുടെ ഗൗരവം അയാൾക്കു വെളിവായുള്ളൂ.

"ഹലോ ശൈലജാ! ദയാൾ ഹിയർ. ടിക്കറ്റ് വാങ്ങിക്കഴിഞ്ഞു. ഇന്നു രാത്രികൃത്യം പത്തുമണിക്കു സ്റ്റേഷനിൽ വരൂ. ശൈലജാ... ഹലോ.. ഹലോ.. ആരാ?"

"റോങ്ങ് നമ്പർ" വച്ചു. കുറച്ചുസമയം ടെലിഫോണിന്റെ റിസീവർ എടുത്തു മേശമേൽ വച്ചു. ഇനി ടെലിഫോണടിക്കില്ല.

രാത്രി പുറപ്പെടാൻ തയ്യാറായിരുന്നു അവൾ. നന്ദികെട്ടവൾ. അവൾക്കു ഞാൻ കൊടുത്ത ശിക്ഷ ശരിയാ? ഞാനാര്? എങ്ങനെയുള്ളവൻ? എനിക്കു തൊഴിലിലുള്ള മാന്യതയെന്ത്? സമൂഹത്തിലെ സ്ഥാനമെന്ത്? എന്റെ സ്വന്തമായിരുന്നവൾ എന്നെ വഞ്ചിച്ചു. അതിനുള്ള ശിക്ഷ കിട്ടിക്കഴിഞ്ഞു. ശിക്ഷകൊടുത്തതു ഞാനല്ല. എന്റെ ഉള്ളിൽ ഒളിഞ്ഞിരിക്കുകയായിരുന്ന ഏതോ ഒന്ന്. ഞാനവളെ കൊല്ലാൻ വിചാരിച്ചിരുന്നില്ല. അവളാണ് ശിക്ഷ ഏറ്റുവാങ്ങിയത്. അതിനു ഞാനെന്തിനു കൊലക്കയറിൽ തൂങ്ങണം. എനിക്കെത്രയോ കാര്യം നിർവ്വഹിക്കാനുണ്ട്. എത്രയോ

നാളുകൾ ഇനിയുമുണ്ടെനിക്ക് എത്രയോ സ്ത്രീകൾ എനിക്കു വേണ്ടി കാത്തിരിക്കുന്നു.

മുറിയിലേക്കു ചെന്നു. കിടക്കയിൽ കിടക്കുന്ന തന്റെ ഭാര്യയെ നോക്കി. മരിച്ചു കഴിഞ്ഞെന്ന സത്യം കഴുത്തിലെ രണ്ടു കടും നീല പാടുകളിൽ നിന്നുവ്യക്തം. കണ്ണുകൾ തുറന്നിരുന്നു. തല ചരിഞ്ഞിരിക്കുന്നു..

ശൈലജ തനിക്കിഷ്ടപ്പെട്ട കടും നീല സാരിയണിഞ്ഞിരുന്നു. അതേ കടുംനീലയിൽ പൊട്ടിട്ടു. അതേനിറത്തിലുള്ള വളകളും അണിഞ്ഞുകൊണ്ടു... മരിച്ചുകിടക്കുന്നു.

അയാൾ മുറിയിൽ ചുറ്റും നോക്കി. എല്ലാ കതകുകളും അടഞ്ഞു കിടക്കെ, തിരശ്ശീലകൾ മൂടിയിരിക്കെ... കതകു നോക്കി അയാൾ. കതകിനു സമീപമുള്ള ജനൽ നോക്കി. മുകളിലേക്കു നോക്കി. ഉത്തരത്തിൽ പിറക്കാത്ത കുഞ്ഞിന് തൊട്ടിൽ തൂക്കാനെന്നോണം വളയം ഏർപ്പെടുത്തിയിരുന്നു.

തീരുമാനിച്ചു!

ഒരു മണിക്കൂറോളം കഴിഞ്ഞു. പ്രഭാകർ വീട്ടുവാതിലടച്ചു. വീടിനു പിൻവശത്തേക്കു വന്നു. വേലിക്കമ്പി വളച്ചു നൂഴ്ന്നു പുറത്തു കടന്നു അടുത്ത തെരുവിലേക്കുവന്നു. തണലിൽ നടന്നു മെയിൻ റോഡിലേക്കു വന്നു. കുറെ നടന്നു ടാക്സി പിടിച്ചു. ടാക്സി ഓടിക്കൊണ്ടിരിക്കെ ഇരുവശങ്ങളിലും സൂക്ഷ്മമായി പരിശോധിച്ചുകൊണ്ടിരുന്നു. ഒരിടത്തു നിർത്താൻ പറഞ്ഞു. ടാക്സി അയച്ചു.

അവിടെ ഫർണിച്ചറുണ്ടാക്കുന്ന ഒരു കടയുണ്ടായിരുന്നു. ഡൈനിങ് ടേബിളുകൾ, കസേരകൾ... കല്യാണക്കട്ടിലുകൾ... കാറിലെ മെത്തകൾ. ഉള്ളിൽ മൂന്നടിമാത്രം ഇടമുള്ളേടം ഒരുപെണ്ണു ടൈപ്പു ചെയ്തു കൊണ്ടിരിക്കുന്നു. കടയ്ക്കു വെളിയിൽ ഒരാശാരി പണിയെടുക്കുന്നു. വാർണീഷിന്റെ മണം പരക്കുന്നു.

പ്രഭാകരൻ ആശാരിയുടെ സമീപം ചെന്നു.

“എടോ അർജന്റായി ഒരു ജോലിയുണ്ട്. ശ്രീറാം കോളനിയിൽ വരുമോ?”

“എന്തു ജോലിയാ?”

“ഒരു ജനലിന്റെ കണ്ണാടി ഉടഞ്ഞിരിക്കുന്നു അതു വച്ചുതരണം.”

“ഇപ്പോ പറ്റില്ല. അത്രതിരക്കുണ്ട്.”

“സാരമില്ല വരൂ. പത്തുമിനിറ്റ് മതി.”

“ഇപ്പോ പറ്റില്ലാന്ന്.”

അമ്പതു രൂപയുടെ നോട്ടുകണ്ടപാടെ അവൻ മാറി. ആ പെണ്ണിനെ നോക്കി. ടൈപ്പ് തന്നെ.”

“ശരി വരൂ.” അവൻ പറഞ്ഞു.

അവർ വീടിനെ സമീപിക്കുമ്പോൾ പ്രഭാകർ പറഞ്ഞു. “നേരെ

പോയി അവിടെ ഇരിക്കൂ നാലാമത്തെ വീടാ. ഞാൻ പിൻവശത്തൂടെ വന്നു കതകു തുറക്കട്ടെ."

ആശാരി വാതിലിനരികിലെത്തിയപ്പോൾ അയാൾ പിൻവശത്തു വന്നു കതകു തുറന്നു വേഗം ഉള്ളിലേക്കു വലിഞ്ഞു. ആശാരി സംശയത്തോടെ ഉള്ളിൽ കടന്നു..." "എല്ലാം തേക്കാണല്ലെ?" അവൻ ചോദിച്ചു.

"ഇതാ നോക്കൂ. ഈ ജനലാണ്."

"അവനതു നോക്കി. കണ്ണാടി ഉടഞ്ഞിരിക്കുന്നു. അതിന്റെ ദ്വാരത്തിൽ കൂടി കർട്ടൻ കാണാം. മന്ദമായതാടുന്നു. മുറിക്കുള്ളിലുള്ളതു കാണാത്തവണ്ണം ആ തിരശ്ശീല മറഞ്ഞു കിടന്നിരുന്നു.

കണ്ണാടി വാങ്ങി വച്ചിട്ടുണ്ടോ?"

"കണ്ണാടിയോ?"

"മാറ്റിവക്കാൻ കണ്ണാടി ഇല്ലെ? വാങ്ങി വരട്ടെ?"

"നില്ക്കട്ടെ... നിലക്കട്ടെ." അയാൾ മുറിയിൽ തേടി. ആലോചിച്ചു. ചുവരിൽ ഫ്രെയിം ചെയ്തു തൂക്കിയിരുന്ന വിവാഹ ഫോട്ടോ എടുത്തു.

"ഇതാ ഇതിൽ നിന്നെടുത്തോളൂ കണ്ണാടി. പിന്നെ ഇടീക്കാം."

"നല്ല ഫോട്ടോ അല്ലെ. ഇതാ നിങ്ങളുടെ ഭാര്യയാണോ?"

"കണ്ണാടി അഴിച്ചെടുത്തോളൂ."

അവൻകണ്ണാടിത്തുണ്ടുകൾ ഓരങ്ങളിൽ നിന്നു നീക്കി വൃത്തിയാക്കി. ആ ഫോട്ടോയുടെ ചില്ല് അഴിച്ചെടുത്തു. ടേപ്പ് കൊണ്ടു അളവെടുത്തു. വൈരസൂചി കൊണ്ടു മാർക്ക് ചെയ്തു മുറിച്ചു. ജനലിന്റെ ചട്ടത്തിൽ ഫിറ്റ് ചെയ്തു. ആണിയടിക്കാൻ മുള്ളാണി തേടിക്കൊണ്ടിരിക്കെ കർട്ടൻ കാറ്റിൽ അല്പമകന്നു. ഉള്ളിൽ ശൈലജയുടെ കാലുകൾ ദൃഷ്ടിയിൽ പെട്ടു. അവൻ പകച്ചുപോയി. കർട്ടൻ വീണ്ടും മൂടപ്പെട്ടു.

"കുറച്ചു വജ്രപ്പശയുണ്ടെങ്കിൽ ഓരത്തിൽ ഒട്ടിക്കാമായിരുന്നു. സ്ട്രോങ്ങായിരിക്കും."

ഇല്ലല്ലോ."

"എന്നാൽ വേണ്ട. അങ്ങനെതന്നെ മതി."

"ശരി വേറെ വല്ല ജോലിയും...? മേശ, ടെലിവിഷൻ പെട്ടി?"

"വല്ലതുമുണ്ടെങ്കിൽ വിളിക്കാം. നീ പൊയ്ക്കോളൂ. ഇതാ.." അമ്പതു രൂപയെടുത്തു നീട്ടി.

"ചില്ലറയില്ലല്ലോ..."അവൻ തലചൊറിഞ്ഞുകൊണ്ടു പറഞ്ഞു.

"എടുത്തോളൂ."

ആശ്ചര്യത്താൽ മതിമറന്നു കാതോളം ചിരിച്ചുകൊണ്ട് അവൻ പോയി. അവൻ പോയ പാടെ പ്രഭാകർ ടെലിഫോണെടുത്തു തുടച്ചു. വിസ്കിയും ഗ്ലാസും കുപ്പിയും അലമാരയിൽ യഥാസ്ഥാനങ്ങളിൽ വെച്ചു. ചില്ല് നീക്കപ്പെട്ട ഫോട്ടോയും ഫ്രെയിമുമെടുത്തു അല്പം ആലോചിച്ചു. ബാത്ത്റൂമിലേക്കു നടന്നു. ഫോട്ടോ ചെറിയ തുണ്ടുകളായി കീറി..."

ഫ്രെയിമും കൈയിലെടുത്തു ഹാളിലേക്കു വന്നു. ബാക്കിയുണ്ടാ

യിരുന്ന കണ്ണാടിത്തുണ്ടുകൾ വളരെ സൂക്ഷ്മമായി പെറുക്കിയെടുത്തു. ഒരു പത്രക്കടലാസിട്ടു. ഫോട്ടോ ഫ്രെയിമും വച്ചു വലിയ പൊതിയാക്കി കെട്ടി മുറിവിട്ടു പുറത്തേക്കു വന്നു.

വാതിൽ പൂട്ടുന്നതിനു മുമ്പാലോചിച്ചു. പൂട്ടിയാൽ ഞാൻ വരുംവരെ ആർക്കും തുറക്കാൻ കഴിയില്ല. തിരിച്ചുവന്നു ഞാൻ തന്നെ തുറക്കും വരെ കാത്തിരിക്കും. ഈ വിവരം എനിക്ക് അവരെയറിയിക്കണം.

കതകു പൂട്ടാതെ വെറുതെ ചാരിവച്ചു. അയാൾ പുറപ്പെട്ടു. വീണ്ടും വീട്ടിനു പിൻവശം ചെന്നു കമ്പിയകറ്റി പുറത്തു കടന്നു. പിൻവശത്തെ തെരുവിലേക്കു വന്നു.

വൈകുന്നേരത്തെ ഫ്ളൈറ്റിൽ ബാങ്ക്ളൂർക്കു ചെന്നു, അശോകഹോട്ടലിൽ തന്റെ മുറിയിലെ മെത്തയിൽ ക്ഷീണിതനായി ചെന്നുവീണു.

ഭാഗം രണ്ട്

ഒന്ന്

സന്ധ്യാ നേരത്തെ ഇരുട്ടു വ്യാപിച്ചു കൊണ്ടിരിക്കെ ഗണേഷ് കോടതിയിൽനിന്ന് ഓഫീസിലെത്തി. വസന്ത് ആദ്യം തന്നെ എത്തിയിരുന്നു. ഓഫീസിൽ കാത്തിരിക്കയായിരുന്നു അവൻ.

"കേസെന്തായി ബോസ്?"

"ഡിസ്ഹോണസ്റ്റ്! കൊല എന്നതു ബോധപൂർവ്വം ചെയ്യുന്ന കുറ്റമാണ്. അതിനാൽ ചിന്നപ്പനു അഞ്ചുവർഷം അപേക്ഷിച്ചു നോക്കി. ഹോപ്പില്ല. വസന്ത്, എന്തോ ഒന്നു മറന്നുപോയെന്നു തോന്നുന്നു. വൈകുന്നേരം ഞാനാരെയാണ് കാണേണ്ടിയിരുന്നത്?"

"ബാർബറെ. മുടി വളരെ നീണ്ടിരിക്കയാ നിങ്ങൾക്ക്.. പിന്നെ ആ ശൈലജാ പ്രഭാകർ ഫോൺ ചെയ്തിരുന്നോ?"

"ഓ, ശൈലജാ, അവരുടെ അടുത്താ ഞാൻ വരാമെന്നു പറഞ്ഞിരുന്നത്."

"എന്തായിരിക്കും?"

"ഇന്നലത്തെ എന്റെ ആവേശം നല്കുന്ന സംസാരത്തിന്റെ ഫലമായി അവൾ മനസ്സുമാറ്റിയെന്നാ തോന്നുന്നത്."

"ബോസ് മാരേജിനെ ഇത്രയും നിങ്ങൾ പറഞ്ഞല്ലോ. കല്യാണമേകഴിക്കാത്ത നിങ്ങൾക്കെങ്ങനെയാ ഇത്രയും മനസ്സിലായത്?"

"അതുകൊണ്ടാ ഇത്രയും മനസ്സിലായത്. വക്കീൽ ജോലിയിൽ വലിയ പുരോഗതിയില്ലെങ്കിൽ മാരേജ് കൗൺസിലർ എന്ന് ബോർഡു വെക്കാം. ശൈലജയെ കാണാൻ നീയും വരുന്നോ?"

"ഞാൻ വരുന്നില്ല. കരാട്ടെ ക്ലാസിൽ പോകണം."

"കരാട്ടെയോ. ഓഹോ.ാ എപ്പോ മുതലാ?"

"കഴിഞ്ഞയാഴ്ചയാ തുടങ്ങിയത്. നിക്ക്ൾസ് പുഷ്അപ്പോ ജീവൻ പോകുന്നു. നിങ്ങൾ ഗ്രീൻ ബെൽറ്റ് വാങ്ങിയിട്ടുണ്ടല്ലോ ഇല്ലെ?"

"ഇപ്പോ ടച്ചില്ല."

"ചുടാൻ സുക്കി എന്നു പറഞ്ഞാലെന്താ? നോക്കട്ടെ."

ഗണേഷ് വസന്തിന്റെ വയറ്റിനൊരു കുത്തു വച്ചു കൊടുത്തു. വസന്ത് "അയ്യോ" എന്നലറി.

"ഇതുതന്നെയാ ചുടാൻ സുക്കി. വാ പോകാം. ഞാൻ പഠിപ്പിക്കാം കരാട്ടെ."

ഗണേഷും വസന്തും ശൈലജയെ കാണാൻ പോയപ്പോൾ മണി ഏഴായിട്ടുണ്ടാകും. കോളിങ് ബെൽ സ്വിച്ചമർത്തി അല്പം കാത്തിരുന്നു.

മറുപടിയില്ല.

ഒന്നുകൂടി സ്വിച്ചമർത്തി.

"പുറത്തു പോയിക്കാണും. വാ പോകാം." വസന്ത് പറഞ്ഞു.

ഗണേഷ് കതകിന്റെ പിടി തിരിച്ചു നോക്കി. കതകു തുറന്നു.

"അകത്തുണ്ടാവും."

അകത്തിരുട്ടായിരുന്നു. ഗണേഷിന് കാലുകളിൽ ചെറിയ നടുക്കം.

സംതിങ് റോങ്.

ചുവരിൽ തടവി സ്വിച്ച് തടഞ്ഞു. ഇട്ടു. വെളിച്ചം. ഹാളിൽ ആരുമില്ല. മിസിസ് പ്രഭാകർ അകത്തുണ്ടോ?" വിളിച്ചു ചോദിച്ചു. മറുപടിയില്ല. മേശമേൽ പുതിയ രണ്ടു പുസ്തകങ്ങളുണ്ടായിരുന്നു. കുട്ടികളുടെ മനശ്ശാസ്ത്രം, ഋഷഭം രാശിക്കു 1978 ലെ ഫലം."

ഗണേഷ് സാവധാനം ഹാളിനു ചുറ്റും നടന്നു. കിടപ്പറ അടച്ചിരുന്നു. കതകു തള്ളിനോക്കി.

അകത്തു താഴിട്ടിരുന്നു.

"ഉറങ്ങുകയാണോ?"

"ബെഡ് റൂമിന്റെ കതകരികിൽ പുറത്തു ഒരു സ്വിച്ചുണ്ടായിരുന്നു അതിട്ടു ഹാളിൽ ഒരു വിളക്കും തെളിഞ്ഞില്ല. പക്ഷേ കിടപ്പറക്കതകിനു കീഴിൽ ഒരു വെളിച്ചം തെളിഞ്ഞു.

താക്കോൽ ദ്വാരമുണ്ടായിരുന്നു. ഗണേഷ് ഒരു കണ്ണടച്ചു മറ്റേ കണ്ണു കൊണ്ടു ആ ദ്വാരത്തിൽ കൂടി നോക്കി. തൂങ്ങിക്കൊണ്ടിരുന്ന ശൈലജയുടെ കാലുകൾ മാത്രം കണ്ണിൽ പെട്ടു. മെല്ലെ ആടിക്കൊണ്ടിരുന്നു.

"ഓ മൈ ഗോഡ്."

"എന്താ ബോസ്?"

"ആത്മഹത്യ"

വസന്ത് ആ താക്കോൽദ്വാരത്തിൽ കണ്ണുവച്ചു. നോക്കി.

"ഓ നോ! നോ! നോ! വസന്ത്.." അങ്ങനെതന്നെ കീഴെ ചരിഞ്ഞി

രുന്നു പോയി.

ഗണേഷ് കതക് ശക്തിയോടെ തള്ളി. തുറന്നില്ല. അകത്തുനിന്നു പൂട്ടിയിരുന്നു. തിരശ്ശീലയിട്ട മുറിയിൽ ഒരു ചുവരിലും ഒരു ജനലു തുറന്നിരുന്നില്ല.

"വസന്ത് ഉടനെ പൊലീസിനു ഫോൺ ചെയ്യൂ. അവരില്ലാതെ നാമിവിടെ ഒന്നും ചെയ്തുകൂടാ."

വസന്ത് ടെലിഫോൺ തേടിച്ചെന്നപ്പോൾ ഗണേഷ് ആ ഹാളിൽ മന്ദമായി ആലോചനാമഗ്നനായി ഖേദപൂർവ്വം നടന്നു.

ആത്മഹത്യ- എന്തിന്? എന്തുകൊണ്ട്?

"വന്നാൽ വളരെ സന്തോഷം. നിങ്ങളോടിനിയും ചില കാര്യങ്ങൾ പറയാനുണ്ട്. നന്നായി കാപ്പിയിട്ടു തരാം."

"ശൈലജാ!"

ഗണേഷ് സാവധാനം മേശയ്ക്കരികിലേക്കു വന്നു. ആ പുസ്തകങ്ങൾ തുറന്നു നോക്കി. ബുക്ക് സെന്ററിന്റെ റസീറ്റുണ്ടായിരുന്നു. ഇന്നു തന്നെ വാങ്ങിയതാണ്. ഒരു പുസ്തകത്തിനകത്തു ശാരദാ മോണ്ടിസോറി സ്കൂളിന്റെ അപേക്ഷയുണ്ടായിരുന്നു. അന്വേഷിക്കണം.

"ഹലോ, പൊലീസ് കൺട്രോൾ റൂമാ? എന്റെ പേര് വസന്ത്. ശ്രീറാം കോളനിയിൽ ഒരു വീട്ടിൽ..."

ഗണേഷ് അലമാരിയിലുള്ള പുസ്തകങ്ങൾ പരിശോധിച്ചു. എല്ലാം മാനേജ്മെന്റ് സംബന്ധമായ പുസ്തകങ്ങൾ, സ്റ്റോക്ക് എക്സ്ചേഞ്ച് നിലവാരങ്ങൾ, കമ്പനി നിയമങ്ങൾ, ടാക്സ് ലോ..

ഗണേഷ് അവിടെനിന്നു തിരിഞ്ഞു കിടപ്പറ കടന്നു അടുക്കളയിൽ പ്രവേശിച്ചു. പാത്രങ്ങൾ, പുതിയ ആഹാരസാധനങ്ങൾ, ചുമരിൽ ഒരോരത്തു ഹനുമാൻ പടം. അലമാരിയുടെ മുകൾത്തട്ടിൽ ഒറിജിനൽ വേൽറേസ് പുസ്തകം. തമിഴ് വാരികകൾ.

ദിനമണി

ഗണേഷ് അതെടുത്തു.

തുറന്നു ആശ്ചര്യം

ദിനപത്രവുമെടുത്തുകൊണ്ടു ഗണേഷ് ഹാളിലേക്കു വന്നു.

"എന്താ ബോസ്? " വസന്ത് ചോദിച്ചു.

"പാചകക്കാരൻ കുതിരപ്പന്തയത്തിനു പോകുന്നു. അടുക്കളയുടെ അലമാരയുടെ മുകൾത്തട്ടിൽ എന്താണുണ്ടായിരുന്നതെന്നറിയോ?"

"എന്താ?"

"ദിനമണി. ഒരു പ്രത്യേക ദിനമണി."

"യു മീൻ?"

"അതെ. ചില വശങ്ങളിൽനിന്ന് ചില വാർത്തകൾ വെട്ടിയെടുക്കപ്പെട്ട ദിനമണി."

"അരിവപ്പുകാരനായിരിക്കുമോ ആ ഭീഷണിക്കത്തയച്ചിട്ടുണ്ടാവുക?"

"നില്ക്കൂ, നില്ക്കൂ! നോക്കാം."

പുറത്ത് ജീപ്പ് ചീറിക്കൊണ്ടു വന്നുനിന്നു. അല്പസമയത്തിനുശേഷം രണ്ടുതവണ കതകിൽ തട്ടി. ഒരു കോൺസ്റ്റബിളോടൊപ്പം സബ് ഇൻസ്പെക്ടർ ഉള്ളിൽ കടന്നു. ഇൻസ്പെക്ടറെ നോക്കി ഗണേഷ് പുഞ്ചിരിച്ചു.

"ഇതാര്? രാജേന്ദ്രനോ?"

"ഹായ് ഗണേഷ്" നിങ്ങളെവിടെയുമുണ്ടല്ലോ. സൂയിസൈഡ് എന്ന് ഫോൺ ചെയ്ത് ഈ വീട്ടിൽ നിന്നാണോ?"

"അതെ. ഈ മുറിക്കുള്ളിൽ."

"നീ എങ്ങനെ ഇവിടെയെത്തി?"

"അതു പിന്നെ പറയാം. ആദ്യം അവളെ കാണാം. എല്ലാ കതകും അടച്ചിട്ടുണ്ട്. ഉള്ളിൽ താഴിട്ടു പൂട്ടിയാ ഇതു ചെയ്തത് അവൾ?"

രാജേന്ദ്രൻ ആ കതകൊന്നു ശ്രദ്ധിച്ചു നോക്കി. ജനലുകളും നോക്കി. താക്കോൽപഴുതിൽക്കൂടി എത്തിനോക്കി.

"കോൺസ്റ്റബിൾ! വാതിൽ പൊളിച്ചോളൂ."

ഈ കാഴ്ച അല്പം വിനോദകരമായിരുന്നു. രണ്ടുപൊലീസുകാർ ശക്തിയായി തള്ളലാരംഭിച്ചു. ആ കതകല്പം എതിർത്തുനോക്കിയെങ്കിലും താഴ് പിളർന്നു വാതിൽ പെട്ടെന്നു തുറന്നുപോയപ്പോൾ പൊലീസുകാരിരുവരും വീഴ്ചയിൽനിന്ന് കഷ്ടിച്ചു രക്ഷപ്പെട്ടു.

ആദ്യം ഗണേഷും രാജേന്ദ്രനും ആ മുറിയിൽ പ്രവേശിച്ചു. വസന്ത് അല്പം സംശയത്തോടെ അവരുടെ പിന്നാലെ ചെന്നു.

ഏകദേശം പതിനെട്ടടി ഉയരമുണ്ടായിരുന്നു. മച്ചിൽ ഘടിപ്പിച്ചിരുന്ന ഇരുമ്പു കൊക്കയിൽ കയറു തൂങ്ങിക്കിടന്നു. അതിനറ്റത്തു ശൈലജ തൂങ്ങുന്നു. മൃതദേഹം കാറ്റിൻചലനത്തിൽ മന്ദമായി ചുറ്റുന്നു. കാലിന് വളരെ അടുത്തുതന്നെ കിടക്കയുണ്ട്. കിടക്കവിരിപ്പ് അല്പം പോലും മുഷിയുകയോ ഉലയുകയോ ചെയ്തിട്ടില്ല.

ഗണേഷ് ശൈലജയെ കീഴ്മേൽ നോക്കി. ആ കണ്ണുകളിൽ അവസാനമുണ്ടായിരുന്ന ദയാഭാവം അങ്ങനെതന്നെയുണ്ടായിരുന്നു. കൈവിരലുകൾ എന്തോ മരണപ്പിടിത്തം പിടിച്ചിരുന്നു. ഒരു കാൽ അല്പം മടങ്ങിക്കിടക്കുന്നു.

"ടെറിബിൾ! ടെറിബിൾ!" രാജേന്ദ്രൻ പറഞ്ഞു.

"ഇളംപെണ്ണ്! എത്രതവണ ഇളം പെൺകിടാങ്ങളുടെ ആത്മഹത്യ കണ്ടിരിക്കുന്നു. എനിക്കുള്ള അടിസ്ഥാന ധാരണകളെല്ലാം കീഴ്മേൽ മറിഞ്ഞുവരികയാ മി. ഗണേഷ്! ബോഡി ഇറക്കൂ കോൺസ്റ്റബിൾ. അവിടെയെങ്ങാൻ സ്റ്റൂളോ മറ്റോ ഉണ്ടോ എന്നു നോക്കൂ."

വസന്ത് തലയും താഴ്ത്തിക്കൊണ്ടു ശിലപോലെ ഒരിടത്തിരിക്കയായിരുന്നു.

"രാജേന്ദ്രൻ, ബോഡി കട്ടിലിന് എത്ര അരികിലാണെന്നു നോക്കൂ എപ്പോ വേണമെങ്കിലും ആത്മഹത്യാശ്രമമുപേക്ഷിച്ച് കയറഴിച്ചു വിട്ടു മിണ്ടാതെ വന്നു കട്ടിലിൽകിടക്കാമായിരുന്നു."

“പാവം! ആ സമയത്ത് മനസ്സിൽ എന്തെല്ലാം കൊടുങ്കാറ്റടിച്ചിരിക്കും. മെല്ലെ! മെല്ലെ!...” ബോഡി മെല്ലെ കീഴേക്കിറക്കി.

രാജേന്ദ്രൻ മുറിക്കു ചുറ്റും നടന്നു.

“എല്ലാ കതകും ജനലും ഉള്ളിൽ നിന്നു പൂട്ടിയിരിക്കുന്നു.”

തിരശ്ശീലകൾ ഓരോന്നായുയർത്തി അയാൾ കീഴ്പടികൾ പരിശോധിച്ചു.

“ഈ പെണ്ണിനെ നിങ്ങൾക്കറിയാമെന്നു തോന്നുന്നല്ലോ ഗണേഷ്!”

“അറിയാം. ഇന്നലെ എന്നെ കാണാൻ വന്നിരുന്നു.”

“ഭർത്താവിനെ അറിയിക്കണം. അയാളാരെന്നറിയാമോ നിങ്ങൾക്ക്?”

“അറിയാം. അയാൾ ബാങ്ക്ളൂരിൽ പോയിരിക്കയാ.”

“അതന്വേഷിച്ചറിയാം.”

“ആംബുലൻസിനു പറഞ്ഞിട്ടുണ്ടോ? രാജേന്ദ്രൻ കോൺസ്റ്റബിളിനോടു ചോദിച്ചു.

“പറഞ്ഞിട്ടുണ്ട് സർ.”

“ഗണേഷ് വരൂ. എന്താ നോക്ക്ന്ന്?”

“എഴുത്ത്. എഴുത്തു വല്ലതും എഴുതി വച്ചിട്ടുണ്ടോന്ന്.”

“ധൃതി കൂട്ടണ്ട. സാവധാനം തേടി നോക്കാം. ഇങ്ങോട്ടുവരൂ. അവളെ ഇന്നലെ കണ്ടിരുന്നൂന്ന് പറഞ്ഞല്ലോ. എന്തിനാ ആത്മഹത്യ ചെയ്തതെന്നു നോക്കാം,”

ഗണേഷ് പുറത്തേക്കു വന്നു. “വസന്ത് നീയും വാ.”

ഹാളിൽ എല്ലാരുമിരുന്നു. ഇന്നലെ ശൈലജ ഇരുന്നേടത്ത് രാജേന്ദ്രനിരുന്നു.

ബോഡി കീഴെ ഒരരികിൽ കിടപ്പുണ്ടായിരുന്നു.

ബോസ് ഞാൻ പുറത്തു പോയി നില്ക്കാം. ഇവിടെ നില്ക്കാനെനിക്കുവയ്യ.” വസന്ത് പറഞ്ഞു.

ശവം കാണുന്നതേ അവന് വെറുപ്പായിരുന്നു.

“ഒരു കാര്യം ചെയ്യ് വസന്ത്. ശൈലജയുടെ ഭർത്താവ് ബാങ്ക്ളൂരിൽ എവിടെ താമസിക്കുന്നു എന്ന് കണ്ടുപിടിച്ച് അയാൾക്ക് ഒരു എസ് ടി ഡി ഇട്ടു വിവരമറിയിക്കൂ. ഒ കെ മിസ്റ്റർ രാജേന്ദ്രൻ എന്റെ അസിസ്റ്റന്റ് വസന്ത് ഉടനെ കണ്ടുപിടിക്കും.”

“ഒ കെ” രാജേന്ദ്രൻ പറഞ്ഞു. “അലമാരിയിൽ നോക്കൂ. അയാളുടെ ഓഫീസ് അഡ്രസ് വല്ലതുമുണ്ടോന്ന്. വസന്ത് അലമാരിക്കരികിലേക്കുചെന്നു. അതിൽ പുസ്തകങ്ങളുണ്ടായിരുന്നു. സമീപം ഒരു കാർഡ് ബോർഡ് ഉണ്ട്. അതു തുറന്നു നോക്കി. ഓഫീസ് ഫയലുകൾ ചിലതുണ്ട്. അത് തുറന്നു. കോണ്ടിനന്റൽ കമ്പനി മാനേജിങ് ഡയറക്ടർ ആർ പ്രഭാകർ. വസന്ത് ടെലിഫോണിനരികിൽ ചെന്നു ഡയറക്ടറി എടുത്തു. അതിൽ കോണ്ടിനന്റൽ കമ്പനി തെരഞ്ഞു. ജി ജി ഷർമ്മയുടെ വീട്ടുനമ്പർ കണ്ടുപിടിച്ചു. ടെലിഫോണെടുത്തു കറക്കി.

“മി. ഷർമ്മയല്ലേ?”

"സ്പീക്കിങ്?"

"എന്റെ പേര് വസന്ത്. നിങ്ങളുടെ മാനേജിങ് ഡയറക്ടർ മി. പ്രഭാകറുടെ വീട്ടിൽ നിന്നു സംസാരിക്കുകയാ."

"അയാൾ ബാങ്ക്ളൂരിലേക്കു പോയിരിക്കയാ."

"അറിയാം. ബാങ്ക്ളൂരിലെവിടെ താമസിക്കുന്നൂന്നറിയോ നിങ്ങൾക്ക്?"

"മിസ്സിസ് പ്രഭാകറിനറിയായിരിക്കും."

"മിസ്സിസ് പ്രഭാകറില്ല. ഇപ്പോ..."

"നിങ്ങളാരാ സംസാരിക്കുന്നത്?"

"പറഞ്ഞല്ലോ വസന്തെന്ന്."

"എനിക്കൊരു വസന്തിനെയുമറിഞ്ഞുകൂടാ. വല്ലവനും ഞങ്ങളുടെ എം ഡിയുടെ അഡ്രസ് കൊടുക്കാൻ ഞാനൊരുക്കമില്ല.

"പൊലീസ്?" വസന്ത് ചോദിച്ചു.

"നിങ്ങൾ പോലീസാ?"

"അവർക്കുവേണ്ടിയാ ചോദിക്കുന്നത്. പറയാമോ?"

"എനിതിങ് റോങ്?"

"ഉണ്ട് അയാളോട് അയാളുടെ ഭാര്യയുടെ മരണത്തെപ്പറ്റി സംസാരിക്കാനാണ്."

"ഓ മൈ ഗോഡ്. അശോകാ ഹോട്ടലിലാ താമസിക്കുന്നത്. റൂം നമ്പർ തരട്ടെ. 38..."

"ഒരു മിനിട്ട്." വസന്ത് കീഴെകിടന്ന ഒരുപെൻസിലെടുത്തു. ഡയറക്ടറിയിൽ തന്നെ കുറിച്ചിട്ടു. "പറയൂ. ഹോട്ടൽ അശോകയോ? റൂം നമ്പർ?"

"38"

"38 താങ്ക്യൂ"

"എന്തായി സാർ?"

"വിശദമായി നിങ്ങൾക്കു പിന്നെ അറിയാൻ കഴിയും.."

"വീണ്ടും ഫോൺ ചെയ്യണ്ട.. കുറെ വേഗം നോക്കാം."

"ബാങ്ക്ളൂരിൽ അയാളുടെ വിലാസം കിട്ടി." വസന്ത് അറിയിച്ചു.

"ഉടനെ അറിയിക്കൂ." രാജേന്ദ്രൻ പറഞ്ഞു.

"ബോസ് നിങ്ങളും വരിൻ! ഞാൻ അയാളോടു വല്ലതും കയർത്തു പറയും. അയാൾ പാവം."

"ആദ്യം അശോകയിലെ നമ്പർ കണ്ടുപിടിക്കൂ. ഇവളെപ്പറ്റി നിങ്ങൾക്കെന്തെങ്കിലുമറിയോ?"

"ഇന്നലെ രാത്രി കണ്ടിരുന്നു."

"നിങ്ങളും ഇവിടെ വന്നിരുന്നോ?"

"വന്നിരുന്നു."

"എന്തിന്?"

"ഭർത്താവുമായി അല്പം കുഴപ്പത്തിലായിരുന്നു. ഡൈവോഴ്സിനെ

പ്പറ്റി പറഞ്ഞു."

"ശരി."

"ഒരെഴുത്തു കാണിച്ചിരുന്നു. ഭീഷണിക്കത്ത്. ഒരു ചെറുപ്പക്കാരനുമായി ഇവൾ ബന്ധപ്പെടുന്നത് ഭർത്താവറിയാതിരിക്കാൻ പണം ചോദിച്ചുകൊണ്ട്.. ആ എഴുത്ത് എന്റെ കൈയിലുണ്ട്."

"വേറെ ലവറോ?"

"അവനിവളെ തന്റെ കൂടെവരാൻ വിളിച്ചിരിക്കുന്നൂന്ന് തോന്നുന്നു. എന്തുചെയ്യണമെന്നറിയാതെ വെഷമിച്ചു ഞങ്ങളോട് അഡ്വൈസ് ചോദിച്ചു."

"നിങ്ങളെന്തു പറഞ്ഞു."

"ഭർത്താവോടൊന്നിച്ചു കുറച്ചുകൂടി കഴിഞ്ഞു നോക്കൂ. പിരിഞ്ഞു താമസിക്കണമെങ്കിൽ അങ്ങനെയും ചെയ്യൂ. അതിനുശേഷം തീരുമാനമനമെടുക്കൂ. ഡൈവോഴ്സിനെ സംബന്ധിച്ച ചട്ടങ്ങളെന്തൊക്കെയാണെന്നുമറിയിച്ചു.

"ആ എഴുത്തെവിടെ?"

"ഓഫീസിലുണ്ട്."

"അതു നാളെ കൊണ്ടുവന്നുതരൂ. കേസ് കൊറച്ച് സിമ്പിളായി തന്നെയാ തോന്നുന്നത്."

"ഇന്നു കാലത്തു വീണ്ടും ഫോൺ ചെയ്തിരുന്നു അവൾ. വൈകുന്നേരം എന്നെ വന്നു കാണണമെന്നറിയിച്ചിരുന്നു. അവൾ ചിയർഫുളായി തന്നെയാ കണ്ടത്. ഞാൻ പറഞ്ഞതു കുറേശ്ശക്കുറേശ്ശ മനസിലായതുപോലെതോന്നി. കുറച്ചു മണിക്കറുകൾക്കുശേഷം ആത്മഹത്യ ചെയ്തുകളയുമെന്ന തോന്നലേ അവളുടെ സംസാരത്തിൽ നിന്നുണ്ടായില്ല."

"ആത്മഹത്യ ചെയ്തു കളഞ്ഞല്ലോ. അതും കൺഫോം ചെയ്യണം. പോസ്റ്റ് മാർട്ടം റിപ്പോർട്ട് വെളിവാക്കും."

"അതിന്റെ കൂടി ആവശ്യമില്ലെന്നാ ഞാൻ വിചാരിക്കുന്നത്. കതകെല്ലാം ഉള്ളിൽ നിന്നു താഴിട്ടിരുന്നു." ഗണേഷ് പറഞ്ഞു.

"വാസ്തവം തന്നെ. എന്നാലും പോസ്റ്റുമാർട്ടം ചെയ്യാതെ പറ്റില്ല. എന്താ ആംബുലൻസ് കൊണ്ടുവന്നോ?"

"കൊണ്ടുവന്നു സാർ."

"എന്താ മി. വസന്ത്. അശോക ഹോട്ടലാ?"

"സെവൻ നൈൻ ഫോർ ഡബ്ൾ വൺ സർ."

"നിങ്ങൾ പറയുന്നോ? അല്ല ഞാൻ പറയണോ?" ഗണേഷ് ചോദിച്ചു.

"ഞാൻ തന്നെ പറയാം."

ശൈലജയെ സ്ട്രെച്ചറിലേക്കെടുത്തു കൊണ്ടുപോകുമ്പോൾ അവളുടെ തല കുലുങ്ങിയപ്പോൾ അവൾക്കു ജീവനുള്ളപോലെ ഗണേഷിനു ഒരുനിമിഷം തോന്നിപ്പോയി.

രാജേന്ദ്രൻ ഫോൺ നമ്പർ കറക്കിക്കൊണ്ടിരിക്കെ ഗണേഷ് സാവധാനം ആ ഹാൾ ചുറ്റിവന്നു. വസന്ത് അയാളുടെ സമീപം ചെന്നു.

“വിശ്വസിക്കാനേ കഴിയുന്നില്ല വസന്ത്. ഇന്നു കാലത്ത് എന്നോടു സംസാരിച്ചത് ഇപ്പോഴും കാതിൽ മുഴങ്ങുമ്പോലെ തോന്നുന്നു. കാപ്പി യിട്ടുതരാം. വൈകുന്നേരം വാ എന്നുപറഞ്ഞല്ലേ പോയത്?”

ചുവരിൽ മൂന്നു പനിനീർ പൂവുകളുടെ മനോഹരമായ ഫോട്ടോ അടങ്ങിയ ഒരു വർണ്ണക്കലണ്ടർ തൂങ്ങുന്നുണ്ടായിരുന്നു. അലമാര നിറയെ ബിസിനസ് പുസ്തകങ്ങൾ. ടെലിവിഷൻ മഹാഗണിയിൽ പളപളെ മിന്നു ന്നു. അതിന്മേൽ ഫ്ളവർപോട്ടിൽ ജീവസ്സുള്ള പുഷ്പങ്ങൾ വച്ചിരുന്നു. അവൾ തന്നെ വച്ചതാവും. ഒരു ഫോട്ടോയിൽ പ്രഭാകർ കേന്ദ്രമന്ത്രി യിൽ നിന്ന് കയറ്റുമതിക്ക് അവാർഡ് വാങ്ങുന്നു.

ഗണേഷ് എതിരെ നോക്കി.

“വസന്ത്?”

“എന്താ ബോസ്?”

“ഇന്നലെ നാമിവിടെ വന്നപ്പോ അവിടെ ഒരു ഫോട്ടോ തൂങ്ങിയിരു ന്നില്ലേ?”

വസന്ത് നോക്കിക്കൊണ്ടു പറഞ്ഞു. “അതെ അവരുടെ കല്യാണ ഫോട്ടോ. കാണുന്നില്ലല്ലോ.”

“അതെടുത്തിട്ടുണ്ട്.”

“അയാളോടൊപ്പം ജീവിച്ച ജീവിതത്തിലെ വെറുപ്പുകൊണ്ട് അതെ ടുത്ത്... എന്തു ചെയ്തിരിക്കും?”

രാജേന്ദ്രൻ ടെലിഫോണിൽ “മി. പ്രഭാകർ ഞാൻ രാജേന്ദ്രൻ സൂപ്രണ്ട് ഓഫ് പൊലീസ് സംസാരിക്കുന്നു. മദ്രാസിൽനിന്നാണ് സംസാ രിക്കുന്നത്. നിങ്ങളെ ദുഃഖകരമായൊരു വാർത്ത അറിയിക്കേണ്ടിവന്നിരി ക്കുന്നു. നിങ്ങളുടെ ഭാര്യ മരിച്ചുപോയി.”

“..............”

“സോറി. ആത്മഹത്യയാണെന്നു തോന്നുന്നു.”

“..................”

“അതെ. കതകെല്ലാമടച്ചു മുറിയിൽ മരിച്ചുകിടക്കുന്നു. നിങ്ങളുടനെ പുറപ്പെട്ടു വരുന്നതാണ് നല്ലത്.”

“.................”

“അയാം വെരി സോറി. നിങ്ങൾക്കു വലിയ ദുഃഖമാണ് വരുത്തിവ ച്ചത്. ഇതു താങ്ങാനുള്ള മനോശക്തി നിങ്ങൾക്കുതരട്ടെ. ഉടനെ വരുമോ?”

“................”

“ബോഡിയോ? അതു പോസ്റ്റുമോർട്ടത്തിനയക്കാൻ പോകയാ. രാവി ലയെ എടുക്കൂ.”

“...............”

“വരുന്നുണ്ടോ? എങ്ങനെ? കാറുപിടിച്ചോ?”

“..................”

“ഓ. യസ്. ഞങ്ങൾ വെയിറ്റു ചെയ്യാം. നോ പ്രോബ്ളം. നിങ്ങൾ വരൂ. ആറുമണിക്കൂർ സമയമെടുക്കുമെന്നു തോന്നുന്നു. രാത്രി രണ്ടര

മൂന്നുമുണിക്കുള്ളിൽ പ്രതീക്ഷിക്കുന്നു. ബോഡി മോർച്ചറിയിൽ തന്നെയുണ്ടാവും... വരൂ."

ടെലിഫോൺ വച്ചിട്ടു. "പുവർ മാൻ. കരഞ്ഞുപോയി."

"വരുന്നുണ്ടോ?"

"കാറെടുത്തു വരുന്നു. ഇരിക്കൂ ഗണേഷ്. പറയൂ. ആ എഴുത്തിനെപ്പറ്റി എന്തെങ്കിലും മനസ്സിലായോ നിങ്ങൾക്ക്?"

ആ എഴുത്ത് ഒരു ദിനപത്രത്തിൽ നിന്നൊട്ടിച്ച വാർത്തകളായിരുന്നു. ഈ വീട്ടിലെ പാചകക്കാരനെ നാളെ നിങ്ങളൊന്നു ചോദ്യം ചെയ്തു നോക്കണം."

"എന്തിന്?"

"അടുക്കളയിൽ മുകൾത്തട്ടിൽ ഒരു തമിഴ് പേപ്പറുണ്ടായിരുന്നു. അതിൽ നിന്നു ചില വാർത്തകൾ വെട്ടിയെടുത്ത വിടവുണ്ടായിരുന്നു."

"ഇന്ററസ്റ്റിങ്! നാളെ അയാളെ വിസ്തരിക്കാൻപോകുന്നു. എല്ലാം പറഞ്ഞോളും."

"അരി വെപ്പുകാരൻ തന്നെയാവും ഭീഷണിപ്പെടുത്തിയിരിക്കുക. അയാൾക്ക് അവളുടെ നടപ്പും ടെലിഫോൺ സംഭാഷണവുമെല്ലാം ശ്രദ്ധിക്കാനവസരമുണ്ട്."

"പിന്നെ അവൻ പണവും ആവശ്യമുണ്ടാവും. ഒരു റേസ് പുസ്തകവും കണ്ടല്ലോ."

"കാലത്തു എല്ലാം മനസ്സിലാവും. ഗണേഷ്, നിങ്ങടെ തിയറി എന്താ?"

"പെട്ടെന്ന് തീരുമാനമെടുത്തതാവും അവൾ. അവളുടെ മനസ്സിലെന്തോ ചലനമുണ്ടായിരുന്നുവെന്ന് സത്യം. ഭർത്താവ് സംഗതി മനസ്സിലാക്കുമോ എന്ന് വളരെ ഭയന്നിരിക്കും. ഞാനാ ധൈര്യം കൊടുത്തത്. അതേസമയം ആ ചെറുക്കന്റെ കൂടെ പോകുന്നതും അവൾ തീരുമാനിച്ചിട്ടില്ല. ഈ ഡൈലമയിൽ ഇൻ എ ഫിറ്റ് ഓഫ് മെലങ്കളി– വികാരത്തിന്റെ മൂർദ്ധന്യത്തിൽ പെട്ടെന്നിങ്ങനെ തീരുമാനിച്ചതായിരിക്കും അവൾ. ഭ്രാന്തിപ്പെണ്ണ്!

ഗണേഷ് അല്പസമയം മൗനം പൂണ്ടു. വീണ്ടും തുടർന്നു.

"ഒഫ്കോഴ്സ് ഇതൊരു തിയറി തന്നെ. ആ അരിവപ്പുകാരനെ ചോദ്യം ചെയ്താൽ ഇനിയും പലതും വെളിവാകുമെന്നു തോന്നുന്നു."

"ഇൻസ്പെക്ടർ. സമീപത്തെല്ലാമൊന്നന്വേഷിച്ചുനോക്കൂ. അരിവെപ്പുകാരനെവിടെയുണ്ടെന്നറിഞ്ഞ് ഉടനെ കൂട്ടിക്കൊണ്ടുവരൂ. രാത്രി തന്നെ അവനെ ചോദ്യം ചെയ്യാം." രാജേന്ദ്രൻ നിർദ്ദേശിച്ചു.

"ഇന്നലെ ഇവിടെ ഒരു ഫോട്ടോ ഉണ്ടായിരുന്നു. രാജേന്ദ്രൻ... ഇന്നതു കാണുന്നില്ല. അവരുടെ വിവാഹ ഫോട്ടോ."

"അവസാനമായി അവളതെടുത്തു നോക്കിയിട്ടുണ്ടാവും. എടോ ബെഡ്റൂമിൽ വല്ല ഫോട്ടോയോ മറ്റോ ഉണ്ടായിരുന്നോ? കല്യാണ ഫോട്ടോ?"

"ഇല്ല സർ. ആ സ്ത്രീ തനിച്ചെടുത്ത ഒരു ഫോട്ടോ ഡ്രസിങ് ടേബിളിലുണ്ടായിരുന്നു."

"എഴുത്തു വല്ലതുമുണ്ടായിരുന്നോ?"

"ഇല്ല സർ."

"ഫോട്ടോ നോക്കിക്കഴിഞ്ഞു തൂക്കിയെറിഞ്ഞിട്ടുണ്ടാവും. നോക്കാം ഗണേഷ്. നിങ്ങളൊരു കാര്യംചെയ്യൂ. നിങ്ങൾ വേണമെങ്കിൽ വീട്ടിലേക്കു പൊയ്ക്കോളൂ. ഞങ്ങൾ നോക്കിക്കൊള്ളാം. ഇതു ഞങ്ങടെ തൊഴിലാല. കാലത്തു വരൂ. കൂടാതെ നിങ്ങളുടെ സ്റ്റേറ്റ്മെന്റും വേണം."

"ഇല്ല രാജേന്ദ്രൻ. ഞാൻ പോകുന്നില്ല."

"എന്താ?"

"ആ അരിവെപ്പുകാരനെ കിട്ടിയാൽ എനിക്കവനെയൊന്നു കാണണം... പിന്നെ പ്രഭാകർ, അവളുടെ ഭർത്താവ്... അയാളെയും കാണണം."

"കണ്ടിട്ട്?"

"വെറുതെ കാണണം. അത്രതന്നെ."

"ശരി. ഉറക്കമിളക്കേണ്ട നിങ്ങൾ."

"എനിക്ക് വീട്ടിലേക്കു പോയാലും ഉറക്കം വരില്ല രാജേന്ദ്രൻ."

"ശരി പോകണ്ട. കാപ്പികുടിക്കുന്നോ?"

"കുടിക്കാം?"

രണ്ട്

രാത്രി പതിനൊന്നുമണിക്കു അരിവെപ്പുകാരനെ തേടിപ്പിടിച്ചു കൊണ്ടുവന്നുനിർത്തി. അവനു നാല്പത്തെട്ടു വയസ്സു പ്രായം കാണും. വല്ലാതെ ഭയന്നിരുന്നു. വീട്ടിൽ നിന്ന് അവിടെ വരുന്നതിലിടെ തലയിലെ രോമം ഒന്നൊഴിയാതെ നരച്ചുപോയതുപോലെ തോന്നും.

രാജേന്ദ്രൻ അവനെ കീഴ്മേൽ നോക്കി. ഗണേഷ് മൗനമായിരുന്നു.

"നിന്റെ പേരെന്താ?" രാജേന്ദ്രൻ ചോദിച്ചു.

"രാമലിംഗം സർ"

"എത്രകാലമായി ഇവിടെ ജോലി നോക്കുന്നു?"

"എട്ടുവർഷായി. കൊച്ചമ്മയാ എനിക്കു വേണ്ടതെല്ലാം തരാറ്. അയ്യോ.." അവൻ തുടർന്നു പറയാൻ വയ്യാതെ വിങ്ങിവിങ്ങിക്കരഞ്ഞു.

ഗണേഷ് അവനെത്തന്നെ ഉറ്റുനോക്കിക്കൊണ്ടിരുന്നു. ഇവനോ!

രാമലിംഗത്തിന്റെ വികാരം അല്പം ശമിക്കട്ടെ എന്നു കരുതി അവർ കാത്തിരുന്നു.

"രാമലിംഗം നീ കുതിരപ്പന്തയത്തിനു പോകാറുണ്ടോ?" രാജേന്ദ്രൻ ചോദിച്ചു.

"വല്ലപ്പോഴും പോകും."

"ഈ അടുത്ത ദിവസം പോയോ?"

"പോയി."

"ജയിച്ചോ. തോറ്റോ?"

"തോറ്റു."

"എപ്പോഴും തോല്ക്കുമോ?"

"പത്തിലൊരിക്കൽ ജയിക്കും യജമാനനെ?"

"രാമലിംഗം നീ കൊച്ചമ്മയ്ക്കെഴുതിയ കത്തിൽ എന്താ എഴുതിയിരുന്നത്?"

"കൊച്ചമ്മക്ക് ലെറ്ററോ, എഴുത്തോ?"

"അതെ."

"എന്താ സാർ ഇത്?"

"ദിനമണി പേപ്പറിൽ നിന്ന് വെട്ടിയെടുത്തൊട്ടിച്ച് കൊച്ചമ്മയ്ക്കയച്ച ആ കത്ത്. എന്തിനാ അതയച്ചത്? പറഞ്ഞോ. കളവു പറഞ്ഞാൽ പിന്നെ മിഷിൻവെച്ചുകണ്ടുപിടിക്കും ഞങ്ങള്."

"ദിനമണി പേപ്പറോ?"

"അതെ."

തമിഴ് പേപ്പറോ?"

"അതെ."

"എനിക്കു തമിഴ് വായിക്കാനറിഞ്ഞൂടാ.. ഞങ്ങളെല്ലാം തെലുങ്കരാ സാർ. എന്തോ ഒന്നോ രണ്ടോ വാചകം തെലുങ്കിലെഴുതും. മതിയാക്കും... വല്ലതും പഠിച്ചിട്ടുണ്ടെങ്കിലെന്തിനാ ഇത്തൊഴിലിനു വരുന്നു സാർ?"

"അലമാരയുടെ മുകൾത്തട്ടിൽ പേപ്പർ വച്ചിരുന്നതോ?" എന്തിനാ വെച്ചത്?"

"മാവരിക്കാൻ."

"ഈ വീട്ടിൽ ഇംഗ്ലീഷ് പേപ്പറല്ലെ വാങ്ങാറ്?"

"നിങ്ങളേതു പേപ്പറാ പറയുന്നത്, കാണട്ടെ." വസന്ത് അതു കാട്ടിക്കൊടുത്തു.

അവൻ നോക്കി.

"ഇതാ ഇതു കുപ്പത്തൊട്ടിയിലിരുന്നതാ. എടുത്തു വെച്ചു."

"രാജേന്ദ്രൻ, ഞാനൊന്നുരണ്ടു ചോദ്യം ചോദിക്കട്ടെ." ഗണേഷ് ചോദിച്ചു.

"വേണ്ടതു ചോദിച്ചോളൂ.,"

"രാമലിംഗം, ഇന്നുകാലത്തു കൊച്ചമ്മയെ കണ്ടോ?"

"കണ്ടു."

"എങ്ങനെയിരുന്നു അവര്?"

"സന്തോഷായിട്ടാ കണ്ടത്. വളരെ സന്തോഷത്തില്... എനിക്കെത്ര കുട്ട്യോളുണ്ടെന്നു ചോദിച്ചു. ഈ പണം വച്ചോ. കുട്ട്യോൾക്ക് വല്ലോം വാങ്ങിക്കൊടുക്കൂന്ന് പറഞ്ഞു. മദ്ധ്യാഹ്നം വരാനും പറഞ്ഞിരുന്നു....."

"അതിനു വല്ല കാരണവും പറഞ്ഞോ?"

"ഇല്ല സർ."

"വേറെ വല്ലതും ഓർമ്മയുണ്ടോ?"

"ഡ്രസ് ചെയ്തു പൊറത്തേക്കു പോയി."

ഗണേഷ് തന്റെ ബാഗിൽ നിന്ന് പേനയെടുത്തു ആ ദിനപ്പത്രം കാണിച്ചു പറഞ്ഞു. "രാമലിംഗം ഇതിലൊരൊപ്പിടൂ."

ഗണേഷ് അതു നോക്കി. കൈയൊപ്പ് തെലുങ്കിലായിരുന്നു. രാജേന്ദ്രനെ കാണിച്ചു.

"ഹീ ഈസ് ഇന്നസന്റ്."

"പൊയ്ക്കോളൂ. നാളെ കാണണം."

"ഒരു നിമിഷം കുപ്പയിൽ കിടന്നതെന്നു പറഞ്ഞല്ലോ. ആ പേപ്പർ ഏതുകുപ്പയിലെവിടെ ആയിരുന്നു?"

"കാർഷെഡ്ഡിലായിരുന്നു. മാവരിക്കാനെടുത്തു വച്ചതാ."

"ശരി പോ."

"കൊച്ചമ്മയെ ഏതാസ്പത്രിയിലാ കൊണ്ടുപോയത് സർ?"

"ഇൻസ്പെക്ടറോടു ചോദിക്കൂ. പറയും."

"അവൻ കണ്ണു തുടച്ചുകൊണ്ടു പോകുമ്പോൾ ഗണേഷ് പറഞ്ഞു.

"കാർഷെഡ്. ഡ്രൈവറെ ചോദ്യം ചെയ്യണം."

"കാലത്തുകാണാം. എന്റെ വൈഫ് രാത്രി ഏതോ പടത്തിനു പോകണംന്ന് പറഞ്ഞിരുന്നു. മറന്നുപോയി. വീട്ടിലേക്കു ടെലിഫോൺ ചെയ്യട്ടെ." രാജേന്ദ്രൻ പറഞ്ഞു.

വസന്ത് ഗണേഷിനെ നോക്കിക്കൊണ്ടിരുന്നു.

"ഇനി നമുക്കിവിടെ ജോലിയൊന്നുമില്ലല്ലോ ബോസ്."

"നിക്കട്ടെ, പ്രഭാകറെ കാണണമെനിക്ക്... ഉറക്കം വരുന്നുണ്ടോ?"

"ഉറക്കമോ? ബോസ്, ആ ലെറ്റർ ഡ്രൈവറാണയച്ചതെന്നു കണ്ടുപിടിച്ചാൽ തന്നെ ഇനിയെന്ത്? ആത്മഹത്യയുടെ കാരണവും കണ്ടുപിടിക്കുമായിരിക്കും. എന്നാലും കേസ് ചത്തുപോയല്ലോ."

"എന്നാലും വസന്ത്.... എന്തിനവൾ ആത്മഹത്യ ചെയ്തുകളഞ്ഞു? അതെനിക്കു മനസ്സിലാകുന്നില്ല. ഇന്നലെ സംസാരിച്ചപ്പോ അവൾ വലിയ കുഴപ്പത്തിലായിരുന്നു. ഭയപ്പെട്ടിരുന്നു. ഇന്നു കാലത്തു തീരുമാനമെടുത്തതാവും. ഭംഗിയായി വസ്ത്രം ധരിച്ചിരുന്നു. നീലസാരിക്കു ചേർന്ന നീലപ്പൊട്ടും നീല വളയുമെല്ലാമിട്ടിട്ടുണ്ട്. വാങ്ങിയ പുസ്തകം നോക്കൂ. 1978-ാം വർഷത്തിലെ ഫലം. ഇന്നു വാങ്ങിയതാ. അരിവപ്പുകാരനെപ്പറ്റി സ്നേഹപൂർവ്വം അന്വേഷിച്ചുപോലും. പിന്നെ ഒരു സ്കൂളിലേക്കുപോയി. ആപ്ലിക്കേഷൻ ഫോം വാങ്ങിവച്ചിരിക്കുന്നു. കുറച്ചു മണിക്കൂറുകൾക്കിടയിൽ ആത്മഹത്യചെയ്യാൻ പോകുന്നവൾ ചെയ്യുന്ന കാര്യങ്ങളാണോ ഇത്!"

"നിങ്ങളെന്താ പറയുന്നത്?"

"അവൾ വീട്ടിലേക്കു തിരിച്ചു വന്നതിൽ പിന്നെ എന്തോ ഡ്രമാറ്റിക്കായി ഒരു സംഭവം നടന്നിട്ടുണ്ട്. അവളുടെ ആത്മവിശ്വാസമാകെ ഒരു നിമിഷം കൊണ്ടു നശിപ്പിച്ച എന്തോ ഒന്നു നടന്നിട്ടുണ്ട്. ഒന്നുകിൽ ആ ഡ്രൈവർമൂലം അതു നടന്നിരിക്കും. അല്ലെങ്കിൽ അവളുടെ കാമുകൻ.

അവരെ രണ്ടുപേരെയും നമ്മൾ നാളെ കാണാൻ പോകയാ... എന്താ രാജേന്ദ്രൻ, എന്തു ബോട്ടിലാ അത്?"

രാജേന്ദ്രൻ ആ വിസ്കി ബോട്ടിൽ തിരിച്ചും മറിച്ചും നോക്കിക്കൊണ്ടിരുന്നു.

"ബീറ്റർ സ്കോട്ട് വിസ്കി... കബ് ബേസിൽ ഉണ്ടായിരുന്നത്.... ഭർത്താവ് കുടിക്കാറുണ്ടെന്നു തോന്നുന്നു. പെർമിറ്റുണ്ടോന്ന് നോക്കണം."

"ബോട്ടിൽ മിക്കവാറും കാലിയായിരിക്കുന്നു" ഗണേഷ് പറഞ്ഞു.

മൂന്ന്

രാത്രി മൂന്നരമണി. ഗണേഷ് സോഫയിൽ ചാഞ്ഞുറങ്ങിക്കൊണ്ടിരിക്കയായിരുന്നു. ശൈലജ കണ്ണാടിക്കു മുന്നിൽ നിന്ന് തന്നെ ശ്രദ്ധാപൂർവ്വം അലങ്കരിച്ചതിൽ പിന്നെ "ഗണേഷ് ഈ കയറിന് ഒരു ചെറിയ കുരുക്കിടൂ" എന്നു പറഞ്ഞു. അവളതു സാവധാനം അവളുടെ കഴുത്തിൽ കുടുക്കി. പെട്ടെന്നവൾ കയറിന്റെ മറ്റേ അറ്റം മേൽമച്ചിലെ കൊക്കയിൽ കോർത്തുവലിച്ചു നോക്കി. "പെർഫെക്ട് നിങ്ങളൊക്കെ പോവിൻ. ഞാൻ കതകടക്കുകയാ.. എത്തിനോക്കരുത്! കാൽ നന്നായി തുടിക്കും.... കഴുത്തെല്ല് പൊട്ടുന്ന ശബ്ദം കേൾക്കും..."

പുറത്തു കാറിന്റെ ഡോറടയ്ക്കുന്ന ശബ്ദം കേട്ടു. ധൃതിപ്പെട്ട് ഗണേഷ് എഴുന്നേറ്റു. മുറിയിലാരുമില്ല. രാജേന്ദ്രനെ കാണുന്നില്ല. വസന്തിനെയും കാണുന്നില്ല. ബൂട്ടിന്റെ ശബ്ദം കേട്ടു. കതകു തുറന്നു.

പ്രഭാകർ കതകിൽ നില്ക്കുന്നു. ഗണേഷിനെ നോക്കി. മൗനമായി അയാൾ ഉള്ളിൽ കടന്നു.

"അവളെവിടെ?" അയാൾ ചോദിച്ചു.

"ബോഡി മോർച്ചറിയിലേക്കുകൊണ്ടുപോയിരിക്കുന്നു. നിങ്ങളാ മി. പ്രഭാകർ?"

"യസ് എന്താ സാർ സംഭവിച്ചത്?"

"പ്രഭാകറുടെ മുഖം ദുഃഖനിമഗ്നമാണ്. അയാളുടെ കണ്ണുകളിൽ ഉറക്കമിളപ്പിന്റെ നിഴൽ തെളിഞ്ഞിരുന്നു. തലമുടി വളരെ നേർത്തു കഷണ്ടി മറയ്ക്കാനുള്ള പ്രായം കടന്നിരുന്നു. ചുണ്ടുകൾ വളരെ നേർത്തിരുന്നു. കൈകൾ ശക്തങ്ങളാണ്. കുടിക്കാറുണ്ടെന്നു തോന്നും. വയറിന്റെ വലുപ്പം കണ്ടാൽ. സിഗരറ്റു വലിച്ചു വിരലുകൾ മഞ്ഞ വ്യാപിച്ചിരുന്നു. അവ വിറപൂണ്ടിരുന്നു.

"എന്റെ പേര് ഗണേഷ്"

"നിങ്ങളാ ഫോൺ ചെയ്തത്?"

"ഞാനല്ല അതു പൊലീസ് എസ് പി രാജേന്ദ്രനായിരുന്നു. ഞാനൊരു ലോയറാണ്."

"ലോയറോ? എന്താ...എന്താ സാർ കാര്യം?"

"ഞാനിന്നലെ വൈകുന്നേരം നിങ്ങളുടെ ഭാര്യയെ കാണാൻ വന്ന

തായിരുന്നു. വീടു തുറന്നു കിടന്നിരുന്നു. ബെഡ്റൂം ഉള്ളിൽ നിന്നു പൂട്ടിയിരുന്നു. താക്കോൽപ്പഴുതിൽ കൂടി നോക്കിയപ്പോൾ നിങ്ങളുടെ ഭാര്യ ആത്മഹത്യചെയ്തു തൂങ്ങിക്കിടക്കുന്നതാ കണ്ടത്. ഉടനെ പൊലീസിനെവരുത്തി കതക് ഇടിച്ചുതുറന്നു..."

"ഓ മൈ ഗോഡ്. ശൈലജാ! ശൈലജാ! എന്തിനാ നീ ഇങ്ങനെ ചെയ്തത്? എന്തിന്? എന്തിന്?"

അയാൾ അങ്ങനെതന്നെ കസേരയിൽ ചെന്നുവീണു. തല സോഫയുടെ ചാരിൽ ഇടിച്ചുകൊണ്ടു കണ്ണുകൾ ഇറുകെ ചിമ്മിക്കൊണ്ടു കരഞ്ഞു.

"അയാം സോറി സാർ. വളരെ വലിയ ദുഃഖം നിങ്ങൾക്ക് നേരിട്ടത്."

അയാൾ ചെറ്റുനേരം കരഞ്ഞു. നിവർന്നു നോക്കി.

"അവൾക്കെന്തിന്റെ കുറവാ ഞാനുണ്ടാക്കിയത് സർ. എന്തിനവളിതു ചെയ്തു. എന്തിന്? എന്തിന്?"

"എങ്ങനെ പറയാൻ കഴിയും? സർ, മനസ്സിൽ..."

"ഇരുപത്തെട്ടുവയസ്സു സാർ. അവളെ നിങ്ങൾ കണ്ടിട്ടുണ്ടാവുമല്ലോ."

"കണ്ടു."

"ഷീ വാസ് ബ്യൂട്ടിഫുൾ. എത്രയോ എതിർപ്പുകൾതരണം ചെയ്താ ഞാനവളെ കല്യാണം കഴിച്ചത്. എനിക്കാ ഈ ശിക്ഷ. ഓ ശൈലജാ! ശൈലജാ! അവളെവിടെ എനിക്കു കാണണം. കണ്ടു ചോദിക്കണം. എന്തിനാടീ നീ ഇങ്ങനെചെയ്തുകളഞ്ഞത്? നീയീക്കാട്ടിയത് ശരിയാ!"

വീണ്ടും അയാളുടെ കണ്ണിൽ കണ്ണീർ വഴിഞ്ഞു.

രാജേന്ദ്രനും വസന്തും അകത്തേക്കു വന്നു.

"നിങ്ങളെത്തിയോ?" രാജേന്ദ്രൻ ചോദിച്ചു.

പ്രഭാകർ അങ്ങനെതന്നെ കുനിഞ്ഞിരിക്കയായിരുന്നു.

"സർ ഗണേഷ് പറഞ്ഞിരിക്കും. അയാം സോറി."

"അവൾ പൊയ്ക്കളഞ്ഞോ? അവളെന്നെവിട്ടുപൊയ്ക്കളഞ്ഞോ? എന്റെ ശൈലജ എന്നെ വിട്ടു പോയോ?"

"ആസ്പത്രിയിലേക്കു പോകാൻ വിചാരിക്കുന്നുണ്ടോ?"

"പോകാം! പോകാം! അവളെകാണാം. ആത്മഹത്യയാ ചെയ്തത് അവള്?"

"അതെ മി. പ്രഭാകർ. സോറി."

"എന്തിന്? എന്തിന്?"

"അതു നിങ്ങൾക്കുതന്നെ പറയാൻ കഴിയുമെന്നാ വിചാരിക്കുന്നത്." രാജേന്ദ്രൻ പറഞ്ഞു.

"ഞാനോ! ഞാനെന്തു പറയാനാണ്. എങ്ങനെ പറയാനാണ്."

"കുറച്ച് റസ്റ്റ് എടുക്കുന്നോ നിങ്ങൾ." ഗണേഷ് ചോദിച്ചു.

"ഇല്ല പോകാം." അയാളെഴുന്നേറ്റു. മയങ്ങിവീഴാൻ തുടങ്ങി. താങ്ങി

പ്പിടിച്ചുകൊണ്ടു ഗണേഷ് കൂട്ടിച്ചെന്നു. കതകരിലെത്തി. ബാൽക്കണിപ്പടിയിൽ ചോക്കലേറ്റ് നിറത്തിൽ അബാസഡർ കാർ നൂറ്റമ്പതു മൈൽ യാത്ര ചെയ്തു പൊടിമൂടി കിടക്കുന്നു. പൊലീസ് ജീപ്പും നില്ക്കുന്നു. അല്പമകലെ ഗണേഷിന്റെ കാറും.

"മി. ഗണേഷ് ഞാനിദ്ദേഹത്തെയും കൂട്ടി പോകുകയാ. നിങ്ങൾ വീട്ടിലേക്ക് പോകൂ. താങ്ക്സ്. നാളെ കാലത്തു കാണാം. ഗുഡ്നൈറ്റ്. റാദർഗുഡ് മോണിങ്."

ജീപ്പിന്റെയും കാറിന്റെയും ചുവന്ന വിളക്കുകൾ നോക്കിക്കൊണ്ട് ഗണേഷ് നിന്നുപോയി.

നാല്

പിറ്റേന്നു വൈകുന്നേരംവരെ ഗണേഷിനു കോടതിയിൽ ജോലിയുണ്ടായിരുന്നു. വസന്തിനെ ചില കാര്യങ്ങളന്വേഷിക്കാനയച്ചിരുന്നു. കോടതിയിൽ വാദിച്ചു കൊണ്ടിരിക്കുമ്പോഴും കാന്റീനിൽ നിന്നു കാപ്പി കുടിക്കുമ്പോഴും സീനിയർ വക്കീലന്മാരോട് സംസാരിക്കുമ്പോഴുമെല്ലാം ശൈലജയുടെ മുഖം തന്നെ അയാളുടെ മനസ്സിൽ തെളിഞ്ഞുനിന്നു. ആ കൈകളെന്തിനാ മൂടിയിരുന്നത്? ആ കാലെന്തുകൊണ്ട് മടങ്ങിക്കിടന്നു? എന്തിനവൾ പുസ്തകങ്ങൾ വാങ്ങി? എന്തിനെന്നോടു വൈകുന്നേരം ചെല്ലാൻ പറഞ്ഞു. എന്തിനു കഴുത്തിൽകയറിട്ടു?

ഓഫീസിൽ മടങ്ങിയെത്തിയപ്പോൾ വസന്ത് കാത്തിരിക്കയായിരുന്നു.

"വല്ലതും കണ്ടുപിടിച്ചോ?"

"ധാരാളം."

"പറയൂ." ഗണേഷ് ഒരു സിഗരറ്റ് കൊളുത്തി വസന്തിനെ നോക്കി. എന്തു സ്നേഹമുള്ള യുവാവ്. ഒരുകാലത്തു അവനെന്നെ തൂക്കിയെറിയും. എം എല്ലിന് പഠിക്കുന്നു. കരാട്ടെപഠിക്കുന്നു. പറഞ്ഞ ജോലിചെയ്യുന്നു. ഉടനെ ഒരുപെൺകുട്ടിയെ പിടിച്ചുകൊണ്ടുവാ എന്നു പറഞ്ഞാൽ മറുത്തൊരു വാക്കുരിയാടാതെ പതിനഞ്ചു നിമിഷം കൊണ്ടു പറഞ്ഞ കാര്യങ്ങളെല്ലാമുള്ള ഒന്നിനെ കൂട്ടിക്കൊണ്ടുവന്നു കളയും.

"നിങ്ങൾ തന്ന വിവരങ്ങൾ വച്ചുകൊണ്ടന്വേഷിച്ചു. ആദ്യം ആ മോണ്ടിസോറി സ്കൂൾ. അവിടെ സുബ്ബലക്ഷ്മി എന്നൊരു ടീച്ചറുണ്ട്. പേർ മാത്രം നന്നല്ല. ആൾ നന്ന്. അവൾ നമ്മുടെ ശൈലജയുടെ സ്നേഹിതയാപോലും. അവളുടെ അടുത്തുചെന്നു സ്കൂളിലൊരു ടീച്ചർജോലി കിട്ടുമോ എന്നന്വേഷിച്ചു പോലും. ആപ്ലിക്കേഷൻ ഫോം ഫില്ലുചെയ്തു കൊടുത്തു. നിന്റെ ഭർത്താവ് റക്കമന്റ് ചെയ്താൽ കിട്ടുമെന്നുപറഞ്ഞിരുന്നു..."

"ശരി ഒരുകാര്യമറിയാൻ മറന്നുപോയി."

"മറന്നില്ല. ചോദിക്കാൻ ഭയന്നിട്ടാ. കൃത്യം 10.30 ന് വന്നു. 11.15 ന്

മടങ്ങിപ്പോയി."

"കറക്ട് വസന്ത്. പിന്നെ?"

"ആ സുബ്ബലക്ഷ്മിയെ സിനിമയ്ക്കു വിളിച്ചു. വരാമെന്നു പറഞ്ഞിട്ടുണ്ട്."

"തുടങ്ങിക്കഴിഞ്ഞോ?"

"പിന്നെ ഡ്രൈവർ. പേര് ധനപാണ്ഡ്യൻ. മാംഗ്ലൂർ ഗണേഷ് ബീഡി വലിക്കുന്നു. നടുത്തെരുവിൽ നിന്നു അവൾ മുത്തം കൊടുത്തു എന്നു തന്തിപേപ്പർ വായിക്കുന്നു. ശൈലജയും പ്രഭാകറും കാറിൽ നിന്നു ചിലപ്പോൾ വഴക്കിടും പോലും. അവൾ വാശിക്കാരിയാണത്രെ. അയാൾ വിട്ടുകൊടുക്കില്ല. അയാൾക്ക് വിസ്കി വാങ്ങിവരാറുണ്ടവൻ. ആദ്യ ദിവസം തന്നെ ഒരുബോട്ടിൽ വാങ്ങിക്കൊണ്ടുക്കൊടുത്തിരുന്നു. ശമ്പളം വാങ്ങുന്ന ദിവസം ഡ്രൈവറെ രാവിലെതന്നെ പറഞ്ഞയച്ചിരുന്നു പോലും ശൈലജ. അവടുന്നു നേരെ ആസ്പത്രിയിലേക്കു പോയത്രെ അവൾ. അതു ഞാൻ വെരിഫൈ ചെയ്തുനോക്കി. ദിവസം മുഴുവൻ അവൻ ഓഫീസിൽ കഴിച്ചുകൂട്ടിയിട്ടുണ്ട്. അവൻ മദ്ധ്യാഹ്നം ചെന്നു ഭീഷണിപ്പെടുത്തി. അതെല്ലാം വളരെ റിമോട്ട്. സാദ്ധ്യമല്ല. അവന്റെ ക്യാരക്ടറിന് ഈ ഭീഷണിക്കത്ത് യോജിക്കയില്ല."

"പിന്നെ പേപ്പറെങ്ങനെ ഷെഡ്ഡിൽ വന്നു."

"അരിവെപ്പുകാരൻ കള്ളം പറഞ്ഞിരിക്കും. അതല്ലെങ്കിൽ വേറെ വല്ലവരും അതവിടെ ഇട്ടിരിക്കും. ഡ്രൈവറായിരിക്കാനേ ഇടയില്ല."

"ശരി പറയൂ. കാര്യം മാത്രം പറയൂ. അഭിപ്രായങ്ങൾ ഞാൻ നോക്കിക്കൊള്ളാം."

"അടുത്തത് കോണ്ടിനന്റൽ ഓഫീസ്. വളരെ ഗംഭീരം! ആകെ സൺമൈക്കയും കാർപ്പറ്റും. വളരെ വലിയ കമ്പനി. പ്യൂൺ ടെറികോട്ടൻ ഷർട്ടിട്ടു എന്നെക്കാൾ കേമനായി തോന്നിച്ചു. പ്രഭാകർ ഓഫീസിലേക്കു വന്നില്ല. ഓഫീസല്പം അകലെയാണത്രെ. പലരും കാര്യം മനസ്സിലാക്കിയിരിക്കുന്നു. പ്രഭാകരുടെ ഓഫീസിൽ ഞാൻ പോയി. ഗമയോടെ ഒരു റിസപ്ഷനിസ്റ്റ്. പേർ പ്രേമലത. പേരിനു തന്നെ സുഗന്ധം. ഇല്ലെ."

"അവളെ ഏതു ഷോവിനാ വിളിച്ചത്?"

"അടുക്കാൻകഴിയില്ല. ഗംഭീരമായി ഇംഗ്ലീഷ് സംസാരിക്കുന്നു. ബിബിസിയിലേ ആ മാതിരി ഇംഗ്ലീഷ് കേട്ടിട്ടുള്ളൂ. ഇതു നമുക്കു ഉപകരിക്കില്ല. സുബ്ബലക്ഷ്മിയെ പോലെ ഒരു..."

"ഷട്ട് അപ്പ്. ഞാൻപറഞ്ഞതു ചെയ്തോ?"

"ബോസ്. നിങ്ങളുടെ ബുദ്ധി അപാരം. അപ്പടി ഇൻഷുർ ചെയ്യണം. എങ്ങനെയാ നിങ്ങൾക്കീ തോന്നലുണ്ടായതെന്നാ എനിക്കാശ്ചര്യം."

ഗണേഷ് അല്പം പരുങ്ങി. "പറയൂ."

"ആദ്യത്തെ നിങ്ങളുടെ ചോദ്യം ഓഫീസിലെ ടൈപ്പ് റൈറ്റർ ഗോദ്റേജ് എ പി ആണോ? ഉത്തരം. അതെ."

"പിന്നെ അതിൽ..."

"നിക്കട്ടെ നിക്കട്ടെ. അടുത്ത ഉത്തരം അതെ എന്നാണെങ്കിൽ അതിന്റെ "ഒ" അക്ഷരം മാത്രംവേണം. ബ്രില്യന്റ് ബോസ്! ആ പെണ്ണു ഫയലെടുക്കാൻ പോയപ്പോൾ അവൾ ടൈപ്പ് ചെയ്തുവച്ചിരുന്നു ഒരു ലറ്റർ ചൂണ്ടി. അതിതാ."

ഗണേഷ് ടൈപ്പ് ചെയ്ത കടലാസ് നോക്കി.

എ റഫറൻസ് മെ പീസ് ബി മെയ്ഡ് ടു.. ടു വിൽ ഉണ്ടായിരുന്നു ഒ അക്ഷരം ശ്രദ്ധിച്ചു. ശൈലജയുടെ കത്തിന്റെ കവറെടുത്തു. അതിൽ ശ്രീറാം കോളനിയിൽ ഉണ്ടായിരുന്ന ഒ അക്ഷരം ഒത്തുനോക്കി. രണ്ടും ഒയുടെ വൃത്തം മിക്കവാറും തെളിയാതെ കിടന്നിരുന്നു.

ഗണേഷ് ചിന്തിച്ചു.

"ഈ അഡ്രസ് ഈ ഓഫീസിൽ ഈ ടൈപ്പ് റൈറ്ററിൽ ടൈപ്പ് ചെയ്തതാണ്." വസന്ത് പറഞ്ഞു.

ഗണേഷ് ആലോചനയിൽ തന്നെ.

"ലെറ്റർ ടൈപ്പു ചെയ്തത് ആ പെണ്ണ് പ്രേമലതയായിരിക്കുമോ? വസന്ത് തുടർന്നു.

"വസന്ത് അഡ്രസ് ഓഫീസിൽ ടൈപ്പ് ചെയ്തതാണ്. ആ ദിനപ ത്രംവീട്ടിലെ ഷെഡ്ഡിൽക്കിടക്കുന്നു."

പിന്നെയും ഡ്രൈവറോ? അവർ ഓഫീസിൽ കൊടുത്തു ടൈപ്പ് ചെയ്തു."

"വിഡ്ഢി! ഡ്രൈവറല്ല. പ്രഭാകറാണത്."

"പ്രഭാകറോ?"

"വീട്ടിൽ നിന്ന് ആ എഴുത്ത് കത്രിച്ചൊട്ടിച്ചു. ഓഫീസിൽ നിന്നു ടൈപ്പ് ചെയ്തു.. ആ ഓഫീസെവിടെയാ?"

"മൗണ്ട് റോഡിൽ. പഴയ പഞ്ചാബ് നാഷണൽ ബാങ്കിന് സമീപം."

"പോസ്റ്റാഫീസ്?"

"മൗണ്ട് റോഡ്."

"ഭാര്യയ്ക്കു ഭീഷണിക്കത്ത് അയാൾതന്നെയോ അയച്ചത്?"

"എന്താ ബോസ്. കാര്യം ഭർത്താവ്അറിയാതിരിക്കാൻ പതിനായിരം രൂപ തയ്യാറാക്കൂ എന്ന് ഭർത്താവ് ഭാര്യയ്ക്കെഴുതുകയോ?"

"അല്പം ആശ്ചര്യംതന്നെ. എന്നാലും ഇങ്ങനെ ചിന്തിച്ചു നോക്കൂ. പ്രഭാകറിന് അവളാരെയോ കണ്ടിട്ടുണ്ടെന്ന് സംശയം തോന്നിയിരിക്കാം. അതു കണ്ടുപിടിക്കാൻ ആ മാതിരി ഒരുകത്തയച്ചിട്ടു. അവൾ പതിനായിരം രൂപാ തയ്യാറാക്കുമോ എന്ന് പരിശോധിക്കാൻ ഇല്ലേ? ആ ഉദ്ദേശ്യത്തോടെ ചെയ്തതാവും?"

"പോസിബിൾ. പക്ഷേ അല്പം ചുറ്റിവളയ്ക്കുന്നല്ലോ."

"സംശയം തോന്നിയ ഭർത്താവ് എന്തെല്ലാം ചെയ്തേക്കാമെന്ന് ശരിയായി നമുക്കറിയില്ലെന്നാ ഞാൻ വിചാരിക്കുന്നത്. നാം കല്യാണം കഴിക്കാത്തവരാ... ആ ഒരു കോണിൽ കൂടിയേ.. പിന്നെ കാമുകൻ. അയാളുടെ പേർ ദിയാൾ. തിരുവല്ലിക്കേണിയിൽ ഒരു വീട്ടിൽ സൈതോജി

ലൈനിൽ താമസിക്കുന്നു. താടിവച്ചിട്ടുണ്ട്."

"എങ്ങനെ കണ്ടുപിടിച്ചു?"

"സിമ്പിൾ. ഡ്രൈവർ നമ്മുടെ ഫ്രണ്ട് ധനപാണ്ഡ്യനില്ലെ, അവനോട് ചോദിച്ചു. ശൈലജയെ ഒരു തവണ സൈതോജിലൈനിലെ ഒരു വീട്ടിൽ വിട്ടിരുന്നു അവൻ. ഇറങ്ങീട്ട് നീ പോയിവാന്ന് പറഞ്ഞിരുന്നു. ഒരയ്യരുടെ വീടാണത്. രണ്ടു പെൺകുട്ടികൾ. ഒരുത്തി എസ് എസ് എൽ സി ക്കു പഠിച്ചു ടൈപ്പ് റൈറ്റിങ്ങും ഷോർട്ട്ഹാന്റും പഠിക്കുന്നു. അപ്പോ തന്നെ മുപ്പത്താറു സൈസിനു വളർന്നിരിക്കയാ.."

"ദയാൾ! ദയാൾ!" ഗണേഷ് പെട്ടെന്നു പറഞ്ഞു.

"ദയാൾ! ഓ യസ്" ആ വീട്ടിലൊരു മുറിയെടുത്തിട്ടുണ്ടവൻ. അതു പൂട്ടിയിരുന്നു. ഞാൻ കാത്തുനിന്നു. മൂന്നുമണിക്കു കുളിക്കാത്തമട്ടിലാ വന്നുകയറിയത്. ഞാനന്വേഷിച്ചു. ശൈലജയെന്നു കേട്ടപ്പോൾ സ്വിച്ചിട്ട പോലെ മുഖം പ്രകാശിച്ചു. ഇന്നലെ വീട്ടിലേക്കുഫോൺ ചെയ്തിരുന്നു പോലും. റോങ് നമ്പർ എന്നു മറുപടി കിട്ടിപോലും. പിന്നെയും ഫോൺ ചെയ്തു. എങ്കേജ്ഡ്... എങ്കേജ്ഡ്... സെൻട്രൽ സ്റ്റേഷനിൽ ചെന്നു കാത്തിരുന്നിട്ടു പോർട്ടർമാരെല്ലാമുറങ്ങിയപ്പോൾ തിരിച്ചുപോന്നു അവൻ. വീട്ടിൽ വന്നു കിടന്നിട്ടു ഒമ്പതു മണിക്കാ ഉണർന്നത്. ഉടനെ ശൈലജയെ കാണാൻ കുളിക്കാതെ തന്നെ പുറപ്പെട്ടു. അവിടെ ചെന്നപ്പോൾ വീട് പൂട്ടിക്കിടക്കുന്നു. എവിടെയൊക്കെയോ അലഞ്ഞു ക്ഷീണിച്ചുവന്നിരിക്കുന്നു. ആ പെണ്ണിന്റെ പേർ വനജാ.."

"കാര്യം അവനോടു പറഞ്ഞോ?"

"അവന് മിക്കവറും ഹാർട്ട് അറ്റാക്ക് വന്നുപോയി. സൈക്കിൾ റിക്ഷയിൽ കയറ്റി ഡോക്ടറുടെ അകത്തു കൊണ്ടുപോയി സമാധാനമാക്കി. അവളെവിടെ അവളെവിടെ അബോധമായി ചോദിച്ചു. ഇപ്പോൾ പോകണ്ടെടോ, പോയിട്ടൊന്നും കിട്ടാൻ പോകുന്നില്ല, പോസ്റ്റുമോർട്ടമൊക്കെ നടന്നു കെട്ടാക്കികെട്ടിയിരിക്കും, ഹസ്ബന്റിനെയേ കാണാൻ പറ്റൂ. കണ്ടാൽ കൈയാങ്കളിയിലെത്തും, നീ വെറുതെ വീട്ടിൽ കുത്തിയിരുന്നു കവിതയെഴുതിക്കോ— എഴുതുന്നുണ്ടാവും— പൊലീസുകാർ വന്നു ചോദിച്ചാൽ സത്യം പറയൂ എന്നൊക്കെ പറഞ്ഞു കൊടുത്തിട്ടാ ഞാൻ വന്നത്. ശരി തന്നെയല്ലെ?"

"ശരി തന്നെ. വാ പോകാം.രാജേന്ദ്രനെ കാണണം."

"ബോസ് ഈ കേസിൽ ഇതിനപ്പുറം വല്ലതുമുണ്ടോ?"

"ശരി ഭർത്താവ് തന്നെയാ കത്തെഴുതിയത്. അല്ല ഡ്രൈവർ... എന്തുകൊണ്ട് പ്രേമലത... ലൗലി നെയിം. ആരെന്തുതന്നെ ചെയ്താലും ഇതൊരാത്മഹത്യാ കേസാണ്. അലയേണ്ടത്ര അലഞ്ഞു. ഈ ആത്മഹത്യക്കു കാരണം കണ്ടുപിടിക്കാം. അതിനപ്പുറമെന്ത്? നമുക്കിവിടെ എന്തു കാര്യം.. ഒരു കോണിൽ ന്യൂസ് പേപ്പർ റിപ്പോർട്ട് വന്നിരുന്നതു കണ്ടോ. ഹൗസ് വൈഫ് കമിറ്റ്സ് സൂയിസൈഡ് എന്ന്. കുടുംബകലഹം, ഭാര്യാഭർത്താക്കന്മാർ തമ്മിലുള്ള കലഹം എല്ലാം ആത്മഹത്യക്കു കാരണ

മാക്കി എന്നുപറയപ്പെടുന്നു. പൊലീസ് ആ നേരംകൊണ്ടു കേസും ക്ലോസ് ചെയ്തു കൈയൊപ്പും വാങ്ങി ബോഡി റിലീഫ് ചെയ്ത്... അത് കത്തിയെരിഞ്ഞിരിക്കും. നമുക്കെത്രയോ ജോലി വേറെ കിടക്കുന്നു..."

"നീ പറയുന്നതു ശരിതന്നെ. അതാത്മഹത്യ തന്നെ. അതിൽ സംശയമില്ലതാനും. എന്നാലും കാര്യം എന്റെ മനസ്സിൽ അവ്യക്തമായിത്തന്നെ കിടക്കയാ. ജസ്റ്റ് രാജേന്ദ്രനെ ഒരുതവണ ചെന്നു കണ്ടുകഴിഞ്ഞു. ആ പ്രഭാകറെയും ഒരുതവണ കണ്ട് മതിയാക്കാം വാ."

അഞ്ച്

രാജേന്ദ്രന്റെ ഓഫീസിൽ നഗരത്തിലെ കുറ്റവാളികളുടെ രേഖാചിത്രങ്ങൾ ചുവർ നിറഞ്ഞിരുന്നു. മേശയ്ക്കു പിന്നിൽ ചില്ലിട്ട അലമാരയിൽ കുറ്റവാളികളുടെ മനശ്ശാസ്ത്രം, നിയമം, ശിക്ഷ എന്നിവ സംബന്ധിച്ച പുസ്തകങ്ങൾ ധാരാളമുണ്ടായിരുന്നു. മേശമേൽ രണ്ടു ടെലിഫോൺ അതിലൊന്നിൽ സംസാരിച്ചുകഴിഞ്ഞു. രാജേന്ദ്രൻ ഗണേഷിനോട്

പറയൂ ഗണേഷ്."

"നിങ്ങൾ തന്നെപറയൂ."

"ആ ശൈലജാ പ്രഭാകറുടെ കേസാണോ?"

"പോസ്റ്റുമോർട്ടം റിപ്പോർട്ടു വന്നോ?"

"വന്നു. കാണണോ?" മനസ്സിലാകുമോ?"

"മനസ്സിലാവുമെന്നു വിചാരിക്കുന്നു."

"ഗണേഷിനു മനസ്സിലാവാത്ത കാര്യമാ."

മരിച്ച ശൈലജയുടെ ശരീരത്തിന്റെ നീളം സെന്റീ മീറ്ററുകളിൽ ദേഹത്തു മുറിവൊന്നുമില്ല. രണ്ടിടത്തു രക്തം കട്ടപിടിച്ചു നീലനിറമായി. തൂക്കുകയറിന്റെ ഇറുക്കം. മരിച്ചസമയം ഉച്ച സുമാർ 1.30. തൂങ്ങിയ ഇറുക്കത്തിൽ ശ്വാസനാളം തടയപ്പെട്ടു. പ്രാണവായു കിട്ടാത്തത് മരണകാരണം. ഗർഭലക്ഷണങ്ങളില്ല. ബലാത്ക്കാരം നടന്ന ലക്ഷണവുമില്ല. വയറ്റിൽ ആഹാരത്തിൽ സംശയിക്കത്തക്കതായി ഒന്നുമില്ല.

"ആത്മഹത്യ തന്നെ. ക്ലിയർ." രാജേന്ദ്രൻ പറഞ്ഞു.

"രാജേന്ദ്രൻ ഈ റിപ്പോർട്ടിൽ നിങ്ങളൊരു കാര്യം ശ്രദ്ധിച്ചോ?"

"എന്താ?"

"കഴുത്തിൽ രണ്ടിടത്തു രക്തം ഉറഞ്ഞ പാട്."

"എന്തുകൊണ്ടാ?"

"തൂക്കുകയർ ഒരു ചുറ്റല്ലേ ചുറ്റിയിട്ടുള്ളൂ.

"ചിലപ്പോൾ അങ്ങനെ ആയിരിക്കുമെന്നു വിചാരിക്കുന്നു. ആദ്യം ഒരിടത്ത് കയർ മുറുക്കും. കൈകാലുകൾ അടിക്കും. ആ ഇളിക്കത്തിൽ കഴുത്തിൽ നിന്നു വഴുതി കുരുക്ക് അല്പം അല്പം മേലെ മുറുകിയിരിക്കാം. നട്ടെല്ല് സാധാരണ അല്പം മേലോട്ടുയരും. പൊട്ടിപ്പോകും. ഈ

കേസിൽ അതുപൊട്ടിയിട്ടില്ല. കുരുക്കിൽ തന്നെ ശ്വാസംമുട്ടി മരിച്ചിരിക്കാം."

വസന്ത് ഉമിനീരിറക്കിക്കൊണ്ടു കഴുത്തു തടവിനോക്കി.

"ഞാൻ കണ്ടിട്ടുണ്ട് ഗണേഷ്.... കൊലക്കുറ്റത്തിന് തൂക്കിലിടുമ്പോൾ. ടെറിബിൾ."

"ജോർജ് ആർവൽ ഒരു മരണശിക്ഷയെക്കുറിച്ചു ഒരു ലേഖനമെഴുതിയിരുന്നു.,.. കഴുമരത്തിലേക്കു നടന്നുപോകുമ്പോ, ഒരിടത്തു അല്പം വെള്ളമുണ്ടായിരുന്നത്രെ. പാവം കാൽ നനയുമെന്നുകരുതി വഴിമാറി ഒതുങ്ങി പോയിപോലും!"

"ഞാൻ കണ്ടിട്ടുള്ള കേസുകളിലെല്ലാം രാത്രിനേരം മുഴുവൻ കരയും. മൂത്രമൊഴിക്കും. ഒരുത്തൻ പക്കോട കൊണ്ടുകൊടുക്കാൻ പറഞ്ഞു. ഇപ്പോ മരണശിക്ഷ തന്നെ കുറവാ. ഏഴെട്ടുവർഷം കഴിഞ്ഞുവിട്ടേക്കും."

"രാജേന്ദ്രൻ, ഈ കേസിൽ ഞാൻ കണ്ടുപിടിച്ചകാര്യം നിങ്ങളോടു പറയാനാഗ്രഹിക്കുകയാ."

"പറയൂ ഗണേഷ്. പറഞ്ഞാൽ ഞാൻ ചോദ്യംചെയ്യാതെ സമ്മതിക്കാം."

"അങ്ങനെയല്ല. ആ എഴുത്ത്. ഭീഷണിക്കത്ത്.... അതു പ്രഭാകർതന്നെ അയച്ചതാണെന്നാ ഞാൻ വിചാരക്കുന്നത്."

"ഈസിറ്റ്? ഇന്ററസ്റ്റിങ്! എങ്ങനെയാണത്?"

"അഡ്രസ് ടൈപ്പു ചെയ്ത ടൈപ്പ് റൈറ്റർ അയാളുടെ ഓഫീസിലേതാ. പിന്നെ ആ പേപ്പർ... വെട്ടിയെടുക്കപ്പെട്ട പേപ്പർ അയാളുടെ വീട്ടിലെ ഷെഡ്ഡിലാണുണ്ടായിരുന്നത്..."

"എന്താ ഇത്? ലണ്ടനിൽ പോയതിൽ പിന്നെ സ്കോട്ട്ലന്റ് യാർഡ് ജോലിയും തുടങ്ങിയോ? ഞങ്ങടെ ജോലി പൊയ്പ്പോകുംന്ന് തോന്നുന്നല്ലോ. തുടർന്ന് പറയൂ."

"വെയിറ്റ് എ മിനിറ്റ്. ആ എഴുത്തെവിടെ?"

"ഞാൻ കൊണ്ടു വന്നിട്ടുണ്ട്.

"രാജേന്ദ്രൻ അതെടുത്തു നോക്കി.

"ഈ അഡ്രസ് നോക്കൂ. ഈ എഴുത്തു നോക്കൂ. ആ "ഒ" അക്ഷരം ശ്രദ്ധിക്കൂ."

രാജേന്ദ്രൻ ഒത്തുനോക്കി.

"നിങ്ങൾ പറയുന്നതിൽ കാര്യമുണ്ട്. സ്വന്തം ഭർത്താവ് ഭാര്യയ്ക്കെന്തിന് ഊമക്കത്തെഴുതണം? അതും ബ്ലാക്ക് മെയിൽ ലറ്റർ."

"ഒറ്റതിയറിയെ ഇതിനുള്ളൂ. പ്രഭാകറിന് ആദ്യംതന്നെയും സംശയം ജനിച്ചിരിക്കണം. ഇത്തരത്തിലൊരു കത്തെഴുതി അയച്ചാൽ അവളെന്തു ചെയ്യുമെന്നു പരിശോധിക്കാൻ അങ്ങനെ ചെയ്തതാവും."

"അതെ."

"അവൾ പത്തായിരം രൂപ തയ്യാറാക്കുന്നുണ്ടോ എന്നു പരിശോധിക്കാമല്ലോ. അതിൽ നിന്നു മനസ്സിലാകുമല്ലോ."

"മ് ആയിരിക്കാം... എന്തിന്? അതു കൺഫേം ചെയ്യാമല്ലോ. അയാളോടു തന്നെ ചോദിക്കാമല്ലോ."

രാജേന്ദ്രൻ ടെലിഫോണെടുത്തു.

ഗണേഷ് അല്പം പരുങ്ങി. ഏതോ ഒരുവനെന്ന് മനസ്സിൽതോന്നിയ ആലോചനയാണിത്. പ്രഭാകറെ ചൂണ്ടിക്കാട്ടിയതല്ല. ഒരുതരം ഊഹം മാത്രമാണത്. ഇപ്പോൾ രാജേന്ദ്രൻ പ്രഭാകറോടു ചോദിക്കാൻ പോകുന്നു. സില്ലി എന്നു കരുതിയേക്കുമോ?

രാജേന്ദ്രൻ നമ്പർ കറക്കി.

"ഹലോ, മി പ്രഭാകറുണ്ടോ?"

"................................"

"അയാൾ വന്നാൽ പൊലീസ് എസ് പി രാജേന്ദ്രൻ ഫോൺ ചെയ്തിരുന്നു. ഡബ്ൾ സിക്സ് ഡബ്ൾ ത്രീ ഡബിൾ സിക്സിൽ ഉടനെ ഫോൺ ചെയ്യാൻ പറഞ്ഞൂന്ന് പറയണം."

ടെലിഫോൺ വെച്ചു.

"വീട്ടിലില്ല."

"ബോഡി എപ്പോ വിട്ടുകൊടുത്തു?"

"ഉച്ചയ്ക്കു ഒരു മണിക്ക്. ആ പെണ്ണിന്റേതു വലിയ കുടുംബാ. വയസ്സായ അമ്മ, സഹോദരൻ, അനിയത്തിമാർ എല്ലാരുമുണ്ടായിരുന്നു. എല്ലാരും അലമുറയിട്ടു ഇയാളും വല്ലാതെ അവശനായിപോയി. അപ്പടി ശിലപോലിരിക്കുകയായിരുന്നു."

"പാവം."

രാജേന്ദ്രന്റെ കൈയിൽ വേലക്കാരൻ ഒരു വിസിറ്റിങ്ങ് കാർഡ് കൊണ്ടുവന്നു കൊടുത്തു. അതു നോക്കി.

"വരാൻപറയൂ."

"ഇത് നോക്കൂ. ആരാ വന്നിരിക്കുന്നതെന്നറിയോ? മി. പ്രഭാകർ. വരണം. വരണം മി. പ്രഭാകർ. ഞാനിപ്പോഴാ നിങ്ങൾക്കു ഫോൺ ചെയ്തത്."

"പ്രഭാകറിന്റെ വസ്ത്രം ഉലഞ്ഞിരുന്നു. കണ്ണുകൾ കലങ്ങിയിട്ടുണ്ട്. രണ്ടു ദിവസമായി ക്ഷൗരം ചെയ്യാത്ത മുഖം. കുപ്പായത്തിന്റെ ബട്ടണുകൾ കൂടി ശരിക്കിയിട്ടില്ല. ഗണേഷിനെയും വസന്തിനെയും നോക്കി...

"ഞാൻ നിങ്ങളെ കാണാനാ വന്നത് സാർ."

"എന്താ പറയൂ."

വസന്തിനെയും ഗണേഷിനെയും അയാൾ വീണ്ടും നോക്കി.

"സാരമില്ല. അവരിരുവരും ഈ കേസുമായി ബന്ധപ്പെട്ടവരാണ്. പറയൂ."

"എന്റെ ഭാര്യയുടെ ആത്മഹത്യയ്ക്കുത്തരവാദി ഒരുപക്ഷെ ഞാൻതന്നെയാ. എന്നെന്റെ മനസ്സു പറയുന്നു." അയാൾ മടിച്ചുകൊണ്ടു പറഞ്ഞു.

"എന്തുകൊണ്ട്?"

"ഞാൻ നിങ്ങളോടെല്ലാം പറയുന്നതു നല്ലതാണെന്നു വിചാരിക്കയാ. ഞാനെന്റെ ഭാര്യയ്ക്ക് ഊമക്കത്തയച്ചിരുന്നു."

രാജേന്ദ്രൻ ഗണേഷിനെ നോക്കി. ഗണേഷിന്റെയും രാജേന്ദ്രന്റെയും നോട്ടങ്ങൾ ഒരുതവണ തമ്മിലിടഞ്ഞു. വീണ്ടും പ്രഭാകറെ നോക്കി.

"ആ എഴുത്തിൽ അവളെ ഭീഷണിപ്പെടുത്തി പത്തായിരം രൂപ ചോദിക്കുമ്പോലെ എഴുതിയിരുന്നു. നിന്റെ ഭർത്താവറിയാതിരിക്കാൻ എന്ന്."

"നിങ്ങളെഴുതിയിരുന്നോ?"

"ഇല്ല. ഒരു തമിഴ് പേപ്പറിലുള്ള വാക്കുകൾ വെട്ടിയെടുത്തൊട്ടിച്ച് അയച്ചിരുന്നു."

"പറയൂ."

"അതെന്തിനയച്ചു എന്ന് നിങ്ങളോട് പറയാനാഗ്രഹിക്കയാ. കുറച്ചു നാളായി എനിക്കെന്റെ ഭാര്യയെ സംശയം തോന്നിത്തുടങ്ങിയിട്ട്. എപ്പോൾ മുതല്ക്കാണെന്ന് കൃത്യമായി പറയാനാവില്ല. ഒരു മാസമായി കാണും. അവളെന്നെ വഞ്ചിക്കുന്നുണ്ടോ എന്നൊരു സംശയം. ആ സംശയം മനസ്സാകെ ആളിപ്പടർന്നു. ഒരു ഭർത്താവിനും ഇങ്ങനെയുള്ള സംശയം വന്നു കൂടാ. ഇതു സഹിക്കുന്നതേ വലിയ കഷ്ടം! ആദ്യം ഞാൻ വിശ്വസിച്ചില്ല. പിന്നെപ്പിന്നെ അവളുടെ നടപടികൾ എന്നിൽ നിന്നു മറച്ചുവച്ചത്, കളവു പറഞ്ഞത് എല്ലാമെനിക്കുള്ള സംശയം ബലപ്പെടുത്തി. എന്നാൽ ഒരു നിഗമനത്തിലെത്താൻ മാത്രം എനിക്കു മനസ്സിലാക്കാനും കഴിഞ്ഞില്ല. ഒടുവിൽ ആരോ ഭീഷണിപ്പെടുത്തുമ്പോലെ ഒരു കത്തെഴുതി അയക്കാൻ തീരുമാനിച്ചു. അതു കാണുമ്പോൾ കാര്യം വാസ്തവമാണെങ്കിൽ അവളൊരു പ്രതിസന്ധിയിലെത്തും. ഒന്ന് എന്നോടു തന്നെ പറയേണ്ടിവരും. അല്ലെങ്കിൽ പണമെടുക്കാൻ ശ്രമിക്കും. അതുകൊണ്ടാ ആ എഴുത്തെഴുതിയത്. എല്ലാം വിപരീതമായാണ് കലാശിച്ചത്. അതുകൊണ്ട് ഭയന്നു ആത്മഹത്യ ചെയ്തതാവും അവൾ."

രാജേന്ദ്രൻ ഗണേഷിനെ നോക്കിക്കൊണ്ടുപറഞ്ഞു. "മി. പ്രഭാകർ ഈ എഴുത്തു നിങ്ങളാണയച്ചതെന്ന് ഞങ്ങൾക്കറിയാമായിരുന്നു."

"അങ്ങനെയോ? അതെങ്ങനെ?"

"മിനിഞ്ഞാന്ന് രാത്രി നിങ്ങളുടെ ഭാര്യ ഇതെനിക്കു കാണിച്ചു ഉപദേശം തേടിയിരുന്നു. മി. പ്രഭാകർ നിങ്ങളുടെ സംശയം ശരിതന്നെയാ. അയാം സോറി. നിങ്ങൾ സത്യംമറച്ചുവെക്കാതെ പറഞ്ഞപ്പോ. ഞാനും നടന്നത് നിങ്ങളോടു പറയാൻ കടപ്പെട്ടിരിക്കുന്നു. നിങ്ങളുടെ ഭാര്യയ്ക്കു നിങ്ങളോടൊപ്പം ജീവിച്ചു മടുത്തു. അവളുടെ സ്നേഹിതൻ ഒരുവനെ പലപ്രാവശ്യം കണ്ടുമുട്ടിയിട്ടുണ്ട്. ഇന്നലെ രാത്രി എല്ലാം ഉപേക്ഷിച്ചു അയാളോടൊപ്പം വണ്ടികയറി പോകാൻ വിചാരിച്ചതാ. അതിലിടെ ഈ എഴുത്തുവന്നപ്പോ അതുകണ്ടു ഭയന്നു. എന്നെ വിളിപ്പിച്ചു."

നെറ്റി ചുളിച്ചുകൊണ്ടു ഉൽക്കണ്ഠയോടെ കേട്ടുകൊണ്ടിരിക്കയായിരുന്നു പ്രഭാകർ.

ഒരു തീരുമാനം ഉടനെ എടുക്കേണ്ടതില്ല. എഴുത്തിനെ ഓർത്ത് ഭയ

പ്പെടേണ്ട. ഭർത്താവോടൊന്നിച്ചു ജീവിക്കാൻ ഒരു ശ്രമം കൂടി നടത്തി നോക്കൂ. അല്പനാൾ വേർപിരിഞ്ഞും കഴിയാം. പിന്നെ ഡിസൈഡ് ചെയ്യൂ. ചില മണിക്കൂറുകൾകൊണ്ടു ജീവിതത്തിലെ മുഴുവൻ പ്രശ്ന ങ്ങളും പരിഹരിക്കാൻ ശ്രമിക്കാതിരിക്കൂ എന്നുപറഞ്ഞു. അതിനുശേഷം കേസിനെ പറ്റിയും നിയമങ്ങളെപ്പറ്റിയും വ്യക്തമാക്കിക്കൊടുത്തു."

"അങ്ങനെയോ?" പ്രഭാകർ സംശയിച്ചു.

"ഇന്നലെ കാലത്തു അവളെനിക്കു ഫോൺ ചെയ്തപ്പോൾ കൂടി വളരെ ഉത്സാഹത്തോടെയാണുണ്ടായിരുന്നത്. ഞാൻ പറഞ്ഞതെല്ലാം സമ്മതിച്ചു അതനുസരിച്ചു പ്രവർത്തിക്കാമെന്നു തന്നെയാ പറഞ്ഞത്. ഇൻഫാക്ട് വൈകുന്നേരം എന്നെ വന്നു കാണാനും പറഞ്ഞു."

"ച് ച് ച് ച് ! അതിനിടയിൽ ബുദ്ധികെട്ടവളെന്തു വിചാരിച്ചോ മന സിൽ?"

"എന്തുതന്നെ ആയാലും നിങ്ങളുടെ കത്തു കണ്ടു ഭയപ്പെട്ട് അവൾ ആത്മഹത്യചെയ്തിരിക്കുമെന്നു എനിക്കു നോന്നുന്നില്ല മി. പ്രഭാകർ."

പ്രഭാകറുടെ മുഖം അല്പം വിളറി. "താങ്ക്യൂ മിസ്റ്റർ... എന്താ നിങ്ങ ളുടെ പേര് പറഞ്ഞത്?"

"ഗണേഷ്"

"ഗണേഷ്! മരണവാർത്തയറിഞ്ഞ ഉടനെ ബാങ്ക്ളൂരിൽനിന്നു കാറിൽവരുമ്പോൾ ആസ്പത്രിയിൽ, ക്രിമേഷ ഗ്രൗണ്ടിൽ എല്ലാ സ്ഥലത്തും ഇങ്ങനെയൊരു കത്തു ഞാനെഴുതിയല്ലോ അതുകൊണ്ടല്ലേ അവൾ ആത്മഹത്യ ചെയ്തുകളഞ്ഞത് എന്ന കുറ്റബോധം എന്റെ മന സ്സിനെ കുത്തിനോവിച്ചുകൊണ്ടിരുന്നു. നിങ്ങൾ പറയുന്നതു കേട്ടപ്പോ അല്പം സമാധാനം തോന്നി. മി. ഗണേഷ് അവളന്ന് എന്നെപ്പറ്റി വല്ലതും പറഞ്ഞോ?"

ഗണേഷ് മടിച്ചുകൊണ്ട്. "ഇല്ല. തീരെയില്ല. പൊതുവെ നീണ്ടകാ ലത്തെ വൈവാഹിക ജീവിതത്തിൽ ഒരു മടുപ്പുളവായതായി അവളുടെ വാക്കുകളിൽനിന്നു തോന്നി."

"പ്രഭാകർ ഒരു ദീർഘനിശ്വാസം ചെയ്തു.

"മി. പ്രഭാകർ നിങ്ങളെന്തു പറയുന്നു? എന്തു കാരണത്തിലാ അവൾ ആത്മഹത്യ ചെയ്തിരിക്കുക."

"എന്താ ഞാൻ പറയേണ്ടത്? അവളല്പം റിസർവ്ഡ് ടൈപ്പാ. എന്നാലും ഞാനവളെ യഥാസ്ഥാനത്തുതന്നെയാ നിർത്തിയിരുന്നത്. കുട്ടി കളില്ല. കുഞ്ഞു പിറക്കില്ല. ആ കുറവ് ഞാൻ വലുതായെടുത്തിട്ടില്ല. അവ ളെടുത്തിരിക്കാം. ഞാനവളെ വഴക്കു പറയാറില്ല. ഉപദ്രവിക്കാറുമില്ല. എന്തോ മനസ്സിൽ വച്ചുകൊണ്ടു വേറെ വല്ലവനെയും സമീപിച്ചിരിക്കും.. അതിലിടെ ഒരു കുറ്റബോധവും ഏർപ്പെട്ടിരിക്കാം. എന്തുതന്നെയായാലും ഈ പെണ്ണിന് താലികെട്ടിയവനെ വിട്ടു മറ്റൊരുത്തനിൽ സ്നേഹം കണ്ടെ ത്താൻ ശ്രമിക്കുന്നതിൽ കുറ്റബോധം തന്നെ ഉണ്ടാവും. ഇല്ലേ? ആ കുറ്റ ബോധം തന്നെയാ അവളെ ആ മാതിരി വൈപരീത്യത്തിൽ കൊണ്ടു

ചെന്നെത്തിച്ചത്. മറ്റെങ്ങനെയാവും?"

"നിങ്ങൾ പറയുന്നതിൽ പോയിന്റുണ്ട്. അതൊരു ബാദ്ധ്യതയുള്ള കാര്യം തന്നെയാ. മി. പ്രഭാകർ ഒരേയൊരു ചോദ്യം. തെറ്റിദ്ധരിക്കാതിരിക്കൂ. നിങ്ങളോട് അവളീകാര്യം നേരിട്ടു സംസാരിച്ചിരുന്നെങ്കിൽ നിങ്ങളെന്തുചെയ്യുമായിരുന്നു? ദ ക്വസ്റ്റ്യൻ ഈസ് ഹൈപ്പോതെറ്റിക്കൽ."

"എന്തു ചെയ്യാൻ? എന്നെ വിട്ടുപോണെങ്കിൽ പൊയ്ക്കോ. എന്നു ഞാൻ പറയുമായിരുന്നു. നല്ല ദാമ്പത്യജീവിതമെന്നു നടിക്കുന്നതുകൊണ്ടെന്താ പ്രയോജനം. എന്റെ യോഗമതാണ്."

"നിങ്ങൾ കാലത്തു വളരെ ദുഃഖത്തിലായിരുന്നു. അതുകൊണ്ടപ്പോ ചോദിച്ചില്ല. ഇപ്പോ ചോദിക്കട്ടെ. നിങ്ങൾ വിസ്കി കുടിക്കാറുണ്ടോ?" രാജേന്ദ്രൻ ചോദിച്ചു.

"എന്താ."

"അതല്ല... ഒരു ബോട്ടിൽ കണ്ടു. പെർമിറ്റുണ്ടോ?"

"ഉണ്ട്. ഇനി അതുമാത്രം എനിക്ക്."

"അധികം കുടിക്കരുത്. പോകേണ്ടവർ പോയി. അതിനു ജീവിക്കുന്നവരുടെ ശരീരം നശിപ്പിക്കരുത്."

"ഞാൻ വരട്ടെ സാർ. ഇനിയും വല്ലതും ചോദ്യം ചെയ്യണമെങ്കിൽ എപ്പോൾ വേണമെങ്കിലും എനിക്കു ഫോൺ ചെയ്യൂ. ഓൾവൈസ് അറ്റ് യുവർ ഡിസ്പോസൽ."

"പോയിട്ടു വരൂ."

"വരട്ടെ. മി. ഗണേഷ്. വരട്ടെ മിസ്റ്റർ.. ഈ ചെറുപ്പക്കാരന്റെ പേരറിയില്ല."

"വസന്ത്."

അയാൾ പോയപ്പോൾ രാജേന്ദ്രൻ ഗണേഷിനോടു ചോദിച്ചു. "വെൽ വാട്ട് ഡു യു തിങ്ക്?"

"മിക്കവാറും ഇയാൾ കൊടുത്ത വ്യാഖ്യാനമാണ് യോജിക്കുക. മാന്യമായിനേരിട്ടു വന്നു നിങ്ങളോട് ഞാനാ കത്തെഴുതിയതെന്ന് പറഞ്ഞതെനിക്കിഷ്ടപ്പെട്ടു."

"ഗണേഷ്! എന്റെ അനുഭവത്തിൽ ഞാൻ കണ്ടിട്ടുള്ള ആത്മഹത്യകൾക്കെല്ലാം ഉള്ള കാരണങ്ങളറിഞ്ഞാൽ നിങ്ങളാശ്ചര്യപ്പെടും. ഒരെഞ്ചിനിയറായ ചെറുപ്പക്കാരൻ കഴിഞ്ഞവർഷം ആത്മഹത്യ ചെയ്തു. ജോലിയുണ്ടായിരുന്നു. മുറിയിൽ തനിച്ചു താമസിക്കുകയായിരുന്നു. നീലക്കയറിൽതൂങ്ങി, നീലഷർട്ട്, നീല പാന്റ്, നീല കടലാസിൽ എഴുതിവച്ചിരുന്നു. ഞാനനുഭവിക്കുന്ന ഈ നെഞ്ചുവേദന എനിക്കു സഹിക്കാൻവയ്യ.. അതുകൊണ്ടു ഞാനാത്മഹത്യ ചെയ്യുകയാണെന്ന്.... അതിനുള്ള തമാശയെന്താണെന്നറിയാമോ. അവന്റെ റിക്കാർഡുകൾ മുഴുവൻ പരിശോധിച്ചു. സ്നേഹിതന്മാരോടുചോദിച്ചു. ഡോക്ടർമാരോടു ചോദിച്ചു. എത്രയോ അന്വേഷണങ്ങൾ നടത്തി നോക്കി. ഒരു തവണയെങ്കിലും അവനാ നെഞ്ചുവേദനയെപ്പറ്റി ഒരാളോടുപോലും പറഞ്ഞിട്ടില്ല. കാട്ടിയി

ട്ടുമില്ല.”

“പിന്നെ അതു?”

“ഇമേജിനേഷൻ. മനുഷ്യശരീരം ഒരുയന്ത്രംപോലെയാ. മനസ്സും ചിലപ്പോൾ യാന്ത്രികത്വം കാണിച്ചു കുഴപ്പം സംഭവിപ്പിക്കുന്നു. ചെറുതായി തുടങ്ങിയ കാര്യം വളർന്നു വലുതായി അയാളെത്തന്നെ ആക്രമിച്ചു ഭയപ്പെടുത്തി ചിലപ്പോൾ അയാളെ തന്നെ വിഴുങ്ങിക്കളയുന്നു. ആത്മഹത്യ ചെയ്യുന്നവന്റെ മനസ്സ് ഇനിയും നാം ശരിയായി മനസ്സിലാക്കിയിട്ടില്ല. എത്രയോ ബാക്കികിടക്കുന്നു ശരിയായി മനസ്സിലാക്കാൻ.”

“നിങ്ങളൊടുവിൽ പറഞ്ഞത് ഞാൻ നൂറുശതമാനം സമ്മതിക്കുന്നു.”

“വരൂ നിങ്ങളെ സംബന്ധിച്ചിടത്തോളം അതു വ്യത്യസ്ത കേസാ. അതു കഴിഞ്ഞില്ലെ. ഫയലൊരുവശം കിടക്കും. ശൈലജാ പ്രഭാകർ! അടുത്തവർഷം ചോദിച്ചു നോക്കൂ. ഓർമ്മയുണ്ടാകുമോ എന്തോ?

“എനിക്കു മറക്കാനാവില്ല.” ഗണേഷ് പറഞ്ഞു.

ആറ്

ഗണേഷും വസന്തും ഒരു ഉടുപ്പി ഹോട്ടലിൽ ചെന്നു മസാലദോശയും സ്ട്രോങ്ങായി കാപ്പിയും കഴിച്ചു വീണ്ടും ഫീസിലേക്കു വന്നു. ഗണേഷ് കാറിൽ തന്നെ ഉറങ്ങി. ഉണർന്നു. വസന്തിനെ പോലെ താനും ടെക്സ്ട്രിൽ കഴിക്കണമെന്നാലോചിച്ചു.

ശൈലജാ പ്രഭാകർ! രാജേന്ദ്രൻ പറഞ്ഞത് ഒരുവിധത്തിൽ ശരിയാണ്. നാളേക്കു ശൈലജ മനസ്സിൽ നിന്ന് അല്പം മാഞ്ഞുപോയേക്കും. മറ്റന്നാൾ കുറച്ചുകൂടി. അടുത്തവർഷം? അതിനടുത്തവർഷം? എന്നാലും താക്കോൽ പഴുതിൽക്കൂടി കണ്ട ആദ്യ കാഴ്ച അവനിൽ ആയുഷ്കാലം മുഴുവൻ മറക്കാൻ കഴിയില്ലെന്നു തോന്നി.

“വസന്ത് ചാപ്ടർ ക്ലോസ്.”

“നാളെ വേറൊരു ചാപ്ടർ! വെറുതെ അലയാത്ത അലച്ചിലെല്ലാമലഞ്ഞു.”

ഓഫീസിൽ ഒരു യുവാവ് കാത്തിരിക്കുന്നുണ്ടായിരുന്നു. വസന്ത് അവനെ കണ്ടപാടെ പറഞ്ഞു. “ബോസ് അതുതന്നെ ദയാൾ.”

ദയാൾ നിന്നും നടന്നും നഖംകടിച്ചുകൊണ്ടും സിഗരറ്റു വലിച്ചുകൊണ്ടുമിരുന്നു.

“ഇരിക്കൂ ഒരു നിമിഷം” ഗണേഷ് അവനോടിരിക്കാൻ പറഞ്ഞു. തന്റെ മുറിയിലേക്കു വന്നു.

“വസന്ത് അവനെങ്ങനെ ഇവിടെ വന്നു?”

“ഞാനാ അഡ്രസ് കൊടുത്തിരുന്നത്. വല്ല സഹായവും വേണമെങ്കിലങ്ങോട്ടു വരൂ എന്നു പറഞ്ഞിരുന്നു.”

“പോയി ചോദിക്കൂ. എനിക്കു തലവേദനിക്കുന്നു.”

“വസന്ത് പുറത്തേക്കുവന്നു. എന്താ മിസ്റ്റർ ദയാൾ?”

"എനിക്കു തനിച്ചു റൂമിലിരിക്കാൻ വയ്യ. ശൈലജയുടെ ആത്മഹത്യക്കു ഞാനാണ് കാരണമെന്നു തോന്നുന്നു."

"എന്തുകൊണ്ടാ അങ്ങനെ തോന്നുന്നത്?"

"ഞാനവളെ നിർബ്ബന്ധപൂർവ്വം കോണ്ടാക്ട് ചെയ്തു കണ്ടത് ഞാനാണവളിൽ പ്രതീക്ഷയുണർത്തിയത്. അവൾ മറ്റൊരാളുടെ ഭാര്യയെന്നു കരുതാതെ ചാപല്യം കാണിച്ചു അവളെ തൊട്ടു കളങ്കപ്പെടുത്തി. ആ കുറ്റം സഹിക്കാൻ സാധിക്കാതെയായിരിക്കാം അവൾ ആത്മഹത്യ ചെയ്തു കളഞ്ഞത്. ആദ്യ ദിവസം എന്നോട് സംസാരിക്കുമ്പോൾ തന്നെ അവളുടെ മനസ്സ് ചാഞ്ചാടിക്കൊണ്ടിരുന്നു. ആ എളിയ മനസ്സിൽ ഇത്ര വലിയ പ്രശ്നം ഏറ്റിവച്ചത് താങ്ങാനാവാതെ ആയിരിക്കാം അവൾ ആത്മഹത്യ ചെയ്തതെന്ന കുറ്റബോധം എന്നെ തകിടം മറിക്കുന്നു. അതിനു ഞാനെന്തു പരിഹാരമാ ചെയ്യേണ്ടത്."

"മി. ദയാൾ, നിങ്ങൾ വിഷമിക്കാതിരിക്കൂ. പോകേണ്ടവർ പോയി. എന്തിനാത്മഹത്യ ചെയ്തുവെന്നു ഇപ്പോ ചിന്തിക്കുന്നതിൽ വലിയ പ്രയോജനമില്ല. നാം ജീവിതത്തിലെത്രയോ തെറ്റുകൾ ചെയ്യുന്നു! എത്രയോ?"

ദയാൾ അപ്പോൾ രസകരമായൊരു കാര്യം ചെയ്തു. രണ്ടു മുഷ്ടികളും ചുരുട്ടി പെട്ടെന്ന് ചുമരിൽ ബലമായി ഇടിച്ചു. വീണ്ടും ആ ഭാഗം മുഴുവൻ രക്തം പാഞ്ഞൊഴുകി ചുകചുകെ ചുവന്നു.

"മൈ ഗോഡ്" വസന്ത് അവനടുത്തേക്കോടിച്ചെന്നു അവനെ തള്ളി മാറ്റി.

ഗണേഷ് ധൃതിപ്പെട്ട് വന്നു ചോദിച്ചു. "എന്താ വസന്ത്. എന്താ കുഴപ്പം?"

ദയാളെ കസേലയിൽ അമർത്തിപ്പിടിച്ചിരിക്കുകയായിരുന്നു വസന്ത്. "ആശാൻ, ശൈലജ മരിച്ചതിനു പ്രായശ്ചിത്തമായി ചുവരിലിടിക്കുന്നു. എടോ തനിക്കിടിക്കാൻ ഞങ്ങടെ ഓഫീസേ കിട്ടിയുള്ളൂ?"

"നിക്കട്ടെ വസന്ത്." ഗണേഷ് ദയാളിനെ നോക്കി.

നീണ്ട മൂക്ക്, ചിത്രകാരന്റെതാടി, പാറിപ്പറക്കുന്ന തലമുടി, അഴുക്കു പുരണ്ട ജൂബ, കണ്ണുകളിൽ യഥാർത്ഥ ശോകം.

"മി. ദയാൾ നിങ്ങളിപ്പോ എന്തിനാ ഇവിടെ വന്നത്?"

"തനിച്ചിരിക്കാനെനിക്കു ഭയം തോന്നുന്നു. എന്തുകൊണ്ടോ ഞാനാണവളുടെ ആത്മഹത്യക്കു കാരണമെന്നു തോന്നുന്നു. ഞാൻ തന്നെ ആത്മഹത്യ ചെയ്തു കളഞ്ഞാലെന്തെന്നു പോലും ചിലപ്പോളാശിച്ചുപോകുന്നു."

"തെറ്റായ ആശ. വേണ്ട. വസന്ത് അയാളെ വിടൂ."

"വിടട്ടെ? ഇടിക്കുകയില്ലല്ലോ."

"വിടൂ. വസന്ത്."

"ടിഫിൻ വല്ലതും കഴിക്കുന്നോ?"

"ഒന്നും വേണ്ട."

"മിസ്റ്റർ ദയാൾ നിങ്ങൾക്കു തനിച്ചിരിക്കാൻ ഭയമാണെങ്കിൽ ഇനിയും കുറച്ചുനേരം ഇവിടെ തന്നെ ഇരുന്നോളൂ. നിങ്ങളാ സോഫായിൽ കിടക്കുകയോ ഇരിക്കുകയോ ചെയ്തിട്ടു നാളെ കാലത്തു പോയാൽ മതി. ഞങ്ങൾ രാത്രിയിൽ കുറച്ച് ഉറക്കൊഴിച്ചിരിക്കാം. സ്വയം ആശ്വസിക്കൂ. പക്ഷെ ഒന്നു മനസ്സിലാക്കണം. ശൈലജ എങ്ങനെയോ നിങ്ങൾ കാരണമായാണ് ആത്മഹത്യ ചെയ്തുകളഞ്ഞതെന്ന ധാരണ അബദ്ധമാണ്. എന്നെ സംബന്ധിച്ചിടത്തോളം അവൾക്ക് പെട്ടെന്നെന്തോ ആയിപ്പോയി. അതെന്താണെന്നു മനസ്സിലാകുന്നില്ല. കാലത്തെന്നോട് ചിയർഫുളായി തന്നെയാ സംസാരിച്ചത്. നിങ്ങളോടുള്ള കുറ്റബോധം കൊണ്ടാണ് ആത്മഹത്യ ചെയ്തതെങ്കിൽ അതു രാത്രിതന്നെ നടന്നിരിക്കും. ഈ മാതിരി അപരാധബോധങ്ങളെല്ലാം രാത്രിനേരങ്ങളിലാണ് തലകാട്ടുക. ഇവൾ പകൽ ഒരു മണിക്കാണിതു ചെയ്തു കളഞ്ഞത്. പകൽ ചാകുന്ന സമയമല്ല, ഫോൺ ചെയ്യുന്ന സമയമാണത്. ബസ്സിൽ പോകുന്ന സമയം. പുസ്തകം വാങ്ങുന്ന സമയം. നിങ്ങൾ വെറുതെ വേവലാതിപ്പെടേണ്ട."

"അപ്പോ, ഞാൻ രാത്രി ഇവിടെ ഒരു ഭാഗത്തിരുന്നോട്ടെ?"

"ധാരാളം, അയാൾക്ക് സിഗരറ്റ് കൊടുക്കൂ വസന്ത്." പറഞ്ഞുകൊണ്ട് ഗണേഷ് അകത്തേക്കുപോയി.

"നിങ്ങളേതുവരെ പഠിച്ചിട്ടുണ്ട്?"

"ബി എസ് സി ഫിസിക്സ്."

"എന്താ ജോലി?"

"ജോലി സ്ഥിരമായൊന്നുമില്ല. എന്തുജോലിയും ചെയ്യും. ടൈപ്പ്ചെയ്യും. ട്യൂട്ടോറിയൽ കോളേജിലേക്കു നോട്ടെഴുതിക്കൊടുക്കും. പ്രസ്സിൽ പ്രൂഫ് നോക്കും. ചിലപ്പോൾ റേഡിയോറിപ്പോർട്ടും ചെയ്യും. ടിവിയും പഠിച്ചിട്ടുണ്ട്."

"പലതും പഠിച്ചുവച്ചിരിക്കുന്നല്ലോ. പിന്നെ നിങ്ങൾക്കെന്താ പ്രയാസം?"

"ഒന്നിലും എനിക്കു മനസ്സു കേന്ദ്രീകരിക്കാൻ കഴിയുന്നില്ല. പല നാടുകളിലും അലഞ്ഞു. വടക്കെ ഇന്ത്യ മുഴുവൻ ചുറ്റി. ഇപ്പോ ജീവിക്കാനാവശ്യമായ പണം മാത്രം ഉണ്ടാക്കും. എന്തു ജോലിയും ചെയ്യും. രാജസ്ഥാനിൽ വെച്ചു ഒട്ടകത്തിന്റെ പാൽകൂടി ഞാൻ കറന്നിട്ടുണ്ട്. മനസ്സിലായോ നിങ്ങൾക്ക്?"

"സ്റ്റൂൾ വച്ചിട്ടോ?" പാലെന്തു ചെയ്യും?"

"അവർ കുടിക്കും. കുറേശെ രോമം ഉണ്ടാവും. അരിച്ചു കളയും."

"പറയണ്ട. കഴിച്ച മസാലദോശ ഇപ്പൊ പൊറത്തുവന്നേക്കും."

കോട്ടുവായിട്ടുകൊണ്ട് അവൻ പറഞ്ഞു. "പിന്നെ ഒരു മിലിറ്ററി കാമ്പിൽ സിവിലിയൻ വർക്കറായി കുറച്ചുനാൾ കഴിച്ചു. അവിടെ എല്ലാ തൊഴിലും പഠിപ്പിച്ചിരുന്നു. കാർപ്പന്ററി, സ്മിത്തി, ഡൈ, കാസ്റ്റിങ് എല്ലാമറിയാമായിരുന്നിട്ടും ജീവിതത്തിൽ ഞാൻ വട്ടപ്പൂജ്യമാണ്. എന്തുകൊണ്ടെന്നാൽ ശൈലജയുടെ ഓർമ്മ കൂടക്കൂടെ എന്നെ അലട്ടിയിരുന്നു.

ജീവിതത്തിൽ ഒന്നിലും ഇടപെടാൻ കഴിയാത്ത സ്ഥിതിയിലായിപ്പോയി."

"അവൾ പോയതുകൊണ്ടു ഇനിമേൽ നിങ്ങൾക്ക് ഒരു വിധത്തിലുള്ള സ്വാതന്ത്ര്യം ലഭിച്ചതുപോലെയായി. എത്രയോ ജോലികളിലേതെങ്കിലു മൊന്ന് ചെയ്യാം നിങ്ങൾക്ക്."

"ശൈലജയെ അത്രവേഗം മറന്നു കളയാൻ പറ്റുമോ?"

"ശരി ഉറങ്ങിക്കോളൂ. ഗണേഷ് റസ്റ്റ് എടുത്തെഴുന്നേറ്റിട്ട് ഞങ്ങൾക്കല്പം ജോലിയുണ്ട്."

വസന്ത് അകത്തേക്കു പോയപ്പോൾ ഗണേഷ് ഈസി ചെയറിൽ കറങ്ങിക്കൊണ്ടിരിക്കുകയായിരുന്നു. വസന്തിന് അദ്ദേഹത്തെ എഴുന്നേ ല്പക്കാൻ മനസ്സുവന്നില്ല. രണ്ടുദിവസമായി ഉറങ്ങിയിട്ടേയില്ല.

മേശമേൽ ഒരു കടലാസിൽ ഗണേഷിന്റെ കൈയൊപ്പു കാണപ്പെ ട്ടു.

"രണ്ടു മണിക്കൂർ കഴിഞ്ഞുണർത്തുക."

വസന്ത് മിക്കവാറും കുഞ്ഞിനെപ്പോലെ ഉറങ്ങുന്ന ഗണേഷിനെ നോക്കി.

"ഇല്ല ബോസ്!" വസന്ത് പതുക്കെ പറഞ്ഞു. വിളക്കണച്ചു.

ഏഴ്

പ്രഭാകർ വിളക്കു തെളിച്ചു. കോട്ടഴിച്ചുവച്ചു.

"വാ" അകത്തേക്കു വരൂ. നാണിക്കണ്ട." അയാൾ പറഞ്ഞു. അയാ ളോടൊപ്പം അകത്തേക്കുവന്ന പെണ്ണിന് പത്തൊമ്പതു വയസ്സേ ഉണ്ടാ വൂ. നേരിയ വില കൂടിയ ജോർജറ്റ് സാരി ധരിച്ചിരുന്നു. മുഖം പൗഡർ പൂശി, മനോഹരമായി പൊട്ടിട്ടിരുന്നു. കൈകളിൽ വള കിലുങ്ങുന്നു. ചൂടിയ ചെണ്ടുമല്ലികയുടെ മണം മുറി മുഴുവൻ വ്യാപിക്കുന്നു.

"ഇരിക്കൂ." അവൾ സാവധാനം ഇരുന്നു.

"വല്ലതും കഴിക്കണോ?"

"വേണ്ട."

"ഒന്നും കഴിക്കില്ലേ?"

"നിങ്ങൾ കഴിക്ക്." അവൾ തന്റെ വാനിറ്റി ബാഗ് മെല്ലെ മേശമേൽ വെച്ചു. "ബാത്ത്റൂം എവിടെയാ?"

"ആ മുറിയിൽ വേണ്ട."

"ഇവിടെ കിടക്കയൊന്നുമില്ലേ?"

"സോഫയുണ്ട്."

"വിളക്കു കത്തിക്കോട്ടെ അല്ലേ?"

"കത്തിക്കൊള്ളട്ടെ."

"ജനലടയ്ക്കട്ടെ."

"അടച്ചോളൂ."

അവൾ ജനലുകളടച്ചു. കർട്ടൻ മൂടി വന്നു സോഫയിലിരുന്നു, തന്റെ

നഖവും നോക്കിക്കൊണ്ട്.

പ്രഭാകർ തന്റെ മുറിയിൽ ചെന്നു കുപ്പായമഴിച്ചുവച്ചു മുഖം കഴുകി, പൈജാമയും കുർത്തയുമണിഞ്ഞ് ഹാളിലേക്കു വന്നു.

ആ പെണ്ണ് അവിടെയുണ്ടായിരുന്ന സ്റ്റാർടെസ്റ്റ് മറിച്ചു നോക്കുകയായിരുന്നു.

അയാൾ വന്ന ഉടനെ അതവിടെ വച്ചു അവളെ നേരിട്ടു നോക്കി തന്റെ ജോർജറ്റ് സാരി കുളിക്കാൻ പോകുമ്പോലെ അഴിച്ചു. മാറിലെ ബട്ടണുകൾ ഓരോന്നായി അഴിച്ചു. ഇരുകൈകളും പിന്നോട്ടുകൊണ്ടു ചെന്നു ബ്രായുടെ കൊളുത്തഴിച്ചു അതിൽ നിന്നു മോചനം കൊടുത്തു. തലമുടി കോതിയൊതുക്കിക്കൊണ്ടു പറഞ്ഞു.

"വരിൻ!"

പ്രഭാകർ അവളുടെ അരികിൽ ചെന്നിരുന്നു. അവളുടെ മാറത്തു ചെവി വച്ചുകൊണ്ടു ചോദിച്ചു. അയാളുടെ കൈകൾ അവളുടെ ദേഹം മുഴുവനിഴഞ്ഞു. അവളുടെ പാവാടച്ചുരുളുകളഴിച്ചു. പാവാട വഴുതി വീഴവെ...

"അവിടെ പോയി നില്ക്കൂ." അയാൾ പറഞ്ഞു.

അവൾ നിന്നു. പിന്നാലേ കണ്ണാടിയിലും നിന്നു അവൾ. യാതൊരു വികാരാവേശവുമില്ലാതെ അവളെ തന്നെ നോക്കിക്കൊണ്ടിരിക്കെ അയാൾ പുലമ്പി.

"ശൈലജാ... വാ, എന്റെ അടുത്തുവാ."

"എന്റെ പേര് കർപ്പകംന്നാ."

"നീ ശൈലജയാ. വാ ഓടിവാ, വേഗം വാ.."

ആ പെണ്ണ് സോഫയിൽ ചെന്നു കിടന്നു സാവധാനം കൂർക്കം വലിച്ചുതുടങ്ങി. അപ്പോൾ അയാൾ അവളുടെ ദേഹത്തെ പുതപ്പുനീക്കി. ശ്വാസോച്ഛ്വാസത്തിനൊത്തു അവളുടെ മാറിടം മനോഹരമായി ഉയർന്നു താഴുന്നത് അല്പനേരം നോക്കിനിന്നു. വീണ്ടും പുതപ്പിച്ചു. ജനലിനരികെ ചെന്നു കർട്ടൻ നീക്കി ഇരുട്ടിൽ പുറത്തേക്കു നോക്കി. പെട്ടെന്നയാൾക്ക് ചിരി വന്നു. സാവധാനമാരംഭിച്ച് ചൂട് പിടിച്ച ആ ചിരി ആ മുറി മുഴുവൻ ഉയർന്നു കേൾക്കത്തക്ക വണ്ണമുയർന്നു. അയാൾ ചിരിച്ചുകൊണ്ടേയിരുന്നു. കബോഡിൽ ചെന്നു വിസ്കിയെടുത്ത് ഒഴിച്ചു കൊണ്ടു ഗ്ലാസ്സുയുർത്തി പറഞ്ഞു.

"ഈ ഇളം പ്രായത്തിൽ ആത്മഹത്യ ചെയ്തു മരിച്ച എന്റെ പ്രിയ പാതിവ്രത്യത്തിടമ്പ് കണവൻ കൺകണ്ട ദൈവമെന്നു വിശ്വസിച്ച ശൈലജയ്ക്ക്."

അയാൾ കുടിച്ചും ചിരിച്ചും കൊണ്ടിരുന്നു.

ആ പെണ്ണ് ഞെട്ടിയുണർന്നു.

"എന്നെ വിളിച്ചോ?"

"നീ അല്പം കുടിക്കുന്നോ?"

"എനിക്കു വേണ്ട. നിങ്ങൾ കഴിക്ക്."

"ശൈലജാ, ഒരുത്തനെക്കൊണ്ടും ഇനി കണ്ടുപിടിക്കുക കഴിയില്ല. അത്രതന്നെ. കേസ് ക്ലോസ്. കഴിഞ്ഞു വാ വന്നു മടിയിലിരിക്കൂ. വാ."

ആ പെണ്ണ് ഒന്നും മനസ്സിലാവാത്തവളെപ്പോലെ അയാളുടെ അടുത്തേക്കു ചെന്നു. അവളെ മടിയിൽ കിടത്തിക്കൊണ്ടു മന്ദം തൊട്ടിലാട്ടി.

"ശൈലജാ, ഇനി ഞാൻ നിന്നെ ഒന്നും ചെയ്യില്ല. നീ എന്റെ കുഞ്ഞിനെ പോലെയാ.. എന്റെ കുഞ്ഞ് നീ തന്നെ.. എന്റെ കുഞ്ഞ്.. ഒറങ്ങിക്കോ മോളേ ഒറങ്ങിക്കോ.."

എട്ട്

"ഗുഡ്മോർണിങ് ബോസ്" കാലത്തു ഉറക്കമുണർന്നു വന്ന ഗണേഷിനോട് വസന്ത് പറഞ്ഞു. ഗണേഷ് വാച്ചുനോക്കി.

"മടയാ, വിളിച്ചൂടായിരുന്നോ?"

"സോറി, രണ്ടുദിവസമായി ഉറക്കമൊഴിച്ചതല്ലേ? നിങ്ങൾക്ക് റസ്റ്റാവശ്യമെന്നു കണ്ടിട്ടാ എഴുന്നേല്പിക്കാതിരുന്നത്. ഇല്ലെങ്കിൽ കോർട്ടിൽ ചെന്നാൽ കോട്ടുവാ വിടും."

"ആ ദയാൾ പോയോ?"

"കാലത്തെഴുന്നേറ്റുപോയി. വൈകുന്നേരം വരാമെന്ന്. നിങ്ങളോട് സംസാരിക്കണമത്രെ അവന്."

"ഇന്ന് കോർട്ടിലെന്തെല്ലാം ചെയ്യാനുണ്ട് വസന്ത്?"

"ടാർട്ട്സ് കേസ് ഇന്നു ഹിയറിങ്ങിനു വരുന്നുണ്ട്."

"വസന്ത്, ഇന്നലെ സ്വപ്നത്തിൽ വീണ്ടും ശൈലജ വന്നു."

"എനിക്കു സുപ്പുലക്ഷ്മിയാ വന്നത്. പേരു മാറ്റാമെന്നു സത്യം ചെയ്തു. ശൈലജയുടെ കാര്യം കഴിഞ്ഞില്ലേ? പോയി കുളിച്ചിട്ടു വരൂ. ബ്രെയിക്ഫാസ്റ്റിന് ഓർഡർ കൊടുത്തിട്ടുണ്ട്. നോ മോർ ശൈലജ. അവിചാരിതമായി നമ്മുടെ വളരെയേറെ സമയവും നഷ്ടപ്പെടുത്തി. വളരെയേറെ ജോലികൾ ബാക്കിയായി."

ഗണേഷ് കുളിക്കുമ്പോൾ ദേഹം സോപ്പുതേച്ചു കഴുകുമ്പോൾ ശൈലജയെക്കുറിച്ചുള്ള ചിന്തകളും ആ സോപ്പു നീരുപോലെ അലിഞ്ഞൊഴുകിപ്പോകുംപോലെ തോന്നി. ഇനി രണ്ടു മണിക്കൂർകൂടി കഴിയുമ്പോൾ കോർട്ടിൽ നിയമങ്ങളുമായി പോരാടുമ്പോഴും ശൈലജയെക്കുറിച്ചുള്ള അവസാനത്തെ ഓർമ്മകളും മാഞ്ഞുപോകും.

എന്നാലും, എന്നാലും...

കുളികഴിഞ്ഞു വസ്ത്രം ധരിച്ചു പുറത്തേക്കു വരുമ്പോൾ ഗണേഷ് വസന്തിനോടു പറഞ്ഞു.

"വസന്ത്, നീ എന്നോടു ദേഷ്യപ്പെടില്ലെങ്കിൽ ഇനിയും രണ്ടേ രണ്ടു കാര്യങ്ങൾ നീ കണ്ടുപിടിക്കണം. പതിനൊന്നുമണിക്കല്ലേ നമ്മൾ കോർട്ടിൽ പോവുക."

വസന്ത് മടിച്ചുകൊണ്ട് "ശൈലജയെപ്പറ്റിയാണോ?"

"അതെ."

"അതു വിട്ടുകളയ് ബോസ്."

"ഇതവസാന ശ്രമം അതോടെ അവസാനിപ്പിക്കാം."

"ഹും. പറയ്."

"ആ ഡ്രൈവറെ വീണ്ടും കാണൂ. രണ്ടു കാര്യങ്ങളയാളോടു ചോദിക്കണം. ഒന്നു നീ അവനോട് കാര്യങ്ങളന്വേഷിച്ചതവൻ പ്രഭാകറോട് പറഞ്ഞോ? രണ്ട് ഒരു ബോട്ടിൽ വിസ്കി എപ്പോഴോ വാങ്ങിക്കൊണ്ടുവന്നെന്നു പറഞ്ഞല്ലോ. കൃത്യമായി ഏതു ദിവസം. ഇതുമാത്രം മനസ്സിലാക്കിയാൽ മതി."

"എന്തിനാ ബോസ് ഈ അനാവശ്യവേട്ട?"

"എനിക്കെന്തോ പ്രഭാകർ സ്വയം വന്നു കത്തയച്ചത് ഞാൻ തന്നെയാണെന്നു സമ്മതിച്ചതിൽ ഒരസ്വാഭാവികത തോന്നി. നമ്മളതിനെപ്പറ്റി അന്വേഷണം നടത്തിക്കൊണ്ടിരിക്കുന്നു എന്നു മനസ്സിലായപ്പോഴോ അയാൾ ധൃതിപ്പെട്ടു വന്നു സമ്മതിച്ചത് എന്നെനിക്കു തോന്നി."

"അതുകൊണ്ടെന്താ ഇപ്പോ. അയാളെഴുതിയെന്നു സമ്മതിച്ചു എന്തിനെന്നും പറഞ്ഞുതന്നു.. അയാൾ സ്വമേധയാ വന്നു സമ്മതിച്ചാലെന്ത് ഭയന്നു സമ്മതിച്ചാലെന്ത്?"

"നീ കണ്ടുപിടിക്ക്. പിന്നെ ആ വിസ്കി ബോട്ടിൽ. ഡ്രൈവർ ആ ദിവസം ഒരു മുഴു വിസ്കിബോട്ടിൽ വാങ്ങിക്കൊണ്ടുവന്നു എന്നു പറഞ്ഞു ഇല്ലെ?"

"അതെ."

"ആദ്യദിവസം പ്രഭാകർ നാട്ടിലേക്കുപോയിരിക്കയായിരുന്നു. പിറ്റേന്നു പാതിരാത്രിക്കുശേഷമാ തിരിച്ചു വന്നിരുന്നത്. എന്നാൽ ആ വിസ്കിക്കുപ്പി നാം നോക്കിയപ്പോൾ ഏറെക്കുറെ കാലിയായിരുന്നു. ഇതിനെന്താ അർത്ഥം? ആരോ അന്നു വന്നു. വിസ്കി കുടിച്ചിട്ടുണ്ട്. അതാര്?"

"യു മീൻ ശൈലജയെ മദ്ധ്യാഹ്നം ആരോ കാണാൻ വന്നിട്ടുണ്ട്. വന്നവൻ വിസ്കി കുടിച്ചിട്ടുണ്ട്."

"അതെ."

"ഇതൊരു പുതിയ ആലോചനയാ. ആരായിരിക്കും ബോസ്? ദയാളോ?"

"ആയിരിക്കാം."

"അവൻ ഫോൺ ചെയ്തിരുന്നു എന്നു പറഞ്ഞു. അവിടെ പോയതായി പറഞ്ഞില്ലല്ലോ."

"നുണ പറഞ്ഞതാവും. എന്തായാലും നീ ഈ രണ്ടു കാര്യങ്ങൾ അന്വേഷണം നടത്തി നേരെ കോർട്ടിലേക്കു വാ. അവിടെ കാണാം."

"ഈ കേസ് നമ്മളെ വിടില്ലാന്ന് തോന്നുന്നല്ലോ."

"നോക്കിക്കളയാം."

ഒമ്പത്

രണ്ടു മൂന്നു ജഡ്ജ്മെന്റുകളുണ്ടായിരുന്നതിനാൽ ഗണേഷ് ഉച്ച കഴിഞ്ഞു രണ്ടുമണിക്കേ ഓഫീസിൽ തിരിച്ചെത്തിയുള്ളൂ. വസന്തും അപ്പോഴേ എത്തിയുള്ളൂ.

"എന്താ വസന്ത് ഇത്രയേറെ താമസിച്ചത്?"

നിങ്ങളാവശ്യപ്പെട്ടതിലും കുറച്ചു കൂടുതലാ കണ്ടുപിടിച്ചു വന്നിരിക്കുന്നത്. സംതിങ് ഇന്ററസ്റ്റിങ്."

"പറയൂ."

"ആ എഴുത്തിനെപ്പറ്റി നമ്മളന്വേഷണം നടത്തിയതെല്ലാം പ്രഭാകറിനാദ്യമേ അറിയാം. അരിവപ്പുകാരൻ പറഞ്ഞിരുന്നു. ആ പെണ്ണ് പ്രേമലത കൂടി പറഞ്ഞിട്ടുണ്ടാവും ഇല്ലേ? വസന്ത് എന്നൊരാൾ നിങ്ങളെ കാണാൻ വന്നിരുന്നു. ടൈപ്പ് റൈറ്ററിനെപ്പറ്റി അമ്പേഷിച്ചു വന്നു.."

"വാസ്തവം തന്നെ."

"പിന്നെ ഡ്രൈവർ ഒരു മുഴുവൻബോട്ടിൽ വിസ്കി വാങ്ങി വന്നതും ആദ്യത്തെ ദിവസംതന്നെയാ. അന്നു കാലത്തുതന്നെയാ പ്രഭാകർ ബാങ്ക്ളൂരിലേക്കു പോയത്. വൈകുന്നേരം അവൻ വാങ്ങി അരിവപ്പുകാരന്റെ കൈയിൽ കൊടുത്തിരുന്നു. അവനതെടുത്തു അലമാരയിൽ വെച്ചിരുന്നു. എനിക്കെന്തോ അരിവപ്പുകാരനതെടുത്തു കുടിച്ചിട്ടുണ്ടാവുമെന്നു തോന്നുന്നില്ല. പിന്നെയും രസകരമായ മറ്റൊരുകാര്യമുണ്ട് ബോസ്!"

"പറയൂ.,"

"ആ വീട്ടിൽ ചെന്നപ്പോൾ ആദ്യം വീട്ടിലാരുമില്ലായിരുന്നു. വീടു പൂട്ടിയിരുന്നു. വെറുതെ ഞാൻ വീടൊന്നു ചുറ്റിവന്നു. പിൻവശം ഒരൊഴിഞ്ഞ കൂടയുണ്ടായിരുന്നു. ഒരു വശത്തു കൂടി വേലി കെട്ടിയിട്ടുണ്ട്. അതിനരികിൽ സിമന്റിന്റെ ഒരു വലിയ കുപ്പത്തൊട്ടിയുണ്ടായിരുന്നു. അതിലൊരു പൊതി എന്നെ ആകർഷിച്ചു. എന്തുചെയ്യാം. എന്റെ വിധി. ഗണേഷിന്റെ കൂടെ ജോലി ചെയ്യുമ്പോൾ കുപ്പത്തൊട്ടി കൂടി തെരയേണ്ടിവരുമെന്ന് കരുതി അതെടുത്തു തുറന്നു നോക്കി."

"എന്താ?"

"സസ്പൻസ്!...."

"പറയടോ..."

"ചില്ലിൻ കഷണങ്ങൾ. കീറിയ ഫോട്ടോ, ഫ്രെയിമിന്റെ കഷണങ്ങൾ! ഫോട്ടോ ഏതാണെന്നാ?"

"ആ കല്യാണഫോട്ടോ!"

"കറക്ട്, ആ കുപ്പകാണണോ, ഞാനതെങ്ങനെതന്നെ ബ്രീഫ് കേസിലിട്ടുകൊണ്ടുവന്നിരിക്കയാ."

ഗണേഷ് നോക്കി. ഫോട്ടോവിന്റെ തുണ്ടുകൾ ഒത്തുവച്ചുനോക്കി. ശൈലജയുടെ മുഖം. കണ്ണാടിത്തുണ്ടുകൾ ചിലേടങ്ങളിൽ വൃത്തിയായി മുറിച്ചിരിക്കുന്നു.

ഗണേഷ് നെറ്റിചുളിച്ചുകൊണ്ടു ചിന്തിച്ചു.

"ബോസ് ഈ കേസ് എനിക്ക് മനസ്സിലാകുന്നില്ല. മനസ്സിലാകുന്നേയില്ല."

"എനിക്കല്പം മനസ്സിലാകാൻ തുടങ്ങി. വസന്ത് ഒരു പേപ്പറും പെൻസിലുമെടുക്കൂ. ഞാൻ പറയുന്നത് ചോദ്യം ചെയ്യാതെ എഴുതിക്കോ"

"ഒ കെ ബോസ്"

ഗണേഷ് ആലോചിച്ചാലോചിച്ചു പറഞ്ഞു.

"... കാലത്തു ശൈലജ എഴുന്നേറ്റിരിക്കുന്നു. ഉത്സാഹത്തോടെയിരുന്നു. അരിവപ്പുകാരനോടു സ്നേഹപൂർവ്വം വിവരങ്ങളന്വേഷിക്കുന്നു. നന്നായി വസ്ത്രം ധരിക്കുന്നു. വേലക്കാരനോട് വീട്ടിലേക്കു പൊയ്ക്കൊള്ളാൻ പറയുന്നു. മോണ്ടിസോറി സ്കൂളിലേക്കു പോകുന്നു. അവിടെ വെച്ചു തന്റെ സ്നേഹിതയെ കാണുന്നു. മ്... എഴുതൂ.."

"അല്പം നില്ക്കട്ടെ ബോസ്! പെൻസിൽവളരെ ചെറുതാ. എഴുതാൻ കുറച്ചു വിഷമമുണ്ട്."

"ഈ ഓഫീസിൽ വേറെ പെൻസിലില്ലെ? ഈ ഗുളികക്കഷണേ കിട്ടിയുള്ളൂ നിനക്ക്?"

വസന്ത് ആ പെൻസിൽ നോക്കി. "ഇതേതാ? ഈ ഒരു ഇൻസ്പെൻസിൽ നമ്മുടെ അടുത്തില്ല. ഓ... ഓർക്കുന്നു! അത് ശൈലജയുടെ വീട്ടിൽ നിന്നു കിട്ടിയതാ. അന്നുരാത്രി ടെലിഫോൺ ചെയ്തപ്പോ നമ്പർ കുറിച്ചിട്ടു കീഴെ കിടന്നതാ. ഞാനതെടുത്തു ഓർമ്മ വന്നു. അങ്ങനെ തന്നെ ബാഗിലിട്ടുപോന്നു."

"എവിടെ അതു ഞാൻ നോക്കട്ടെ." ഗണേഷ് ആ പെൻസിൽ വാങ്ങി നോക്കി. വളരെ ചെറിയത്. ഇരുവശവും കൂർപ്പിച്ചിരുന്നു. ആ കൂർപ്പിക്കലും ഭംഗിയായിരുന്നു.

"വസന്ത് ഈ പെൻസിൽ ആ വീട്ടിൽ നിന്നുതന്നെ എടുത്തതാണോ? ഉറപ്പുപറയാൻ കഴിയുമോ നിനക്ക്?"

"തീർച്ച. എന്താ?"

"ഈ പെൻസിൽ കണ്ടപ്പോ നിനക്കെന്തു തോന്നുന്നു?"

"പണക്കാരുപയോഗിക്കുന്ന പെൻസിലായി തോന്നുന്നില്ല."

"വേറൊന്നു തോന്നുന്നില്ലെ?"

"വേറെന്താ?"

"വിഡ്ഢി! ഇതൊരാശാരി ഉപയോഗിച്ച പെൻസിലാ."

"എങ്ങനെ പറയാൻകഴിയും?"

"എങ്ങനെ കൂർപ്പിച്ചിരിക്കുന്നെന്നു നോക്കൂ. ബ്ലേഡ് കൊണ്ടിങ്ങനെ മൂർച്ച കൂട്ടാൻ കഴിയുമോ? ഷാർപ്പനർ കൊണ്ടു കഴിയുമോ?"

"പിന്നെ?"

"ചായ്ച്ചു ചെത്തിയിരിക്കുന്നു. ഒരാശാരിയുടെ ഉളികൊണ്ടോ ഇങ്ങനെ കൂർപ്പിക്കാൻ കഴിയൂ."

"ആ വീട്ടിലൊരാശാരി വന്നിട്ടുണ്ട്. പോയപ്പോളോർത്തില്ല.. കണ്ണാ

ടിച്ചില്ല്.. ഫോട്ടോകഷണം! വസന്ത് വെയിറ്റെ മിനിട്ട്. കിട്ടിപ്പോയി. ഐ കാൺടിറ്റ്! ഐ ഓൺടിറ്റ്! മൈ ഗോഡ്!"

"എന്താ ബോസ് പറയൂ."

"ഇപ്പോഴെന്നെ ബുദ്ധിമുട്ടിക്കല്ലെ. ഉടനെ തിങ്കളാഴ്ചത്തെ പത്രമെടുക്കൂ. എക്സ്പ്രസ്!"

"എന്താ ബോസ്."

"എടുക്കാൻ പറഞ്ഞാൽ?"

"വസന്ത് അലമാരയ്ക്കരികിലേക്കു ചെന്നു. കഴിഞ്ഞ തിങ്കളാഴ്ചത്തെ എക്സ്പ്രസ് പത്രമെടുത്തുവന്നു.

"നോക്കൂ... ബാങ്ക്ലൂരിൽ നിന്നു മദ്രാസിലേക്കു കാലത്തു ഫ്ളൈറ്റുണ്ടോന്ന് നോക്കൂ... ട്രെയിൻ, ബസ്, ആന്റ് എയർമെയിൽ ടൈമിങ് എന്ന് ഒരു വശം കൊടുത്തിരിക്കും."

വസന്ത് നോക്കി.

"ഉണ്ട്. ബോസ്. കാലത്തു പത്തരമണിക്ക് ഐ സി 560...

"ഗുഡ്! അവിടുന്ന് ബാങ്ക്ളൂർക്ക് തിരിച്ചുപോകാൻ വൈകുന്നേരമേതാ ഫ്ളൈറ്റ്?"

"വീണ്ടും നോക്കി." മി. ഉണ്ട്. ഏഴുമണിക്ക് ഫ്ലൈറ്റ് 509."

"കറക്ട്! വസന്ത് ശൈലജ ആത്മഹത്യ ചെയ്തിട്ടില്ല. കൊലചെയ്യപ്പെട്ടിരിക്കുന്നു."

"എന്താ പറയുന്നത് ബോസ്? കൊലയോ? ആര്?"

"മി. പ്രഭാകർ. മി. പ്രഭാകർ?"

"എങ്ങനെ? എങ്ങനെ?"

"പേപ്പറെടുക്കൂ വസന്ത്. എഴുതിക്കോളൂ. ഇപ്പോഴെല്ലാം ക്ലിയറായി."

"പറയൂ."

ഗണേഷ് വളരെ വേഗം പറഞ്ഞുതീർത്തു. "പ്രഭാകർ ശൈലജയെ സംശയിക്കുന്നു.. ഭീഷണിക്കത്തയച്ചു. അവൾ പണമെടുത്തിട്ടുണ്ടോ എന്നു നോക്കനുദ്ദേശിച്ചു ബാങ്ക്ളൂർക്ക് പോകുന്നു. അവിടെ അയാൾക്ക് മനസ്സമാധാനമില്ല. അന്നുവൈകുന്നേരം ശൈലജ ദയാളിനെ കാണുന്നു. അത് കാര്യത്തിന്റെ ഗൗരവം മനസ്സിലാക്കിയോ മനശ്ചാഞ്ചല്യം കൊണ്ടോ അല്ല. എഴുത്തയച്ച ആൾ അവളെ പിന്തുടരാനൊരാളെയും ഏർപ്പെടുത്തിയിരിക്കും. പിറ്റേന്നു കോപത്തോടെ ഫ്ളൈറ്റിൽ തിരിച്ചുവരുന്നു. മനോനിയന്ത്രണത്തിന് വിസ്കി കുടിച്ചിരിക്കും. അവൾ വന്ന ഉടനെ അവളോട് കലഹിച്ചു. മദ്യത്തിന്റെ ലഹരി, അസൂയ, തന്റെ ദൗർബ്ബല്യം എല്ലാം ചേർത്ത് അയാളെ ഇതിനു പ്രേപിപ്പിച്ചു. ഒരു കയറെടുത്തു രണ്ടു ചുറ്റു ചുറ്റി മുറിക്കിയിരിക്കും. അതുകൊണ്ടാണ് കഴുത്തിൽ രണ്ടു നീലപ്പാടുകളുണ്ടായത്. അവളെ അതേ കയറിൽ കുരുക്കി കിടപ്പറയിൽ തൂക്കിയിട്ടു. ആത്മഹത്യയാണെന്നു കരുതത്തക്കവണ്ണം വളരെ സമർത്ഥമായാണതു ചെയ്തിരിക്കുന്നത്. എല്ലാ ജനാലുകളും അടച്ചു. ഒരു ജനലിന്റെ കണ്ണാടിമാത്രം ഉടച്ചു. ആ ഉടഞ്ഞ ജനലും അകത്തുനിന്നു പൂട്ടി. അതിലൂടെ കൈയിട്ട് മുറിയിലൂടെ കതക് അകത്തുനിന്നു താഴിട്ടു. ജനൽ

കർട്ടൻ നേരെയാക്കി. ഒരാശാരിയെ കൂട്ടിവന്നു. ആ ജനലും ഉള്ളിൽ താഴിട്ടു. അതിന് വേറെ ഗ്ലാസ് ഫിറ്റ് ചെയ്തിരിക്കയാ. പുതിയ ഗ്ലാസെവിടുന്നു കിട്ടി. എതിരെ ചുവരിൽ കിടന്ന കല്യാണ ഫോട്ടോയുടെ കണ്ണാടി! അതു മുറിച്ചു ഫിറ്റുചെയ്യിച്ചു ആശാരിയെ പറഞ്ഞയച്ചു. ഉടഞ്ഞ കണ്ണാടിക്കഷണങ്ങളും ഫ്രെയ്മുകളും പൊതിഞ്ഞെടുത്തു. പുറത്തു കുപ്പത്തൊട്ടിയിൽ കൊണ്ടുചെന്നിട്ടു. ടാക്സി പിടിച്ചു വിമാനത്താവളത്തിലേക്കു ചെന്നു. വൈകുന്നേരം ഏഴു മണിക്കുള്ള പ്ലെയിനിൽ തിരിച്ചു ബാങ്ക്ളൂർക്കു വന്നു ഹോട്ടലിൽ ചെന്നു കിടന്നുകളഞ്ഞു എങ്ങനെ?"

വസന്ത് സ്തബ്ധനായി. "മൈ ഗോഡ് ഇതു സാദ്ധ്യമാണോ?"

"വീണ്ടും വായിച്ചു നോക്കൂ. എവിടെയെങ്കിലും തെറ്റുണ്ടെങ്കിൽ പറയൂ. നടന്നിരിക്കുമോ ഇല്ലയോ?"

വസന്ത് ആ കടലാസ് വീണ്ടും വായിച്ചു...

"ബോസ്, യു ആർ കറക്ട്, എല്ലാം യോജിക്കുന്നു... ഇപ്പോഴെന്തു ചെയ്യണം?"

"ഗണേഷ് വാച്ചു നോക്കി. "നമുക്ക് മി. പ്രഭാകറെ ചെന്നു കാണണം."

"ഓഫീസിലുണ്ടാകും."

"ഓഫീസിൽ വച്ചു പാടില്ല. വീട്ടിൽ ചെന്നുതന്നെ കാണണം. ആദ്യം ആ ജനൽ ചെന്നു നോക്കണം. നമ്മൾ ജനലിൽ കൂടി കൈയിട്ടു കതക് ഉള്ളിൽ താഴിടാൻ കഴിയുമോ എന്ന് ഉറപ്പു വരുത്തണം. വൈകുന്നേരം അയാളെ ചെന്നു കാണാം. അതുവരെ ഇതിനെപ്പറ്റി ആരോടും മിണ്ടരുത്."

"നാലുമണിക്ക് കോർട്ടിലേക്കു വീണ്ടും ചെല്ലണം. പിന്നെ അങ്ങോട്ടു പോകാം ബോസ്. അയാം ത്രിൽഡ്."

"എനിക്കല്പം പൾസ് അധികമായിട്ടുണ്ട്."

"വാ. ആ ചെറുക്കൻ ദയാൾ ഇരിക്കാൻ പറയാൻ ക്ലാർക്കിനോടു പറയൂ. അവനോടും എനിക്കു സംസാരിക്കാനുണ്ട്."

പത്ത്

വൈകുന്നേരം മൂന്നുമണിക്ക് ദയാൾ ഗണേഷിന്റെ ഓഫീസിലേക്കു വന്നു.

ഗണേഷും വസന്തും ഇല്ലായിരുന്നു.

"ഇരിക്കൂ അവരിപ്പോവരും." ക്ലാർക്ക്പറഞ്ഞു.

ദയാൾ ഓഫീസ് റൂമിലിരുന്നു.

ചുറ്റും നോക്കി. അലമാര നിറയെ, മേശ നിറയെ കബേഡ് നിറയെ നിയമപുസ്തകങ്ങൾ! അവനിരുന്നു.

സിഗരറ്റ് കത്തിച്ചു. ആഷ്ട്രെ നോക്കി. മേശമേലിരുന്ന ആഷ്ട്രെയിൽ ചാരം തട്ടുമ്പോൾ അവിടെയുണ്ടായിരുന്ന കടലാസ് അവന്റെ കണ്ണിൽ പെട്ടു. ദയാൾ ആ കടലാസെടുത്തു സാവധാനം വായിച്ചു.

പതിനൊന്ന്

ഗണേഷും വസന്തും രാത്രി സുമാർ ഏഴുമണിക്ക് പ്രഭാകറിന്റെ വീട്ടിൽ ചെന്നു കോളിങ് ബെൽ അമർത്തി. മറുപടിയില്ല.

"ഇനിയും ഓഫീസിൽനിന്നും വന്നില്ലെന്നു തോന്നുന്നല്ലോ.

ഗണേഷ് കതകിൽ മുട്ടി. കതകു തുറന്നു. ഉള്ളിൽ ഇരുട്ട്. ചുമരിൽ തപ്പി സ്വിച്ചിട്ടു. വെളിച്ചം തെളിഞ്ഞു.

"മി. പ്രഭാകർ മി. പ്രഭാകർ!" വിളിച്ചു ഹാളിലാരുമില്ല. ഗണേഷിന് ആ ജനൽ ആദ്യംകാണണം. അതിൽക്കൂടി ഉറക്കമുറിയിലെ കതക് ഉള്ളിൽ നിന്ന് താഴിടാൻ കഴിയുമോ എന്ന് നോക്കണം...

ഗണേഷ് ജനലരികെ ചെന്നു. പൂട്ടിയിരുന്നു. തിരശ്ശീല മൂടിയിരുന്നു. അതിനും കതകിനുമിടയിലുള്ള അകലം മനസ്സിൽ കണ്ടു.

"ബെഡ് റൂമിന്റെ കതക് തുറന്നുനോക്കാം ബോസ്. പ്രഭാകർ വരാറായി."

"വരട്ടെ."

ഗണേഷ് കതകു തുറക്കാൻ ശ്രമിച്ചു. കതക് ഉള്ളിൽ നിന്ന് പൂട്ടിയിരുന്നു. ഗണേഷ് ആ മുറിക്കകത്തെ വിളക്കിന്റെ പുറത്തെ സ്വിച്ചിട്ടു.

മുറിയിൽ വെളിച്ചം പരന്നു.

ഗണേഷ് താക്കോൽ പഴുതിൽക്കൂടി നോക്കി.

"അയ്യോ?"

"എന്താ എന്താ ബോസ്?"

"പ്രഭാകർ!"

"എന്ത്?"

വസന്ത് നോക്കി. തൂങ്ങിക്കിടക്കുന്ന പ്രഭാകറുടെ കാലുകൾ കാണപ്പെട്ടു.

വസന്ത് പതറി പിൻവാങ്ങി.

"എന്താ ബോസ്! എന്താ ഇതിനർത്ഥം? മറ്റൊരാത്മഹത്യാ? അതെ പോലെയോ?"

"നീ എന്തു പറയുന്നു വസന്ത്?"

"അയാൾ നമ്മുടെ ഓഫീസിലെഴുതിവച്ചിരിക്കുന്നതു കണ്ടു കഴിഞ്ഞാൽ."

"കണ്ടാൽ?"

"ദയാൾ ആശാരിപ്പണി അറിയുന്നവനാ? എന്നോട് പറഞ്ഞിട്ടുണ്ട്."

"ഡോൺട് ബി സില്ലി. ഭാവനയെ അലയാൻ വിടരുത്."

"രാജേന്ദ്രൻ! വീണ്ടും ഗണേഷ്! വീണ്ടുമൊരാത്മഹത്യ."

9 789384 445331

Printed by Libri Plureos GmbH in Hamburg,
Germany